സ്പാനിഷ് ക്ലാസിക് കഥകൾ

stories

•

spanish classic kadhakal

•

translated by
p sarath chandran

•

first edition
october 2009

•

typesetting
fast fingers, thiruvananthapuram

•

published
chintha publishers, thiruvananthapuram

•

•

cover
ajai kannadi

•

വിതരണം

ദേശാഭിമാനി ബുക്ക് ഹൗസ്

H O തിരുവനന്തപുരം–695 001

ബ്രാഞ്ചുകൾ

ദേശാഭിമാനി റോഡ് തിരുവനന്തപുരം • ഓവർബ്രിഡ്ജ് തിരുവനന്തപുരം • കെ എസ് ആർ ടി സി ബസ് സ്റ്റേഷൻ ആലപ്പുഴ • കെ എസ് ആർ ടി സി ബസ് സ്റ്റേഷൻ എറണാകുളം • ഐ ജി റോഡ് കോഴിക്കോട് • മാവൂർ റോഡ് കോഴിക്കോട് • എൻ ജി ഒ യൂണിയൻ ബിൽഡിങ് കണ്ണൂർ • സെൻട്രൽ ബസ് ടെർമിനൽ കോംപ്ലക്സ് താവക്കര കണ്ണൂർ • മച്ചിങ്ങൽ ലെയ്ൻ തൃശൂർ

CO - 1368 / 2329

സ്പാനിഷ് ക്ലാസിക് കഥകൾ

പരിഭാഷ

പി ശരത് ചന്ദ്രൻ

ചിന്ത പബ്ലിഷേഴ്സ്
തിരുവനന്തപുരം-695 001

പി ശരത് ചന്ദ്രൻ

1949-ൽ ആലപ്പുഴ ജില്ലയിൽ മുതുകുളത്ത് ജനിച്ചു. അച്ഛൻ മഹാകവി അഴകത്തു പത്മനാഭക്കുറുപ്പിന്റെ ചെറുമകൻ പരമേശ്വരനുണ്ണിത്താൻ. അമ്മ പ്രശസ്ത സാഹിത്യകാരനും ചലച്ചിത്രകാരനുമായ പി പത്മരാജന്റെ സഹോദരി പത്മിനി അമ്മ.

എഞ്ചിനീയറിങ്ങിൽ ഡിഗ്രി.

ആനുകാലികങ്ങളിൽ ചെറുകഥകൾ പ്രസിദ്ധീകരിച്ചിട്ടുണ്ട്. *ഫിനിക്സിന്റെ ഇതിഹാസം (വിയറ്റ്നാമിൽനിന്നുള്ള കഥകൾ), ബൊക്കാഷ്യോ കഥകൾ, ടാഗോർ കഥകൾ* എന്നിവ പരിഭാഷപ്പെടുത്തിയിട്ടുണ്ട്.

ഭാര്യ   : ശിവലത

മകൻ   : ഉണ്ണികൃഷ്ണൻ

വിലാസം : ടിസി 29/1065, അംബാ ഗാർഡൻസ്
പാൽക്കുളങ്ങര, തിരുവനന്തപുരം
ഫോൺ: 9947070782

ഉള്ളടക്കം

1

അച്ഛന്റെ ഒന്നര സുഹൃത്തുക്കൾ
ജുവാൻ മാനുവൽ

ഒരിടത്ത് ഒരു നല്ല അച്ഛൻ ഉണ്ടായിരുന്നു. ലോകകാര്യങ്ങൾ മകനു പറഞ്ഞുകൊടുക്കുന്നതിനിടയിൽ, ധാരാളം സുഹൃത്തുക്കളെ സമ്പാദി ക്കാൻ ശ്രമിച്ചുകൊണ്ടിരിക്കണമെന്ന് ആ അച്ഛൻ മകനെ ഉപദേശിക്കാറു ണ്ടായിരുന്നു. മകൻ അച്ഛന്റെ ഉപദേശം ശരിക്കും അനുസരിച്ചു. അങ്ങനെ മകൻ പലരുമായി അടുപ്പത്തിലായി. സുഹൃത്തുക്കൾക്കുവേണ്ടി അയാൾ തന്റെ പണം ചെലവാക്കി. അവർ അവനുവേണ്ടി തങ്ങളുടെ കഴിവിന്റെ പരിധിയിൽ വരുന്ന എന്തുകാര്യവും ചെയ്യാൻ തയാറായി. സ്വന്തം സ്വത്തും ജീവനും വേണ്ടിവന്നാൽ അവനുവേണ്ടി അപകടപ്പെടുത്താൻ അവർ തയാറായിരുന്നു.

ഒരു ദിവസം അച്ഛനും മകനും സംസാരിച്ചുകൊണ്ടിരിക്കുമ്പോൾ മകന് ധാരാളം സുഹൃത്തുക്കളെ കിട്ടിയിട്ടുണ്ടോ എന്ന് അച്ഛൻ അന്വേഷിച്ചു.

മകന്റെ മറുപടി ധാരാളം സുഹൃത്തുക്കളെ അവനു ലഭിച്ചുകഴിഞ്ഞു എന്നായിരുന്നു. കൂടാതെ ഏതു പ്രയാസത്തിലും ആവശ്യത്തിലും അവനെ കൈവിടാത്ത പത്തു സുഹൃത്തുക്കളെപ്പറ്റി അവന് തികഞ്ഞ വിശ്വാസമുണ്ടായിരുന്നു.

മകന് ചുരുങ്ങിയ കാലംകൊണ്ട് ഇത്രയും കൂട്ടുകാരെ ലഭിച്ചെന്നു കേട്ടപ്പോൾ, അച്ഛൻ ശരിക്കും അത്ഭുതപ്പെട്ടുപോയി. വൃദ്ധനായ അച്ഛന് തന്റെ ജീവിതകാലംകൊണ്ടുപോലും ഇത്രയധികം സുഹൃത്തുക്കളെ ലഭി ച്ചിരുന്നില്ല. അയാൾക്ക് ആകെ ഒരു സുഹൃത്താണ് ഉണ്ടായിരുന്നത്.

വേണ്ടിവന്നാൽ ആ ഒരാൾ കൂടാതെ ഒരു അരസുഹൃത്തു കൂടിയുണ്ടെന്ന് പറയാം. അതായത് മൊത്തം ഒന്നര സുഹൃത്തുക്കളാണ് അച്ഛനുണ്ടായി രുന്നത്. അച്ഛന്റെ അത്ഭുതം കണ്ട് താൻ പറഞ്ഞത് സത്യം മാത്രമാ ണെന്ന് മകൻ അച്ഛനോട് തർക്കിച്ചു.

സുഹൃത്തുക്കളെപ്പറ്റിയുള്ള മകന്റെ അമിതമായ വിശ്വാസം കണ്ട പ്പോൾ, മകനോട് അത് തെളിയിക്കണമെന്ന് അച്ഛൻ ആവശ്യപ്പെട്ടു. അതി നുള്ള വഴിയും അച്ഛൻ തന്നെ പറഞ്ഞുകൊടുത്തു. ആദ്യമായി ഒരു പന്നിയെ കൊന്ന് ചാക്കിൽ കെട്ടി അതും എടുത്തുകൊണ്ട് ഒരു സുഹൃ ത്തിന്റെ വീട്ടിൽ ചെല്ലണം. അയാളോട് ചാക്കിനുള്ളിൽ പന്നിയാണെന്ന് പറയരുത്. വഴക്കിനിടയിൽ കൊല്ലപ്പെട്ടുപോയ ഒരു മനുഷ്യന്റെ ജഡ മാണ് ചാക്കിലുള്ളതെന്നേ പറയാവൂ. ഈ സത്യം പുറത്ത് അറിഞ്ഞാൽ താൻ ഒരിക്കലും രക്ഷപ്പെടുകയില്ലെന്നും അയാളെ അറിയിക്കണം. കൂടാതെ താൻ മാത്രമല്ല, ഈ കൊലപാതകത്തെപ്പറ്റി അറിഞ്ഞിട്ടുള്ള എല്ലാവർക്കും തന്റെ വിധി തന്നെയായിരിക്കും എന്നും അയാളോട് സൂചി പ്പിക്കണം. തന്റെ സുഹൃത്തായതുകൊണ്ട് സത്യം പുറത്തുപറയരുതെന്ന് അയാളോട് ആവശ്യപ്പെടണം. ആവശ്യം വരുകയാണെങ്കിൽ തന്നോ ടൊപ്പം ഉണ്ടാകണമെന്നും അയാളോട് പറയണം.

മകൻ അച്ഛൻ പറഞ്ഞതുപോലെ തന്നെ പ്രവർത്തിച്ചു. കൂട്ടുകാരുടെ വീടുതോറും കയറിയിറങ്ങി തനിക്കു പറ്റിയ അപകടത്തെപ്പറ്റി വിശദ മായി വിവരിച്ചു. ഇത്തരത്തിൽ അവരുടെ സ്വത്തിനും ജീവനും അപകട മുണ്ടാക്കുന്ന ഒരു കാര്യമല്ലായിരുന്നെങ്കിൽ, അവർ കഴിയുന്ന എല്ലാ സഹായവും ചെയ്യുമായിരുന്നെന്നായിരുന്നു സുഹൃത്തുക്കളുടെ മറുപടി. കൂടാതെ ദൈവത്തെ ഓർത്ത് അവരുടെ വീട്ടിൽ അയാൾ ചെന്നിരുന്ന തായി ആരോടും പറയരുതെന്നും അവർ യാചിച്ചു. ചില സുഹൃത്തു ക്കൾ അവനുവേണ്ടി നിവേദനം സമർപ്പിക്കാമെന്ന് സമ്മതിച്ചു. മറ്റുചിലർ അവന്റെ വധശിക്ഷ നടന്നുകഴിഞ്ഞാലും അവനെ കൈവെടിയുക യില്ലെന്നും വളരെ അന്തസ്സായിത്തന്നെ അവന്റെ ശവസംസ്കാരം നടത്തു മെന്നും അവന് ഉറപ്പുകൊടുത്തു.

അങ്ങനെ തന്റെ സുഹൃത്തുക്കളുടെ ആത്മാർഥത പരിശോധി ച്ചറിഞ്ഞ്, ആരും തന്നെ സ്വീകരിക്കാനില്ലെന്ന് മനസിലാക്കിയശേഷം ചെറു പ്പക്കാരൻ വീട്ടിൽ തിരിച്ചെത്തി. അച്ഛനോട് നടന്നതെല്ലാം അയാൾ പറഞ്ഞു. മകന്റെ അനുഭവങ്ങളെല്ലാം കേട്ടതിനുശേഷം, ജീവിതപരിചയം കൂടുതലുള്ളവർ അവരുടെ മക്കളെക്കാൾ ഇത്തരം കാര്യങ്ങൾ കൂടുതൽ വ്യക്തമായി മനസിലാക്കുമെന്ന് അച്ഛൻ മകനോടു പറഞ്ഞു. അതിനു ശേഷം തന്റെ ഒരു സുഹൃത്തിന്റെയും അരസുഹൃത്തിന്റെയും വീട്ടിൽ ഇതേ പരീക്ഷണം ആവർത്തിക്കാൻ അച്ഛൻ മകനോട് ആവശ്യപ്പെട്ടു.

അങ്ങനെ മകൻ ചത്തപന്നിയേയും എടുത്തുകൊണ്ട് അച്ഛന്റെ അര സുഹൃത്ത് എന്തുചെയ്യുമെന്നറിയാനായി അയാളുടെ വീട്ടിലെത്തി. വാതി ലിൽ മകന്റെ ശബ്ദം കേട്ടപ്പോൾ അച്ഛന്റെ അരസുഹൃത്ത് ഉടൻതന്നെ

അവിടെ എത്തി. തനിക്കു പിണഞ്ഞ അപകടം അവൻ അയാളെ അറിയിച്ചു. തന്റെ സുഹൃത്തുക്കളോടൊക്കെ യാചിച്ചെങ്കിലും ഒരു പ്രയോജനവും ഉണ്ടായില്ലെന്നും അവൻ കൂട്ടിച്ചേർത്തു. അച്ഛനോട് അയാൾക്കുള്ള മതിപ്പ് കണക്കിലെടുത്താണ് ഈ അത്യാവശ്യ സന്ദർഭത്തിൽ സഹായം അഭ്യർഥിക്കുന്നതെന്ന് അവൻ അച്ഛന്റെ അരസുഹൃത്തിനോട് വിശദീകരിച്ചു.

അച്ഛന്റെ അരസുഹൃത്ത് എല്ലാം കേട്ടശേഷം പറഞ്ഞു. അവന്റെ അച്ഛനെപ്പറ്റി തനിക്ക് മതിപ്പുണ്ടെന്നും എന്നാൽ മകനുമായി തനിക്ക് പരിചയമോ സ്നേഹബന്ധമോ ഇല്ലെന്നും അയാൾ ആമുഖമായി പറഞ്ഞു. എങ്കിലും അവന്റെ അച്ഛനുവേണ്ടി ഈ സംഭവം മറച്ചുവയ്ക്കാനും മറ്റു ചെറിയ സഹായങ്ങൾ ചെയ്യാനും അയാൾ തയാറായിരുന്നു. അയാൾ പന്നിയെ കെട്ടിവച്ച ചാക്ക് തോട്ടത്തിൽ കൊണ്ടുപോയി, അവിടെ ആഴ മുള്ള ഓടയിലേക്ക് വലിച്ചെറിഞ്ഞശേഷം, പുല്ലും പച്ചക്കറിച്ചെടികളും പിഴുത് അതിനു മുകളിലിട്ടുമൂടി. ചാക്കുകെട്ട് ആരുടേയും കണ്ണിൽ പ്പെടാത്ത രീതിയിൽ ഭദ്രമായി മൂടിവച്ചു.

അരസുഹൃത്തിന്റെ വീട്ടിൽ സംഭവിച്ചതെല്ലാം മകൻ തിരിച്ചുവന്ന് അച്ഛനോടു പറഞ്ഞു. പിന്നീടൊരിക്കൽ സുഹൃത്തുക്കൾ ഒത്തുകൂടിയ സമയത്ത്, എന്തെങ്കിലും ഒരു കാരണം കണ്ടുപിടിച്ച് തന്റെ അര സുഹൃത്തുമായി വാഗ്വാദത്തിൽ ഏർപ്പെടാൻ അച്ഛൻ മകനോടു പറഞ്ഞു. ഒടുവിൽ വാഗ്വാദം മൂക്കുമ്പോൾ അരസുഹൃത്തിന്റെ മുഖത്ത് ഒരടിവച്ചു കൊടുക്കാനും അയാൾ മകനെ ചട്ടംകെട്ടി. സമയമായപ്പോൾ മകൻ അതു പോലെ തന്നെ പ്രവർത്തിച്ചു.

പക്ഷേ, അടികൊണ്ടശേഷം ആ നല്ല മനുഷ്യൻ ഇത്രമാത്രമേ പറ ഞ്ഞുള്ളൂ.

"നീ തിന്മ ചെയ്തവനാണ് എന്നാണെന്റെ വിശ്വാസം. നീ എന്നെ ഇപ്പോൾ അടിച്ചു. പക്ഷേ, നീ ഒരു കാര്യം മനസിലാക്കണം. അന്ന് തോട്ട ത്തിൽ നടന്നതൊന്നും ഞാൻ പുറത്തു പറയുന്നില്ല."

മകൻ നടന്നതെല്ലാം വീണ്ടും അച്ഛനെ ധരിപ്പിച്ചു. അച്ഛൻ പിന്നീട് തന്റെ മറ്റേ സുഹൃത്തിന്റെ അടുത്തേക്ക് മകനെ പറഞ്ഞുവിട്ടു.

അവിടെയും മകൻ കഥ ആവർത്തിച്ചു. അച്ഛന്റെ ആ നല്ല സുഹൃത്ത് അവന്റെ ജീവനും സൽപ്പേരും സംരക്ഷിക്കാൻ വേണ്ടതെല്ലാം ചെയ്യാ മെന്ന് വാക്കുകൊടുത്തു. പക്ഷേ, കഷ്ടകാലത്തിന് ആ ദിവസം തന്നെ നഗരത്തിൽ ഒരാളെ കാണാതായി. ആരാണ് കൊന്നതെന്ന് ആർക്കും അറിവുണ്ടായിരുന്നില്ല. തോളിൽ ഒരു ചാക്കുകെട്ടുമായി അന്നുരാത്രിയിൽ ഒരു ചെറുപ്പക്കാരൻ നടന്നുപോകുന്നത് പലരും ശ്രദ്ധിച്ചിരുന്നു. ആ ചെറു പ്പക്കാരൻ തന്നെയാണ് കൊല നടത്തിയതെന്ന് അവർ അനുമാനിച്ചു.

ചുരുക്കത്തിൽ അവർ കൊടുത്ത വിവരങ്ങൾ അനുസരിച്ച് അവൻ തന്നെയാണ് കുറ്റക്കാരനെന്ന് പ്രഖ്യാപനം ഉണ്ടായി. പക്ഷേ, അവന്റെ അച്ഛന്റെ സുഹൃത്ത് ഈ സമയം മുഴുവൻ അവനെ രക്ഷപ്പെടുത്താനുള്ള ഉപായം കണ്ടെത്താൻവേണ്ടി ചിന്തിച്ചുകൊണ്ടിരുന്നു. അവനെ രക്ഷിക്കാൻ

ഒരു വഴിയും കാണാതായപ്പോൾ, കുറ്റം ആരോപിക്കപ്പെട്ട ആ ചെറുപ്പ
ക്കാരൻ ശിക്ഷിക്കപ്പെടുന്നതിന്റെ പാപം ഏറ്റെടുക്കാൻ തന്റെ മനഃസാക്ഷി
സമ്മതിക്കുന്നില്ലെന്ന് അയാൾ കോടതിയിൽ പറഞ്ഞു. കൂടാതെ ആ
കൊലപാതകം നടത്തിയത് തന്റെ ഒരേയൊരു മകനാണെന്നും അയാൾ
കോടതിയെ ബോധിപ്പിച്ചു. ഇങ്ങനെ തന്റെ സ്വന്തം മകനെ കുരുതികൊ
ടുത്തിട്ട് സുഹൃത്തിന്റെ മകന്റെ ജീവൻ രക്ഷിക്കുന്നതിൽ അയാൾ വിജ
യിക്കുകയായിരുന്നോ എന്ന് ആർക്കും ഉറപ്പില്ല.

(14-ാം നൂറ്റാണ്ട്)

2

ജാരസന്തതികളില്ലാത്ത രാജ്യത്തെ രാജാവ്

ജുവാൻ മാനുവൽ

മൂന്നു ചതിയന്മാർ ഒരു രാജാവിനെ മുഖം കാണിച്ച് അവർ നെയ്ത്തു കാരാണെന്നും അസാധാരണവും അതിവിശിഷ്ടവുമായ ഒരു തുണിത്തരം അവർക്കു നെയ്യാൻ അറിയാമെന്നും ധരിപ്പിച്ചു. ആ തുണിയുടെ പ്രത്യേ കതയായി അവർ പറഞ്ഞത് നിയമാനുസൃതമായ വിവാഹത്തിൽ ജനിച്ച സന്തതികൾക്കു മാത്രമേ ഈ തുണി കാണാൻ സാധിക്കുകയുള്ളൂ എന്ന തായിരുന്നു. നിയമാനുസൃതം ജനിച്ചവരെന്നു വിശ്വസിക്കുന്നവരുടെ കൂട്ട ത്തിൽ ജാരസന്തതികളുണ്ടെങ്കിൽ അവർക്ക് ഒരിക്കലും ഈ തുണി കാണാൻ കഴിയുകയില്ല.

തന്റെ പ്രജകളിൽ യഥാർഥ സന്തതികളെയും ജാരസന്തതികളെയും തിരിച്ചറിയാൻ കഴിയുമെന്നുള്ള ഒറ്റക്കാര്യം കൊണ്ടുതന്നെ രാജാവിന് അവർ ഉണർത്തിച്ച കാര്യം വളരെ ഇഷ്ടപ്പെട്ടു. നിയമാനുസൃതമുള്ള യഥാർഥ സന്തതികൾക്കു മാത്രമേ 'മൂർ' വംശജരുടെ ഇടയിൽ അച്ഛന്റെ സ്വത്തിന് അവകാശം ഉണ്ടായിരുന്നുള്ളൂ. ജാരസന്തതികൾക്ക് പിതാക്ക ന്മാരുടെ സ്വത്തിന് അവകാശം ഇല്ലാത്തതുകൊണ്ട് അവരെ തിരിച്ച റിഞ്ഞുകഴിഞ്ഞാൽ ആ സ്വത്തു മുഴുവൻ സ്വന്തം ഖജനാവിലേക്ക് മുതൽക്കൂട്ടാമെന്ന് രാജാവ് രഹസ്യമായി സന്തോഷിച്ചു. ഈ തുണി നെയ്തെടുക്കുന്നതിന് സർവസൗകര്യങ്ങളുമുള്ള ഒരു കൊട്ടാരം തന്നെ നെയ്ത്തുകാർക്ക് വിട്ടുകൊടുക്കാൻ രാജകൽപ്പനയുണ്ടായി. രാജാവിനെ വഞ്ചിക്കാൻ തങ്ങൾക്ക് ഉദ്ദേശ്യമില്ല എന്നു സ്ഥാപിക്കാൻ വേണ്ടി, തുണി

നെയ്തു കഴിയുന്നതുവരെ കൊട്ടാരത്തിനുള്ളിൽ പൂട്ടിയിട്ടുകൊള്ളാൻ ചതിയന്മാർ സ്വയം സമ്മതിച്ചു. രാജാവിന് അവരുടെ ഈ തീരുമാനം കൂടുതൽ തൃപ്തിയായി.

പിന്നീട് അസാധാരണമായ തുണി നെയ്യുന്നതിനു വേണ്ടി ധാരാളം സ്വർണവും വെള്ളിയും സിൽക്കുനൂലും എന്നുവേണ്ട വിലപിടിപ്പുള്ള മറ്റു പല സാധനങ്ങളും നെയ്ത്തുകാർ കൊട്ടാരത്തിൽ നിന്നും ചോദിച്ചു വാങ്ങിക്കൊണ്ടിരുന്നു. കൊട്ടാരത്തിനുള്ളിൽ അവർ തറികൾ ഉറപ്പിച്ചു. മുഴുവൻ സമയവും നെയ്ത്തുജോലികളിൽ മുഴുകിയിരിക്കുകയാണെന്ന് എല്ലാവരും ധരിക്കുന്ന തരത്തിൽ ആയിരുന്നു അവരുടെ പെരുമാറ്റം.

കുറച്ചു ദിവസങ്ങൾക്കുശേഷം ചതിയന്മാരിൽ ഒരാൾ രാജാവിനെ സമീപിച്ച് തുണിനെയ്ത്ത് ആരംഭിച്ചതായി അറിയിച്ചു. ലോകത്തിലെ തന്നെ ഏറ്റവും അപൂർവതകളുള്ള വസ്തു അവർ നെയ്യാൻ പോകുന്ന തുണിയാണെന്ന് അയാൾ രാജാവിനോടു പറഞ്ഞു. കൂടാതെ അതിന്റെ രൂപകൽപ്പനയും നിർമാണരീതിയും അയാൾ രാജാവിന് വിശദീകരിച്ചു കൊടുത്തു. പിന്നീട് എപ്പോഴെങ്കിലും ആ തുണി നേരിട്ടു കാണുവാൻ ദയവുണ്ടാവണമെന്ന് അയാൾ രാജാവിനോട് യാചിക്കുകയും ചെയ്തു. അവർ തന്നെ ചതിക്കുകയാണോ എന്നറിയാൻ തന്റെ ഏറ്റവും വിശ്വ സ്തനായ ഉന്നത ഉദ്യോഗസ്ഥനെ തുണി കാണാനായി പറഞ്ഞുവിട്ടു. നെയ്ത്തുകാർ പറഞ്ഞതെല്ലാം കേട്ടതിനുശേഷം, തുണി തനിക്കു കാണാൻ കഴിയുന്നില്ലെന്നു പറയാൻ ധൈര്യം ഉണ്ടായിരുന്നില്ല. രാജാവ് പിന്നീട് മറ്റൊരാളെ അയച്ചു. അയാളും തുണി കണ്ടതായി രാജാവിനെ അറിയിച്ചു. എല്ലാവരും തുണി കണ്ട സ്ഥിതിക്ക് ഇനിയും താൻതന്നെ പോയി നോക്കിക്കളയാമെന്ന് രാജാവ് തീരുമാനിച്ചു.

രാജാവ് കൊട്ടാരത്തിലെത്തിയപ്പോൾ നെയ്ത്തുകാർ പണിത്തിരക്കി ലായിരുന്നു. രാജാവിനെ കണ്ടതും നെയ്ത്തുകാർ ആ അസാധാരണ തുണിയുടെ ഇഴചേർക്കലിന്റെ പ്രത്യേകതകളും അതു കണ്ടുപിടിച്ച തിന്റെ ചരിത്രവും വിവരിക്കാൻ തുടങ്ങി. തുണിയുടെ നിറവും രൂപ കൽപ്പനയും മനോഹരമായിരിക്കുന്നെന്ന് നെയ്ത്തുകാർ പരസ്പരം പറഞ്ഞു. സത്യത്തിൽ അവർ അപ്പോൾ ജോലി ചെയ്യുന്നുണ്ടായിരുന്നില്ല. നെയ്ത്തു നടക്കുന്നതായി അവർ നടിക്കുകയായിരുന്നു. അതിനിടയിൽ അവർ തുണിയുടെ അതിസൂക്ഷ്മവിശദാംശങ്ങൾ ചർച്ച ചെയ്യുന്നത് രാജാവ് കേട്ടു. നേരത്തെ വന്നവർ എല്ലാം തുണി കണ്ട സ്ഥിതിക്ക് തനിക്ക് തുണി കാണാൻ കഴിയുന്നില്ലെന്നു പറയാൻ രാജാവിനു മടിതോന്നി. തന്നെയുമല്ല തന്റെ അച്ഛൻ എന്നു വിശ്വസിക്കപ്പെടുന്ന രാജാവിന്റെ മക നല്ല താൻ എന്നു പുറത്തറിഞ്ഞാൽ ഒരുപക്ഷേ രാജ്യംപോലും നഷ്ട പ്പെടാൻ ഇടയുണ്ടെന്ന് രാജാവിന് ഓർമവന്നു. ഈ ധാരണ മനസിൽ വന്നപ്പോൾ രാജാവ് നെയ്ത്തുകാർ പറയുംപോലെ തുണിയുടെ ഇഴ ചേർക്കലിന്റെ പ്രത്യേകതകളെപ്പറ്റി പുകഴ്ത്താൻ തുടങ്ങി.

തിരിച്ച് കൊട്ടാരത്തിലെത്തി ആശ്ചര്യകരമായ തുണിയെപ്പറ്റി രാജാവ് മറ്റുള്ളവരോട് പറഞ്ഞുകൊണ്ടിരുന്നു. അതേസമയംതന്നെ എന്തോ കുഴപ്പം ഉണ്ടെന്നൊരു തോന്നലും അദ്ദേഹത്തിനുണ്ടായിരുന്നു.

രണ്ടുമൂന്നു ദിവസം കഴിഞ്ഞ് മുഖ്യന്യായാധിപനെ രാജാവ് തുണി കാണാൻ പറഞ്ഞുവിട്ടു. അദ്ദേഹം നെയ്തു നടക്കുന്ന കൊട്ടാരത്തിൽ എത്തിയതും നെയ്ത്തുകാർ നേരത്തെ രാജാവിനോട് പറഞ്ഞതുപോലെ തുണിയുടെ വിവരണങ്ങൾ തുടങ്ങി. രാജാവു വന്ന് കണ്ടതിനുശേഷവും തനിക്ക് തുണി കാണാൻ കഴിയാത്തതുകൊണ്ട്, തീർച്ചയായും താൻ ജാരസന്തതിയാണെന്ന് അദ്ദേഹം ഉള്ളിൽ ഉറപ്പിച്ചു. തുണി കണ്ടില്ല എന്നു പറഞ്ഞാൽ തനിക്ക് ഇപ്പോഴുള്ള സ്ഥാനമാനങ്ങൾ നഷ്ടപ്പെടു മെന്ന് അദ്ദേഹം ഭയന്നു. ഇത്തരത്തിൽ തനിക്കു സംഭവിക്കാനിടയുള്ള ഭാഗ്യദോഷങ്ങൾ ഒഴിവാക്കാൻ വേണ്ടി മറ്റെല്ലാവരെക്കാളും തീവ്രമായി തുണിയുടെ ഗുണഗണങ്ങളെപ്പറ്റി അദ്ദേഹം പുകഴ്ത്തിപ്പറയാൻ തുടങ്ങി.

പിന്നീട് മുഖ്യന്യായാധിപൻ നെയ്ത്തുകാരുടെ അടുത്തുനിന്നും രാജാവിന്റെ കൊട്ടാരത്തിൽ തിരിച്ചെത്തി. താൻ കണ്ടിട്ടുള്ള തുണിക ളിൽ വച്ച് ഏറ്റവും അത്ഭുതകരമായ തുണിയാണ് നെയ്ത്തുകാർ നെയ്യു ന്നതെന്നും ലോകത്തിൽ ഇന്നുവരെ ഇതുപോലെ അസാമാന്യമായ തുണി ഒരു നെയ്ത്തുകാരും നെയ്തിട്ടില്ലെന്നും അദ്ദേഹം രാജാവിനോട് പറഞ്ഞു. രാജാവ് കൂടുതൽ മനോവിഷമത്തിലായി. തനിക്കു കാണാൻ കഴിയാത്ത തുണി മറ്റുള്ളവർ എല്ലാം കണ്ട സ്ഥിതിക്ക്, തന്റെ അച്ഛൻ രാജാവായിരുന്നില്ലെന്ന് അദ്ദേഹം ഉറപ്പാക്കി. ഈ സത്യം തനിക്കു മനസിലാക്കാൻ നെയ്ത്തുകാർ കാരണക്കാരായതുകൊണ്ട്, അവരെ പുകഴ്ത്താൻ രാജാവ് ഒട്ടും മടി കാണിച്ചില്ല.

മറ്റൊരു ദിവസം തന്റെ സാമാജികരെ രാജാവ് നെയ്ത്തുകാരുടെ അടുത്തേക്ക് അയച്ചു. രാജാവും മറ്റെല്ലാവരും തുണി നേരത്തെ കണ്ടി രുന്നതുകൊണ്ട് അവരും രാജാവിനെ കബളിപ്പിച്ചു. തുണി കാണാൻ കഴിയുന്നില്ലെന്നു പറയാൻ അവരും ധൈര്യപ്പെട്ടില്ല.

ഒരു വലിയ ഉത്സവദിവസം വരുന്നതുവരെ കാര്യങ്ങൾ ഇങ്ങനെ തുടർന്നു. ആഘോഷദിവസം രാജാവ് പുതിയ തുണികൊണ്ടുള്ള വസ്ത്രം ധരിക്കണമെന്ന് എല്ലാവരും അദ്ദേഹത്തോട് അഭ്യർഥിച്ചു. നേർത്ത ലിനനിൽ പൊതിഞ്ഞ് ആ തുണി നെയ്ത്തുകാർ രാജാവിന്റെ മുന്നിലെ ത്തിച്ചു. രാജാവിന്റെ വസ്ത്രത്തിന് എത്ര തുണി മുറിച്ചെടുക്കണമെന്ന് അവർ രാജാവിനോട് ചോദിച്ചു. എത്ര തുണി മുറിക്കണമെന്നും വസ്ത്രം എങ്ങനെ തുന്നണമെന്നും രാജാവുതന്നെ അവരോടു കൽപ്പിച്ചു.

ഒടുവിൽ ആഘോഷദിവസം വന്നുചേർന്നു. നെയ്ത്തുകാർ രാജാ വിനെ കണ്ട് അദ്ദേഹത്തിന്റെ കൽപ്പന അനുസരിച്ച് അത്ഭുതകരമായ ആ തുണികൊണ്ട് വസ്ത്രം തുന്നിക്കൊണ്ടുവന്നിട്ടുള്ളതായി അറിയിച്ചു. രാജാവിനു തന്റെ പുതിയ വസ്ത്രം കാണാൻ കഴിഞ്ഞിരുന്നില്ലെങ്കിലും അതു പുറത്തു പറയാനുള്ള ധൈര്യം ഉണ്ടായിരുന്നില്ല.

പുതിയ വസ്ത്രം രാജാവ് ധരിച്ചു കഴിഞ്ഞതായി പ്രഖ്യാപനം ഉണ്ടായി. അതിനുശേഷം അദ്ദേഹം കുതിരപ്പുറത്തു കയറി നഗരത്തിലേക്കു പോയി. എന്തായാലും അദ്ദേഹത്തിന്റെ ഭാഗ്യത്തിന് അപ്പോൾ വേനൽക്കാലമായിരുന്നു. എങ്കിലും രാജാവ് വരുന്നതു കണ്ടവർ എല്ലാം അത്ഭുതപ്പെട്ടുപോയി. ആരുംതന്നെ രാജാവിന്റെ വസ്ത്രം കണ്ടില്ലെങ്കിലും ജാരസന്തതിയായി മുദ്രകുത്തപ്പെടുന്നതിന്റെ നാണക്കേടോർത്ത് ആരും തങ്ങളുടെ അത്ഭുതം പുറത്തു കാണിച്ചില്ല.

എന്നാൽ രാജാവിനെ ഇത്തരത്തിൽ കണ്ട ഒരു നീഗ്രോ, അയാൾക്ക് സ്വത്തൊന്നും നഷ്ടപ്പെടാനില്ലാത്തതുകൊണ്ടാവണം, രാജാവിന്റെ അടുത്തുവന്ന് രഹസ്യമായി പറഞ്ഞു. "ഞാൻ ആരുടെ മകനാണ് എന്നത് എനിക്കൊരു പ്രശ്നമല്ല. അതുകൊണ്ട് ഞാനൊരു സത്യം പറയാം. അങ്ങ് നഗ്നനായാണ് കുതിരസവാരി നടത്തുന്നത്."

രാജാവിന് പെട്ടെന്നു തന്നെ കോപം വന്നു. നീഗ്രോ ഒരു ജാരസന്തതിയാണെന്നും അതുകൊണ്ടാണ് അയാൾക്ക് തന്റെ വസ്ത്രം കാണാൻ കഴിയാത്തതെന്നും പറഞ്ഞ് രാജാവ് അയാളെ അടിക്കാൻ തുടങ്ങി.

നീഗ്രോ രാജാവ് നഗ്നനാണെന്ന് പറഞ്ഞു കഴിഞ്ഞപ്പോഴേക്കും മറ്റുള്ളവരും സത്യം എന്താണെന്ന് തിരിച്ചറിഞ്ഞു. അവരും രാജാവ് നഗ്നനാണെന്ന് അദ്ദേഹത്തോട് പറഞ്ഞു. ഒടുവിൽ രാജാവിനും പരിവാരങ്ങൾക്കും ഭയംമാറി സത്യം പറയുന്നതിനുള്ള ധൈര്യമുണ്ടായി. ചതിയന്മാർ രാജാവിനെ കബളിപ്പിച്ചതാണെന്ന് അവർ തിരിച്ചറിഞ്ഞു.

പിന്നീട്, രാജാവ് നെയ്ത്തുകാരെ അന്വേഷിച്ചപ്പോഴേക്കും അവർ രാജാവ് നൽകിയ സ്വർണവും വെള്ളിയുമെല്ലാം കൈക്കലാക്കിക്കൊണ്ട് നാടുവിട്ടു കഴിഞ്ഞിരുന്നു.

(14-ാം നൂറ്റാണ്ട്)

3

അവസാനത്തെ റൊട്ടി

അജ്ഞാതൻ

രണ്ടു നഗരവാസികളും ഒരു ഗ്രാമീണനും കൂടി ഒരിക്കൽ മെക്ക യ്ക്കു പോയി. മെക്കയിൽ എത്തിച്ചേരുന്നതുവരെ ഭക്ഷണം പങ്കിടാമെന്ന് അവർക്കിടയിൽ ഒരു ധാരണ ഉണ്ടായിരുന്നു. പക്ഷേ, വഴിമധ്യേ തന്നെ അവർ കരുതിവച്ചിരുന്ന ഭക്ഷണസാധനങ്ങൾ തീർന്നുതുടങ്ങി. ഒരപ്പം ഉണ്ടാക്കാനുള്ള ധാന്യപ്പൊടി മാത്രമാണ് ഒടുവിൽ അവരുടെ കയ്യിൽ അവശേഷിച്ചിരുന്നത്. ഇതു മനസിലായപ്പോൾ നഗരവാസികൾ പരസ്പരം പറഞ്ഞു:

"നമ്മുടെ കൈയിൽ കുറച്ചു ഭക്ഷണം മാത്രമാണ് അവശേഷിക്കു ന്നത്. നമ്മുടെ കൂട്ടാളിയാണെങ്കിൽ ധാരാളം കഴിക്കുകയും ചെയ്യും. ഇനി ബാക്കിയുള്ളത് നമുക്കു മാത്രം കഴിക്കാൻ കഴിയണം. അതിന് നമുക്ക് എന്തു ചെയ്യാൻ കഴിയും?"

ഒടുവിൽ അവർ ഇങ്ങനെ തീരുമാനിച്ചു. റൊട്ടി മൊരിക്കാൻ അടു പ്പിൽ വച്ചതിനുശേഷം എല്ലാവരും ഉറങ്ങാൻ കിടക്കണം. ഉറക്കത്തിൽ ആരാണോ ഏറ്റവും അത്ഭുതകരമായ സ്വപ്നം കാണുന്നത് അയാൾ ക്കാണ് റൊട്ടിയുടെ അവകാശം. പാവം ഗ്രാമീണനെ കബളിപ്പിക്കാമെ ന്നുള്ള ഉദ്ദേശ്യത്തിലാണ് അവർ ഇങ്ങനെയൊരു തീരുമാനം എടുത്തത്. റൊട്ടി മൊരിക്കാൻ വച്ചതിനുശേഷം അവർ ഉറങ്ങാൻ കിടന്നു. പക്ഷേ, ഗ്രാമീണന് അവരുടെ ചതി മനസിലായി. മറ്റുള്ളവർ ഉറങ്ങാൻ കിടന്നു

കഴിഞ്ഞ് ഗ്രാമീണൻ എഴുന്നേറ്റ് പകുതിമൊരിഞ്ഞ റൊട്ടി ഭക്ഷിച്ചതിനു ശേഷം വീണ്ടും കിടന്നുറങ്ങി.

അപ്പോൾ നഗരവാസികളിൽ ഒരാൾ സ്വപ്നത്തിൽ നിന്നും പെട്ടെന്ന് ഉണരുന്നതുപോലെ ഭയപ്പാടോടെ ഞെട്ടി ഉണർന്നു. എന്നിട്ട് കൂട്ടുകാര നോട് ചോദിച്ചു.

"നീ എന്താണ് സ്വപ്നം കണ്ടത്?"

"ഞാൻ ആശ്ചര്യകരമായ ഒരു സ്വപ്നമാണ് കണ്ടത്. രണ്ടു മാലാ ഖമാർ സ്വർഗവാതിൽ തുറന്ന് എന്നെ ദൈവത്തിന്റെ മുന്നിൽ കൊണ്ടു ചെന്ന് നിർത്തിയതായി ഞാൻ സ്വപ്നം കണ്ടു."

കൂട്ടുകാരൻ അയാളുടെ സ്വപ്നത്തെപ്പറ്റി പറഞ്ഞു.

"നിന്റെ സ്വപ്നം ആശ്ചര്യകരം തന്നെ. പക്ഷേ, ഞാൻ കണ്ട സ്വപ്ന ത്തിൽ രണ്ടു മാലാഖമാർ ഭൂമി തുരന്ന് എന്നെ നരകത്തിലാണ് എത്തി ച്ചത്."

ഉറക്കം നടിച്ചു കിടന്ന ഗ്രാമീണൻ ഇതെല്ലാം കേൾക്കുന്നുണ്ടായി രുന്നു. നഗരവാസികൾ രണ്ടുപേരും ചേർന്ന് അയാളെ വിളിച്ചുണർത്തി. ഉറക്കത്തിൽ നിന്ന് അത്ഭുതത്തോടെ ഞെട്ടി ഉണർന്ന് ഗ്രാമീണൻ ചോദിച്ചു.

"ആരാണെന്നെ വിളിക്കുന്നത്?"

അവർ മറുപടി പറഞ്ഞു. "ഞങ്ങളാണ്. നിങ്ങളുടെ സഹയാത്രികർ."

ഗ്രാമീണൻ ചോദിച്ചു. "ഓ... നിങ്ങൾ തിരിച്ചു വന്നോ?"

അവർ ചോദിച്ചു. "ഞങ്ങൾ എവിടെനിന്ന് തിരിച്ചുവന്നെന്നാണ് നിങ്ങൾ ചോദിക്കുന്നത്?"

ഗ്രാമീണൻ പറഞ്ഞു. "നിങ്ങളിൽ ഒരാളെ രണ്ടു മാലാഖമാർ സ്വർഗ ത്തിലേക്കും മറ്റേയാളെ വേറെ രണ്ടു മാലാഖമാർ നരകത്തിലേക്കും കൂട്ടി ക്കൊണ്ടു പോയെന്നാണ് ഞാൻ സ്വപ്നം കണ്ടത്. അങ്ങനെ സ്വപ്നം കണ്ടതുകൊണ്ട് നിങ്ങൾ രണ്ടുപേരും തിരിച്ചുവരില്ലെന്നു കരുതി ഞാൻ എഴുന്നേറ്റ് മൊരിക്കാൻ വച്ചിരുന്ന റൊട്ടി തിന്നുതീർത്തു.

(15-ാം നൂറ്റാണ്ട്)

4

ലാസാറോവിന്റെ മൂന്നാം യജമാനൻ
ഡൈഗോ ഹർടാഡോ ഡി മെൻഡോസ

ഒരു ദിവസം ടോളഡോയിലെ തെരുവിൽ വച്ചാണ് ഞാൻ യജമാ നനെ ആദ്യം കാണുന്നത്. അദ്ദേഹം കാഴ്ചയ്ക്ക് സുമുഖനായിരുന്നു. നന്നായി വസ്ത്രം ധരിച്ചിരുന്നു. ഒറ്റനോട്ടത്തിൽ തന്നെ അദ്ദേഹം പ്രമാണി യായിരുന്നു. ഞാൻ അദ്ദേഹത്തെ നോക്കിയത് ഭാഗ്യത്തിന് അദ്ദേഹം കണ്ടു. അദ്ദേഹം ചോദിച്ചു. "നീ ഒരു യജമാനനെ അന്വേഷിക്കുക യാണോ?" അതുതന്നെയാണ് ചെയ്തുകൊണ്ടിരിക്കുന്നതെന്ന് ഞാൻ മറു പടി പറഞ്ഞു. അദ്ദേഹം പറഞ്ഞു. "എങ്കിൽ നിനക്ക് എന്റെ കൂടെ വരാം. നമ്മൾ ഇപ്പോൾ കണ്ടുമുട്ടാൻ ഇടയാക്കിയതിന് നീ നിന്റെ നക്ഷത്ര ങ്ങൾക്ക് നന്ദി പറയണം. ഇന്നു രാവിലെ നീ എന്നത്തേതിലും കാര്യ മായി പ്രാർഥന നടത്തിയിട്ടുണ്ടെന്ന് എനിക്കുറപ്പാണ്."

കാഴ്ചയിൽ നിന്നും ഒരാളെ വിലയിരുത്താൻ കഴിയുമെങ്കിൽ, അദ്ദേ ഹത്തെപ്പോലെ ഒരു യജമാനനു വേണ്ടിയായിരുന്നു ഞാൻ വളരെക്കാ ലമായി കാത്തിരിക്കുന്നത്. എനിക്കു പെട്ടെന്നു വന്നുചേർന്ന ഭാഗ്യത്തിന് ഞാൻ ദൈവത്തിനു നന്ദി പറഞ്ഞു. അദ്ദേഹം ആവശ്യപ്പെട്ടതനുസരിച്ച് ഞാൻ അദ്ദേഹത്തിന്റെ പിന്നാലെ നടന്നുതുടങ്ങി. നഗരത്തിന്റെ ഭൂരിഭാഗം പ്രദേശങ്ങളിലൂടെയും ഞങ്ങൾ സഞ്ചരിച്ചു. ചന്തയുടെ അടുത്തുകൂടി ഞങ്ങൾ കടന്നുപോയപ്പോൾ അവിടെ നിന്നും ഒരു ചുമട് സാധനങ്ങൾ വീട്ടിലേക്ക് ചുമക്കേണ്ടിവരുമെന്ന് ഞാൻ പ്രതീക്ഷിച്ചു. അപ്പോൾ ആളുകൾ വീട്ടുസാധനങ്ങൾ വാങ്ങാനിറങ്ങുന്ന സമയമായിത്തുടങ്ങിയി

രുന്നു. പക്ഷേ, ഒരു ശ്രദ്ധയും കാണിക്കാതെ അദ്ദേഹം ചന്ത കടന്ന് മുന്നോട്ടു പോയി.

ഞാൻ എന്നോടു തന്നെ പറഞ്ഞു. "ഒരുപക്ഷേ ഈ സാധനങ്ങൾ അദ്ദേഹത്തിന്റെ അഭിരുചിക്ക് ചേരുന്നതായിരിക്കുകയില്ല. മറ്റേതെങ്കിലും ചന്തയിൽ അദ്ദേഹത്തിന് ഇഷ്ടപ്പെട്ട സാധനങ്ങൾ ലഭിക്കുമായിരിക്കും."

പതിനൊന്നു മണിയായതും എന്റെ യജമാനൻ പള്ളിയിൽ പ്രാർഥിക്കാൻ കയറി. അദ്ദേഹത്തിന്റെ പിറകെ ഞാനും പള്ളിക്കുള്ളിൽ കടന്നു. അവിടെ സമ്മേളിച്ചിരുന്നവർ പ്രാർഥന കഴിഞ്ഞ് പിരിയുന്നതു വരെ ഞങ്ങൾ അവിടെത്തന്നെ ഇരുന്നു. പിന്നീട് യജമാനൻ അവിടെ നിന്നും ഇറങ്ങി നഗരപ്രാന്തത്തിലേക്കു പോകുന്ന മറ്റൊരു തെരുവിൽ പ്രവേശിച്ചു. എന്റെ യജമാനൻ ഉച്ചഭക്ഷണത്തിനുള്ള സാധനങ്ങൾ സ്വയം വാങ്ങി വീട്ടിൽ എത്തിക്കാറില്ലെന്ന് എനിക്ക് മനസിലായി. എനി ക്കതിൽ അഭിമാനം തോന്നി. ഇത്തരം തരംതാണ വീട്ടുജോലികൾ മറ്റു ള്ളവരെ ഏൽപ്പിക്കാനുള്ള ധനശേഷി അദ്ദേഹത്തിന് ഉണ്ടായിരുന്നിരി ക്കണം. ഞങ്ങൾ വീട്ടിൽ എത്തുമ്പോഴേക്കും ഭക്ഷണം തയാറായിരിക്കു മെന്ന് എനിക്ക് നല്ല വിശ്വാസം ഉണ്ടായിരുന്നു. എന്നെ സംബ ന്ധിച്ചിടത്തോളം വളരെ ആഹ്ലാദകരമായ പ്രതീക്ഷ എന്നതിലുപരി, സമയം വൈകിയതുകൊണ്ട് ഭക്ഷണം ഒരത്യാവശ്യമായി മാറിക്കഴിഞ്ഞി രുന്നു. ക്ലോക്കിൽ ഒരുമണിയായി. വീട്ടിൽ പ്രവേശിക്കുന്നതിനു മുമ്പ് യജമാനൻ കോട്ടൂരിയതിനുശേഷം അതിന്റെ പോക്കറ്റിൽ നിന്നും ഒരു താക്കോലെടുത്തു. പിന്നീട് അദ്ദേഹം ആ താക്കോൽകൊണ്ട് സാവധാനം കതകുതുറന്നു.

ഞാൻ യജമാനന്റെ പിന്നാലെ വീട്ടിനുള്ളിൽ പ്രവേശിച്ചു. വീട്ടിനു ള്ളിൽ അപരിചിതനായ ഒരാൾക്ക് ഭയം തോന്നാനിടയാകുംവിധം ഇരുട്ട് കട്ടപിടിച്ചുകിടന്നു. സാമാന്യം വലിപ്പമുള്ള മുറികളും ഒരു ചെറിയ നടു മുറ്റവും ചേർന്നതായിരുന്നു വീട്. വീട്ടിനുള്ളിലേക്ക് ഞാൻ കാലെടുത്തു വച്ചതും അദ്ദേഹം എന്റെ കൈകൾ വൃത്തിയുള്ളതാണോ എന്ന് അന്വേ ഷിച്ചു. പിന്നീട് അദ്ദേഹത്തിന്റെ കോട്ട് മടക്കിവയ്ക്കാൻ എന്നെ ഏൽ പ്പിച്ചു. നന്നായി മടക്കാൻ അദ്ദേഹം കൂടി സഹായിക്കുകയും ചെയ്തു. എന്നിട്ട് ഒരു ഇരിപ്പിടത്തിൽ നിന്നും പൊടി തുത്തുമാറ്റിയശേഷം കോട്ട് ഭദ്രമായി അവിടെ വച്ചു. പിന്നീട് അദ്ദേഹം വളരെ സ്വസ്ഥമായി മറ്റൊരു ഇരിപ്പിടത്തിൽ ഇരുന്നു. അതിനുശേഷം എന്നോട് പലതരത്തിലുള്ള ചോദ്യങ്ങൾ ചോദിക്കാൻ തുടങ്ങി. ഞാൻ ആരാണെന്നും എവിടെ നിന്ന് വരുന്നെന്നും എങ്ങനെ നഗരത്തിൽ എത്തിയെന്നും മറ്റും എന്നെ സംബ ന്ധിക്കുന്ന പലതരം ചോദ്യങ്ങൾ അദ്ദേഹം ചോദിച്ചുകൊണ്ടിരുന്നു. എല്ലാ ചോദ്യങ്ങൾക്കും എന്റെ അവസ്ഥയുമായി പൊരുത്തപ്പെടുന്ന മറുപടി കൾ ഞാൻ പറഞ്ഞു. എന്നോട് ഊണുമേശ വൃത്തിയാക്കി സൂപ്പ് വിള മ്പാൻ പറഞ്ഞശേഷം ഈ ചോദ്യങ്ങൾ ചോദിച്ചിരുന്നെങ്കിൽ നന്നായിരു ന്നെന്ന് ഞാൻ ചിന്തിച്ചുപോയി. എങ്കിലും എന്റെ നല്ല ഗുണങ്ങൾ മാത്രം

വിശദീകരിച്ച് എന്നെപ്പറ്റി വളരെ തൃപ്തികരമായ ഒരു വിവരണം കൊടു ക്കുന്നതിൽ ഞാൻ വിജയിച്ചു. എന്റെ ഇപ്പോഴത്തെ പരിതഃസ്ഥിതിയു മായി യോജിക്കാത്ത സ്വഭാവഗുണങ്ങളൊന്നുംതന്നെ ഞാൻ പുറത്തു പറഞ്ഞില്ല. പക്ഷേ, എനിക്ക് മൊത്തത്തിൽ അസ്വസ്ഥത തോന്നിത്തുടങ്ങി യിരുന്നു. കാരണം രണ്ടുമണികഴിഞ്ഞിട്ടും ഭക്ഷണം കഴിക്കാൻ തുടങ്ങു ന്നതിന്റെ ലക്ഷണങ്ങളൊന്നും അദ്ദേഹം പ്രകടിപ്പിച്ചില്ല. ഞങ്ങൾ വീട്ടിൽ എത്തിയതിനുശേഷം ആ വീട്ടിൽ മറ്റൊരു മനുഷ്യജീവിയുടെ കാൽപ്പെ രുമാറ്റം കേട്ടില്ലെന്ന് എനിക്ക് ഓർമവന്നു. വീട്ടിനുള്ളിൽ ഒരു മേശയോ കസേരയോ ഉണ്ടായിരുന്നില്ല. ആകെ കാണാൻ കഴിയുന്നത് വീടിന്റെ ഭിത്തികൾ മാത്രമായിരുന്നു. ഏതോ ഒരു മാന്ത്രികശക്തിയുടെ സ്വാധീ നത്തിലാണെന്ന് ആർക്കും സംശയം തോന്നാവുന്ന അവസ്ഥയിലായിരു ന്നു ആ വീടിന്റെ സ്ഥിതി.

ഒടുവിൽ യജമാനൻ ചോദിച്ചു. "നീ ഇന്ന് എന്തെങ്കിലും ഭക്ഷണം കഴിച്ചോ?" ഞാൻ പറഞ്ഞു. "ഇല്ല സാർ. അങ്ങയെ കാണാനുള്ള ഭാഗ്യം സിദ്ധിച്ചപ്പോൾ രാവിലെ എട്ടുമണിപോലും ആയിരുന്നില്ല."

യജമാനൻ പറഞ്ഞു: "ശരിയാണ്. അതിരാവിലെയാണ് നമ്മൾ കണ്ട ത്. പക്ഷേ, ഞാൻ അപ്പോഴേക്കും പ്രാതൽ കഴിച്ചുകഴിഞ്ഞിരുന്നു. ഇനി വൈകുന്നേരം മാത്രമെ ഞാൻ ആഹാരം കഴിക്കുകയുള്ളൂ. അതുവരെ നീ എങ്ങനെയെങ്കിലും കഴിച്ചുകൂട്ടണം. പക്ഷേ, അതുകൊണ്ട് നിനക്ക് രാത്രിയിൽ കുറെക്കൂടി നന്നായിട്ട് അത്താഴം കഴിക്കാൻ പറ്റും."

ഇതുകേട്ടപ്പോൾ എന്റെ ഉള്ളിൽ ഉണ്ടായിരുന്ന മോഹങ്ങൾ അപ്ര ത്യക്ഷമായി എന്നു പ്രത്യേകം പറയേണ്ടതില്ലല്ലോ. വിശപ്പുകൊണ്ട് മാത്ര മല്ല എനിക്ക് നിരാശതോന്നിയത്. വിധി എന്നെ ദ്രോഹിക്കാൻ കരുതിവ ച്ചിട്ടുള്ള അമ്പുകൾ ആവനാഴിയിൽ ബാക്കിയുണ്ട് എന്ന് എനിക്കു മന സിലായതായിരുന്നു എന്റെ ദുഃഖത്തിനു കാരണം. എന്റെ കഴിഞ്ഞകാല അനുഭവങ്ങൾ ഓർത്താൽ കരയാതിരിക്കാൻ കഴിയില്ല. എങ്കിലും ഭാവി യിൽ അത്തരം അനുഭവങ്ങൾ ഉണ്ടാകില്ല എന്നു ഞാൻ വിശ്വസിച്ചിരു ന്നു. എന്റെ ദുഃഖങ്ങൾ കഴിയുന്നത്ര ഒളിച്ചുവച്ച് ഞാൻ പറഞ്ഞു, "ദൈവ ത്തിനു നന്ദി. ഭക്ഷണം എനിക്കു വലിയ പ്രശ്നമല്ല. ഇതുവരെയുള്ള എല്ലാ യജമാനന്മാരും എന്റെ ഈ സ്വഭാവത്തെ പുകഴ്ത്തിയിട്ടുണ്ട്."

യജമാനൻ പറഞ്ഞു: "മിതഭക്ഷണം ഒരു വലിയ കാര്യമാണ്. അതിന് ഞാൻ നിന്നെ വീണ്ടും പുകഴ്ത്തുന്നു. പന്നികൾ ആർത്തി കാണിക്കും. പക്ഷേ, വിവരമുള്ളവർക്ക് വിശപ്പടക്കാൻ അൽപ്പം ഭക്ഷണം മതി."

ഞാൻ പറഞ്ഞു. "അങ്ങു പറഞ്ഞതെല്ലാം എനിക്ക് മനസിലായി. എന്റെ എല്ലാ യജമാനന്മാരും ഇക്കാര്യം എന്നെ ഉപദേശിച്ചിട്ടുണ്ട്. പക്ഷേ ഞാൻ മനസിലാക്കിയിടത്തോളം, പട്ടിണി കിടക്കുന്നതിന്റെ മഹത്വം നമ്മൾ മാത്രമല്ല ചെകുത്താനും മനസിലാക്കിയിട്ടുണ്ടെന്നാണ് തോന്നു ന്നത്."

വാതിലിനടുത്തിരുന്ന് എന്റെ കൈവശം ഉണ്ടായിരുന്ന റൊട്ടി ക്കഷ്ണങ്ങൾ ഞാൻ തിന്നുതുടങ്ങി. മറ്റുള്ളവരുടെ ഔദാര്യത്തിൽ

അധിഷ്ഠിതമായ എന്റെ തൊഴിൽ ചെയ്ത് സമ്പാദിച്ചതായിരുന്നു റൊട്ടി ക്കഷ്ണങ്ങൾ. യജമാനൻ ചോദിച്ചു. "നീ എന്താണ് കഴിക്കുന്നത്? നോക്കട്ടെ." ഞാൻ അദ്ദേഹത്തിന്റെ അടുത്തുചെന്ന് റൊട്ടി അദ്ദേഹത്തെ കാണിച്ചു. എന്റെ കൈയിലുണ്ടായിരുന്ന മൂന്നു കഷ്ണങ്ങളിൽ നിന്നും ഏറ്റവും വലിയ റൊട്ടിക്കഷ്ണം തെരഞ്ഞെടുത്തതിനുശേഷം അദ്ദേഹം പറഞ്ഞു. "ഇതു നല്ല റൊട്ടിയാണെന്നു തോന്നുന്നു." ഞാൻ മറുപടി പറഞ്ഞു. "അതെ, നല്ല റൊട്ടിയാണ്." അദ്ദേഹം തുടർന്നു. "നല്ല റൊട്ടി എന്നല്ല. വളരെ നല്ല റൊട്ടി എന്നുതന്നെ പറയണം. നിനക്ക് ഇത് എവിടെ നിന്നു കിട്ടി. ഇതുണ്ടാക്കിയവന്റെ കൈകൾ വൃത്തിയായിരുന്നോ എന്തോ? അതാണ് എനിക്കു സംശയം." ഞാൻ മറുപടി പറഞ്ഞു. "അതെനിക്ക് അറിയില്ല. പക്ഷേ, റൊട്ടിയുടെ സ്വാദ് കണ്ടിട്ട് ഇതുണ്ടാക്കിയവന്റെ കൈകൾ വൃത്തിയുള്ളതായിരിക്കാനാണ് സാധ്യത."

എന്റെ ദരിദ്രവാസിയായ യജമാനൻ റൊട്ടി പരിശോധിച്ചതിനുശേഷം, വാകൊണ്ട് ആ റൊട്ടിക്കഷ്ണത്തെ ക്രൂരമായി ആക്രമിക്കാൻ തുടങ്ങി. ഇതു കണ്ടപ്പോൾ ഞാൻ എന്റെ കൈയിലിരുന്ന റൊട്ടിയുടെ പുറത്തും ആക്രമണം അഴിച്ചുവിട്ടു.

യജമാനൻ പറഞ്ഞു. "ദൈവമേ! എന്തു മനോഹരമായ റൊട്ടിയാ ണിത്."

യജമാനന്റെ ഉദ്ദേശ്യം മനസിലാക്കിയ ഞാൻ എന്റെ റൊട്ടിക്കഷ്ണ ങ്ങളുടെ മേൽ നടത്തിയിരുന്ന ആക്രമണത്തിന്റെ വേഗത ഇരട്ടിയാക്കി. യജമാനൻ എന്നെക്കാൾ മുമ്പേ റൊട്ടി തിന്നുകഴിയുകയാണെങ്കിൽ; ഉടൻതന്നെ അദ്ദേഹം എന്നെ സഹായിക്കാൻ എത്തുമെന്ന് എനിക്ക് ഉറപ്പാ യിരുന്നു. പക്ഷേ ഭാഗ്യത്തിന് ഞങ്ങൾ രണ്ടുപേരും റൊട്ടി ഒരേസമയ ത്തുതന്നെ തിന്നുതീർത്തു. അദ്ദേഹം ആഹാരം കഴിക്കുമ്പോൾ താഴെ വീണ പൊട്ടുംപൊടിയും ശ്രദ്ധാപൂർവം പെറുക്കിയെടുത്ത് അടുത്തമുറി യിലേക്കു പോയി. വക്കുപൊട്ടിയ ഒരു പഴയ കൂജയുമായി പുറത്തുവന്നു. അൽപ്പം കുടിച്ചശേഷം കൂജ അദ്ദേഹം എന്റെ നേരെ നീട്ടി. അമിതാ ഹാരം എനിക്കിഷ്ടമല്ല എന്നതിനു തെളിവായി ഞാൻ പറഞ്ഞു. "നന്ദി യുണ്ട് സാർ. പക്ഷേ ഞാൻ വൈൻ കഴിക്കില്ല."

അദ്ദേഹം പറഞ്ഞു. "ഈ കൂജയിലുള്ളത് കുടിച്ചെന്നു കരുതി നിനക്ക് ഒരു കുഴപ്പവും ഉണ്ടാകില്ല. ഇതിനുള്ളിൽ വെള്ളമാണ്."

ഞാൻ കൂജയിൽ നിന്നും അധികം വെള്ളം കുടിച്ചില്ല. കാരണം ദാഹം എനിക്കു സഹിക്കാൻ കഴിയുന്ന ചുരുക്കം ചില കാര്യങ്ങളിൽ ഒന്നായിരുന്നു.

പിന്നീട് രാത്രിയിലെങ്കിലും ഭക്ഷണം കിട്ടാതിരിക്കില്ല എന്ന പ്രതീ ക്ഷയോടെ ഞാൻ കാത്തിരുന്നു. ഈ സമയമെല്ലാം യജമാനൻ എന്നോട് ചോദ്യങ്ങൾ ചോദിച്ചുകൊണ്ടിരുന്നു. എല്ലാ ചോദ്യങ്ങൾക്കും എനിക്ക് അറിയാവുന്ന വിധത്തിൽ ഞാൻ മറുപടി പറഞ്ഞു. അപ്പോഴേക്കും രാത്രി യായിക്കഴിഞ്ഞിരുന്നു. യജമാനൻ വെള്ളംനിറച്ച കൂജ സൂക്ഷിച്ചിരുന്ന മുറിയിലേക്ക് എന്നെ കൂട്ടിക്കൊണ്ടുപോയി. അദ്ദേഹം പറഞ്ഞു.

"ഇവിടെനിന്ന് എങ്ങനെയാണ് കിടക്ക വിരിക്കേണ്ടതെന്ന് നോക്കി പഠിക്ക്. നാളെമുതൽ ഇതു നിന്റെ ജോലിയാണ്." ഞങ്ങൾ കിടക്കയെന്നു പറയുന്ന വസ്തുവിന്റെ രണ്ടുവശങ്ങളിലായി നിന്നു. സത്യത്തിൽ കാര്യമായി ഒരു കിടക്കയും അവിടെ വിരിക്കാനില്ലായിരുന്നു.

മുളവച്ചുകെട്ടി നീളംകൂട്ടിയ ബഞ്ചുകളായിരുന്നു കട്ടിൽ. ലോകത്തുള്ളതിൽ വച്ച് ഏറ്റവും കൂടുതൽ അഴുക്കായ തുണികൾ അതിനുമുകളിൽ അടുക്കിയിരുന്നു. ഒരിക്കൽ പോലും അവ അലക്കിയിട്ടുള്ളതായി തോന്നിയില്ല. അതിനുമുകളിൽ വിരിച്ചിരുന്ന കിടക്കവിരിയുടെ അടിയിൽക്കൂടി മുളംകമ്പുകൾ ഒരു മെലിഞ്ഞ പന്നിയുടെ വാരിയെല്ലുകൾ പോലെ പുറത്തേക്കു തള്ളിനിന്നിരുന്നു. കിടക്കവിരിയുടെ യഥാർഥ നിറം വ്യക്തമായി പറയാൻ ആർക്കും കഴിയുമായിരുന്നില്ല.

ഞങ്ങൾ കിടക്ക വിരിച്ചു കഴിഞ്ഞപ്പോഴേക്കും രാത്രിയായി. യജമാനൻ പറഞ്ഞു. "ലാസാറോ... ഇപ്പോൾ ശരിക്കും ഇരുട്ടിക്കഴിഞ്ഞു. ചന്ത വളരെ ദൂരെയാണ്. അതുകൂടാതെ ഈ സമയത്ത് നഗരത്തിൽ മുഴുവൻ തെമ്മാടികളുടെ വിളയാട്ടം ആയിരിക്കും. അതുകൊണ്ട് ഈ രാത്രി നമുക്ക് ഇങ്ങനെ തന്നെ കഴിയാം. നാളെ രാവിലെ നമുക്ക് എല്ലാം ശരിയാക്കാം. ഞാൻ ഒറ്റയ്ക്കായതുകൊണ്ട് ഒന്നിലും എനിക്ക് ശ്രദ്ധയില്ല. പക്ഷേ, ഭാവിയിൽ നമുക്ക് എല്ലാം നേരെയാക്കണം."

ഞാൻ മറുപടി പറഞ്ഞു. "എന്നെപ്പറ്റി ചിന്തിച്ച് അങ്ങ് ഒട്ടും വിഷമിക്കണ്ട. ഒന്നോ രണ്ടോ രാത്രിയിൽ ഭക്ഷണം കിട്ടിയില്ലെങ്കിലും എനിക്ക് അത് വലിയ പ്രശ്നമല്ല."

യജമാനൻ പറഞ്ഞു. "രാത്രിയിൽ ഭക്ഷണം വേണ്ടെങ്കിൽ നിന്റെ ആരോഗ്യം മെച്ചപ്പെടുമെന്ന കാര്യത്തിൽ സംശയംവേണ്ട. ഞാൻ നേരത്തെ പറഞ്ഞില്ലേ. ഭക്ഷണം കുറയ്ക്കുന്നതുപോലെ ആയുസ്സ് നീട്ടിക്കിട്ടാൻ പറ്റിയ മറ്റൊരു വിദ്യ ഈ ലോകത്തില്ല." ഞാൻ മനസിൽ വിചാരിച്ചു. "ഞാൻ ഇവിടെ ജോലി തുടർന്നാൽ, യജമാനൻ പറഞ്ഞ വ്യവസ്ഥകൾ ശരിയാണെങ്കിൽ, ഞാൻ ഒരിക്കലും മരിക്കുകയില്ല. ജീവിത കാലം മുഴുവൻ ഇവിടെ ജീവിക്കുകയാണെങ്കിൽ വളരെ കുറച്ചു ഭക്ഷണം കഴിച്ച് എന്റെ ആയുസ്സ് വളരെ നീണ്ടുപോകാൻ സാധ്യതയുണ്ട്. ദൈവമേ! എന്നെ രക്ഷിക്കണേ..."

എന്റെ യജമാനൻ പിന്നീട് തലയണയ്ക്കു പകരം അദ്ദേഹത്തിന്റെ വസ്ത്രങ്ങൾ ചുരുട്ടിവച്ച് ഉറങ്ങാൻ തുടങ്ങി. എന്നോട് അദ്ദേഹത്തിന്റെ കാൽക്കൽ കിടന്നുകൊള്ളാൻ ആജ്ഞാപിച്ചെങ്കിലും ഉറങ്ങാൻ പറ്റുന്ന ഒരു സാഹചര്യവും അവിടെ ഉണ്ടായിരുന്നില്ല. കിടക്ക നിർമിക്കാൻ ഉപയോഗിച്ചിരുന്ന മുളംകമ്പുകളും അത്രതന്നെ ബലമുള്ള എന്റെ വാരിയെല്ലുകളും തമ്മിൽ രാത്രി മുഴുവൻ അസുഖകരമായ ഒരാത്മബന്ധത്തിലായിരുന്നതു കാരണം എനിക്ക് ഒരുപോള കണ്ണടയ്ക്കാൻ കഴിഞ്ഞില്ല. ഞാൻ കഴിഞ്ഞകാലത്ത് അനുഭവിച്ച രോഗങ്ങളും പട്ടിണിയും കൊണ്ടു തന്നെ എന്റെ ശരീരത്തിൽ ഒരു റാത്തൽ ഇറച്ചിപോലും അവശേഷിച്ചി

രുന്നില്ല. ഞാൻ ഇപ്പോൾ അനുഭവിക്കുന്ന ദാരിദ്ര്യം എന്റെ അനാരോഗ്യ ത്തിനു കാരണമായെന്ന് എനിക്ക് വിശ്വാസമില്ല. അന്നു പകൽ ഒരു കഷ്ണം റൊട്ടി മാത്രമായിരുന്നു എന്റെ ആഹാരം. സത്യത്തിൽ വിശപ്പു കൊണ്ട് ഞാൻ ഭ്രാന്തുപിടിക്കുന്ന അവസ്ഥയിലായിരുന്നു. ആയിരം തവണ ഞാൻ എന്റെ ഭാഗ്യദോഷത്തെ ശപിച്ചു. ദൈവം എന്റെ അവി വേകം പൊറുക്കട്ടെ. യജമാനൻ ഉണരുമെന്നുള്ള പേടികൊണ്ട് എന്റെ ദുഃഖം മറ്റുള്ളവർക്ക് കേൾക്കാവുന്ന ശബ്ദത്തിൽ ഞാൻ പ്രകടമാക്കി യില്ല. രാത്രിയിൽ പലതവണ എന്റെ ആയുസ്സ് അവസാനിപ്പിച്ചുതരാൻ ഞാൻ ദൈവത്തെ വിളിച്ച് പ്രാർഥിച്ചു.

രാവിലെ തന്നെ ഞാൻ യജമാനന്റെ വസ്ത്രങ്ങൾ വൃത്തിയാക്കി അടുക്കിവയ്ക്കുന്ന ജോലി തുടങ്ങി. അദ്ദേഹത്തിനു തൃപ്തിയാകുന്നതു വരെ അണിഞ്ഞൊരുങ്ങാൻ ഞാനും സഹായിയായി കൂടി. ഒടുവിൽ വാൾ ബെൽട്ടിൽ തിരുകുമ്പോൾ അദ്ദേഹം ചോദിച്ചു:

"ഈ വാളിന്റെ വില നിനക്കറിയുമോ? എന്റെ കൈയിൽ നിന്നും ഈ നിധി വിലയ്ക്കു വാങ്ങുവാൻ വേണ്ടിവരുന്നത്ര സ്വർണനാണയങ്ങൾ ഇതുവരെ സൃഷ്ടിക്കപ്പെട്ടിട്ടില്ല. അന്റോണിയോയുടെ ഉലയിൽ നിർമിച്ച വാളുകളിൽ ഈ ഒരു വാളിനു മാത്രം കൂട്ടില്ല. ഇതുപോലെ ഈ ഒരു വാൾ മാത്രമേ അന്റോണിയോ നിർമിച്ചിട്ടുള്ളൂ."

പിന്നീട് അദ്ദേഹം വാൾ ഉറയിൽനിന്ന് ഊരി വിരലുകൾകൊണ്ട് മൂർച്ച പരിശോധിച്ചതിനുശേഷം പറഞ്ഞു. "ഞാൻ ഈ വാളുകൊണ്ട് ഒരുകെട്ട് കമ്പിളിത്തുണി ഒറ്റവെട്ടിന് മുറിച്ചുകാണിച്ചുതരാം."

ഞാൻ മനസിൽ വിചാരിച്ചു. "എന്റെ പല്ലുകൊണ്ട് അതിലും കൂടു തൽ ഞാൻ മുറിച്ചുകാണിച്ചുതരാം. എന്റെ പല്ല് ഉരുക്കുകൊണ്ട് നിർമിച്ച തല്ലെങ്കിലും വേണമെങ്കിൽ ഈ നിമിഷം നാലുപവുണ്ട് റൊട്ടി കടിച്ചു മുറിച്ച് ചവച്ചരച്ച് ചെറിയകഷണങ്ങളാക്കി ഞാൻ കാണിച്ചുതരാം."

അതിനുശേഷം അദ്ദേഹം വാൾ ഉറയിലിട്ടു. പിന്നീട് അദ്ദേഹം അത് അരപ്പട്ടയിൽ ബന്ധിച്ചു. എന്നിട്ട് ഒരു മാന്യനെപ്പോലെ നിവർന്നുനിന്ന് കോട്ട് തോളിലിട്ട് വലതുകൈ ഒതുക്കിപിടിച്ച് യാത്രയായി. പോകുന്ന പോക്കിൽ അദ്ദേഹം പറഞ്ഞു:

"ഞാൻ സമൂഹപ്രാർഥനയ്ക്കു പോകുമ്പോൾ നീ വീട് നോക്കിക്കൊ ള്ളണം. വെള്ളം ഇരിക്കുന്ന പാത്രം നിറച്ചുവയ്ക്കണം. അടുത്ത് നദിയു ണ്ട്. അവിടെ നിന്നും പാത്രം നിറയെ വെള്ളമെടുക്കാം. എന്നാൽ പുറ ത്തുപോകുമ്പോൾ വീട് പൂട്ടിയിട്ടുവേണം പോകാൻ. അല്ലെങ്കിൽ ആരെ ങ്കിലും വീട് കൊള്ളയടിക്കും. പിന്നെ എപ്പോൾ പുറത്തുപോയാലും താക്കോൽ ഈ കൊളുത്തിൽ തൂക്കിയിടണം. അല്ലെങ്കിൽ നീ തിരിച്ചുവ രുന്നതിനു മുമ്പ് ഞാൻ തിരിച്ചെത്തുകയാണെങ്കിൽ എനിക്ക് വീട്ടിനുള്ളിൽ കടക്കാൻ കഴിയാതെ വരും."

അതിനുശേഷം വളരെ മാന്യമായി തെരുവിലൂടെ അദ്ദേഹം നടന്നു പോയി. അപരിചിതനായ ഒരാൾ ഇപ്പോൾ അദ്ദേഹത്തെ കാണാൻ ഇട

യായാൽ, ആർക്കോസിലെ പ്രഭുവിന്റെ അടുത്ത ബന്ധു എന്നുതോന്നി യില്ലെങ്കിലും കുറഞ്ഞപക്ഷം അദ്ദേഹത്തിന്റെ കാര്യസ്ഥന്റെ ബന്ധുവാ ണെന്ന് തീർച്ചയായും തെറ്റിദ്ധരിക്കുമായിരുന്നു.

ഞാൻ പറഞ്ഞു. "ദൈവം മഹാനാണ്. അദ്ദേഹം ഭാഗ്യദോഷം നൽകു ന്നവർക്ക് അതു താങ്ങാനുള്ള കരുത്തും നൽകും."

എന്റെ യജമാനനെ കണ്ടാൽ അദ്ദേഹം അത്താഴം കഴിച്ചിട്ടില്ലെന്നോ ഉറങ്ങിയിട്ടില്ലെന്നോ സ്വപ്നത്തിൽപ്പോലും ആരും വിചാരിക്കുകയില്ല. എന്നു മാത്രമല്ല രാവിലെ ആയതുകൊണ്ട് അദ്ദേഹം പ്രാതൽ കഴിച്ചിട്ടാണ് നടക്കാനിറങ്ങിയതെന്ന് ആരും വിശ്വസിച്ചുകൊള്ളും. ഇത്രയും മാന്യനായ അദ്ദേഹത്തിന്റെ ഇന്നലത്തെ ഭക്ഷണം ഞാൻ കൊണ്ടുവന്ന ഒരു കഷ്ണം റൊട്ടിയാണെന്ന് ഒരു മനുഷ്യനും വിശ്വസിക്കില്ല. ഇന്നു രാവിലെ തന്നെ മുഖം കഴുകിയിട്ട് തോർത്ത് ഇല്ലാത്തതുകാരണം കോട്ടുകൊണ്ടാണ് അദ്ദേഹം മുഖം തുടച്ചതെന്ന് അദ്ദേഹത്തിന്റെ രൂപം കണ്ടാൽ ആരും സംശയിക്കില്ല. ഈ ലോകത്ത് എത്രയോ മനുഷ്യർ സ്വന്തം ആഗ്രഹ ങ്ങൾ സാധിക്കാൻ വേണ്ടി കഷ്ടപ്പെടുന്നതിനേക്കാൾ കൂടുതൽ, അവന വന്റെ അന്തസ്സിനെപ്പറ്റിയുള്ള മിഥ്യാധാരണകൾ കാത്തുസൂക്ഷിക്കാൻ കഷ്ടപ്പെടുന്നു.

യജമാനൻ തെരുവിലൂടെ നീങ്ങുന്നത് വീടിന്റെ വാതിലിൽ നിന്നു കൊണ്ട് എനിക്ക് കാണാൻ കഴിയുമായിരുന്നു. പിന്നീട് വീട്ടിലെ കാര്യ ങ്ങൾ ചെയ്യാൻ ഞാൻ ഒട്ടും സമയമെടുത്തില്ല. വീട്ടിനുള്ളിൽ പുതിയ തായി ഒന്നും ചെയ്യാനില്ലായിരുന്നു. എന്റെ വിഷമസ്ഥിതിക്ക് ആശ്വാസം തരാവുന്ന ഒന്നുംതന്നെ ആ വീട്ടിൽ ഇല്ലായിരുന്നു.

ഞാൻ പെട്ടെന്നു കിടക്ക ശരിയാക്കിയതിനുശേഷം കൂജയുമായി നദിക്കരയിലേക്ക് നടന്നു. നദിക്കരയിലെ തോട്ടത്തിൽ യജമാനൻ രണ്ടു സ്ത്രീകളുമായി സന്തോഷത്തോടെ സംസാരിച്ചുകൊണ്ടു നിൽക്കുന്നത് ഞാൻ കണ്ടു. സ്ത്രീകൾ അവരുടെ മുഖം മറച്ചുപിടിക്കാൻ ശ്രമിക്കുന്നു ണ്ടായിരുന്നു. പ്രഭാതത്തിലെ ശുദ്ധവായു ആസ്വദിക്കാൻ ധാരാളം സ്ത്രീകൾ അവിടെ എത്തിയിരുന്നു. അവരിൽ പലരും സ്ഥിരമായി അവിടെ വരുന്ന ഏതെങ്കിലും മാന്യന്മാർക്കൊപ്പം പ്രാതൽ പതിവാ ക്കിയിരുന്നു. ഓവിസ് പറഞ്ഞതിലും മൃദുലമായ കാര്യങ്ങൾ യജമാനൻ സ്ത്രീകളോട് സംസാരിച്ചിരിക്കണം. സ്നേഹമസൃണമായ അദ്ദേഹ ത്തിന്റെ പെരുമാറ്റം കണ്ട് സ്ത്രീകൾ പ്രാതൽ കഴിക്കാനുള്ള അവരുടെ ആഗ്രഹം ഒളിച്ചുവച്ചില്ല. യജമാനന്റെ മനസ്സിൽ അനുരാഗം നിറഞ്ഞിരുന്നെ ങ്കിലും ഭാഗ്യദോഷം കൊണ്ട് പഴ്സ് കാലിയായിരുന്നു. അദ്ദേഹത്തിന്റെ ബലഹീനമായ വശത്തിനു നേരെയുണ്ടായ അവരുടെ ആക്രമണത്തിൽ പെട്ടെന്ന് അദ്ദേഹം പകച്ചുപോയി. കള്ള ഒഴിവുകഴിവുകൾ പറഞ്ഞ് അവിടെ നിന്നും രക്ഷപ്പെടാൻ അദ്ദേഹം നടത്തിയ ശ്രമം അതിനു തെളി വാണ്. സ്ത്രീകൾക്ക് അവരുടെ ചിരകാലപരിചയം കൊണ്ട് സംഗതി കൾ പെട്ടെന്നു തന്നെ പിടികിട്ടി. അവർ അദ്ദേഹത്തെ ഉപേക്ഷിച്

സ്ത്രീകളെ സൽക്കരിക്കുന്നതിൽ കൂടുതൽ തൽപ്പരനായ മറ്റൊരു മാന്യന്റെ അടുത്തേക്കു നീങ്ങി.

ഈ സമയത്ത് രാവിലെ നല്ല ഭക്ഷണം കിട്ടാത്തതുകൊണ്ട് ഞാൻ ഉത്സാഹത്തോടെ ക്യാബേജ് ചവച്ചു തിന്നുകയായിരുന്നു. യജമാനന്റെ കണ്ണിൽപ്പെടാതെ പിന്നീട് ഞാൻ വീട്ടിൽ തിരിച്ചെത്തി. അദ്ദേഹം തിരിച്ചു വന്ന് പ്രഭാതഭക്ഷണം സംബന്ധിച്ച് ആജ്ഞകൾ പുറപ്പെടുവിക്കുന്നതും പ്രതീക്ഷിച്ച് ഞാൻ കാത്തിരുന്നു.

സമയം കഴിയുന്തോറും ഇനിയും എന്താണ് ചെയ്യാൻ കഴിയുന്ന തെന്ന് ഞാൻ കാര്യമായി ആലോചിച്ചു തുടങ്ങി. കുറച്ചു സമയത്തി നുള്ളിൽ യജമാനൻ ഉച്ചഭക്ഷണത്തിനുള്ള കാര്യങ്ങളെങ്കിലും കൊണ്ടു വരുമെന്ന് ഞാൻ പ്രതീക്ഷിച്ചു. പക്ഷേ, എന്റെ പ്രതീക്ഷ അസ്ഥാനത്താ യിരുന്നു. ഉച്ചയ്ക്ക് രണ്ടുമണി കഴിഞ്ഞിട്ടും അദ്ദേഹം തിരിച്ചുവന്നില്ല. യജമാനൻ പറഞ്ഞതനുസരിച്ച് വീടുപൂട്ടി താക്കോൽ കൊളുത്തിൽ തൂക്കിയതിനുശേഷം ഞാൻ ആഹാരംതേടി പുറത്തിറങ്ങി. രണ്ടുകൈ കളും നെഞ്ചിൽ പിണച്ചുവച്ച് വിനീതമായ ശബ്ദത്തിൽ ദൈവനാമം ഉരു വിട്ടുകൊണ്ട് ഞാൻ യാചന ആരംഭിച്ചു. വീടുതോറും കയറിയിറങ്ങി താഴ്ന്ന സ്വരത്തിൽ ദയനീയമായി ഞാൻ ഭക്ഷണം യാചിച്ചു. എന്റെ അമ്മയുടെ മുലപ്പാലിനൊപ്പം ഞാൻ സ്വായത്തമാക്കിയതാണ് ഈ കല എന്നു വേണമെങ്കിൽ പറയാം. അല്ലെങ്കിൽ സ്പെയിനിലെ ഏറ്റവും വലിയ ഗുരുവിന്റെ അടുത്തു നിന്നാണ് ഞാൻ ഈ കലയിൽ പ്രാവീണ്യം നേടി യത് എന്നു പറയുന്നതിലും തെറ്റില്ല. അങ്ങനെയൊക്കെയുള്ള ഞാൻ ഈ കലയുടെ എല്ലാ അവാന്തരവിഭാഗങ്ങളിലും അതിസമർഥനായതിൽ എന്താണ് അത്ഭുതപ്പെടാനുള്ളത്? ഈ നഗരവാസികളുടെ ദാനശീലം കൊണ്ട് ഒരു വിശുദ്ധനുപോലും വിശപ്പടക്കാൻ ഭക്ഷണം കിട്ടില്ല. എന്നാൽ നാലുമണിക്കു മുമ്പുതന്നെ ഏതാണ്ട് നാലുറാത്തൽ റൊട്ടി ഞാൻ അകത്താക്കിക്കഴിഞ്ഞിരുന്നു. കൂടാതെ രണ്ടുറാത്തൽ എന്റെ കയ്യിൽ മിച്ചം വരുകയും ചെയ്തു. ഭിക്ഷാടനത്തിലുള്ള എന്റെ പ്രതിഭ അത്ര മാത്രം മഹനീയമായിരുന്നു. പിന്നീട് ഇറച്ചിച്ചന്ത വഴി കടന്നുപോയപ്പോൾ അവിടെ കട നടത്തുന്ന ഒരു സ്ത്രീയുടെ കൈയിൽ നിന്നും കുറച്ച് വേവിച്ച ഇറച്ചിയും പശുവിന്റെ ഉപ്പൂറ്റിയും ഞാൻ യാചിച്ചു വാങ്ങി. ഞാൻ തിരിച്ചെത്തുന്നതിനു മുമ്പുതന്നെ മാന്യൻ വീട്ടിൽ എത്തിയിട്ടുണ്ടായി രുന്നു. ഞാൻ ചെന്നപ്പോൾ കോട്ടുമടക്കി സുരക്ഷിതമായി വച്ചശേഷം അദ്ദേഹം നടുമുറ്റത്ത് ഉലാത്തുകയായിരുന്നു. ഞാൻ വീട്ടിലേക്കു കയറി യപ്പോൾ അദ്ദേഹം എന്റെ അടുത്തേക്ക് നടന്നുവന്നു. വീട്ടിൽ നിന്നും പുറത്തുപോയതിന് ശാസിക്കാൻ വരുകയാണെന്നാണ് ഞാൻ കരുതി യത്. പക്ഷേ, അങ്ങനെയല്ല സംഭവിച്ചത്. അദ്ദേഹം എന്റെ അടുത്തു വന്ന് ഞാൻ എവിടെയായിരുന്നു എന്ന് അന്വേഷിച്ചു. അതിന് ഞാൻ മറുപടി പറഞ്ഞു:

"സാർ, ഞാൻ രണ്ടുമണി വരെ വീട്ടിൽത്തന്നെ ഉണ്ടായിരുന്നു. ഉച്ച യായിട്ടും അങ്ങ് തിരിച്ചുവരുന്നില്ലെന്നു കണ്ടപ്പോൾ ഞാൻ പുറത്തു

പോയി. ഈ നഗരത്തിലെ നല്ലവരായ മനുഷ്യർ എന്നെ ശ്രദ്ധിക്കുന്ന രീതിയിൽ ഞാൻ പെരുമാറി. എന്റെ കയ്യിലുള്ളതെല്ലാം അവർ എനിക്കു തന്നതാണ്." അതിനുശേഷം ഞാൻ സംഘടിപ്പിച്ചു കൊണ്ടുവന്ന റൊട്ടിയും ഇറച്ചിയും ഞാൻ യജമാനനെ കാണിച്ചു. സ്വാദിഷ്ട വിഭവ ങ്ങളുടെ ദർശനം കിട്ടിയതും അദ്ദേഹത്തിന്റെ മുഖം തിളങ്ങി.

അദ്ദേഹം പറഞ്ഞു: "ഉച്ചയ്ക്ക് ഭക്ഷണം കഴിക്കുന്നതിനു മുമ്പ് ഞാൻ കുറെസമയം നിന്നെ പ്രതീക്ഷിച്ചിരുന്നു. നീ വരാൻ താമസിച്ചതു കൊണ്ട് ഞാൻ പിന്നീട് ആഹാരം കഴിച്ചു. നീ ഇപ്പോൾ വളരെ ഉചിത മായാണ് പെരുമാറിയിരിക്കുന്നത്. ദൈവത്തിനോട് സ്നേഹം യാചി ക്കുന്നത് മോഷ്ടിക്കുന്നതിനേക്കാൾ എന്തുകൊണ്ടും നല്ലതാണ്. എന്റെ കൂടെ താമസിക്കുമ്പോൾ നീ യാചിക്കാൻ പോകുന്നത് എന്റെ അന്തസിനു ചേർന്നതല്ല. എങ്കിലും ഈ നഗരത്തിൽ അധികംപേർക്കും എന്നെ പരിചയമില്ലാത്തതുകൊണ്ട് നിന്റെ പ്രവൃത്തിയിൽ അപകടം ഒന്നും ഉള്ള തായി ഞാൻ കരുതുന്നില്ല."

ഞാൻ പറഞ്ഞു. "അതിനെപ്പറ്റി ആലോചിച്ച് അങ്ങു തല പുകയ്ക്കണ്ട. എന്റെ യജമാനൻ ആരാണെന്ന് ഒരു മനുഷ്യരും എന്നോട് ചോദിച്ചിട്ടില്ല. ഞാൻ ആരോടും പറഞ്ഞിട്ടുമില്ല."

അദ്ദേഹം പറഞ്ഞു: "എങ്കിൽ കൊച്ചുതെമ്മാടി കിട്ടിയതെല്ലാം തിന്നു തീർക്ക്. നമുക്ക് വളരെക്കാലം ഇതിന്റെയൊന്നും ആവശ്യം വരില്ല. ഈ വീട്ടിൽ വന്നുകയറിയതിനുശേഷം ഭാഗ്യം എന്നെ തിരിഞ്ഞുനോക്കിയി ട്ടില്ല. ചില വീടുകൾ ഇങ്ങനെയാണ്. അവിടെ ആരു താമസിച്ചാലും അവർക്ക് എന്നും ഭാഗ്യദോഷമായിരിക്കും. ഇത് അത്തരത്തിലുള്ള ഒരു വീടാണെന്ന് ഉറപ്പാണ്. എനിക്ക് ഈ വീട് വെറുതെ തരാമെന്നു പറ ഞ്ഞാലും ഞാനിവിടെ താമസിക്കില്ല. ഒരു മാസം കഴിയുമ്പോൾ തീർച്ച യായയും ഞാൻ ഇവിടെനിന്ന് പോകും."

ഞാൻ ബഞ്ചിന്റെ അറ്റത്തിരുന്ന് എന്റെ അത്താഴം കഴിച്ചുതുടങ്ങി. എന്റെ പാവപ്പെട്ട യജമാനൻ എന്നെത്തന്നെ നോക്കിയിരിക്കുകയായിരു ന്നു. അദ്ദേഹത്തിന്റെ കണ്ണുകൾ എന്തോ യാചിക്കുന്നതായി തോന്നി. എന്റെ കാലുറകളിലായിരുന്നു അദ്ദേഹം ശ്രദ്ധിച്ചുകൊണ്ടിരുന്നത്. അതേ സമയം എന്റെ കാലുറകൾ അത്താഴം വിളമ്പിവച്ച പാത്രങ്ങളായി പരിണ മിച്ചിരുന്നു. അന്ന് ദൈവം എന്നോട് കരുണ കാട്ടിയിരുന്നതുകൊണ്ട്, ഒരു പങ്ക് എന്റെ യജമാനനും നൽകണമെന്ന് നേരത്തെതന്നെ ഞാൻ വിചാരിച്ചിരുന്നു. ഞാൻ അവിടെ വന്നുചേർന്ന ദിവസത്തെ അനുഭവം കൊണ്ട് അദ്ദേഹത്തിന്റെ മനസ്സ് എനിക്ക് മനസിലാക്കാൻ കഴിഞ്ഞിരുന്നു. അദ്ദേഹത്തിന്റെ ഭാഗ്യദോഷംകൊണ്ട് ഭക്ഷണം കഴിച്ചുകഴിഞ്ഞു വെന്ന് അദ്ദേഹം പറഞ്ഞസ്ഥിതിക്ക്, വീണ്ടും ഞാൻ അദ്ദേഹത്തെ അത്താഴത്തിനു ക്ഷണിക്കുന്നതിൽ അപാകതയുണ്ടെന്ന് എനിക്കു തോന്നി. എന്തായാലും എന്റെ യജമാനൻ എന്നുപറയുന്ന ഈ പാവപ്പെട്ട പാപിക്ക് എന്റെ അധ്വാനത്തിന്റെ ഫലം പങ്കുവയ്ക്കാൻ ഞാൻ തയ്യാറാ

യിരുന്നു. എനിക്ക് വലിയ വിശപ്പില്ലാതിരുന്നതും എന്റെ മഹാമനസ്ക തയ്ക്ക് കാരണമായി. അദ്ദേഹം ആഗ്രഹിച്ചതും ഞാൻ മനസിൽ വിചാ രിച്ചതും ഒന്നുതന്നെ ആയിരുന്നതുകൊണ്ട് എന്റെ അഭിലാഷം ഉടൻതന്നെ പ്രാവർത്തികമായി. ഞാൻ ആഹാരം കഴിക്കാൻ തുടങ്ങിയ പ്പോൾത്തന്നെ അദ്ദേഹം മുറിക്കുള്ളിൽ തലങ്ങും വിലങ്ങും നടക്കാൻ തുടങ്ങിയിരുന്നു. ഇടയ്ക്കിടയ്ക്ക് അദ്ദേഹം എന്റെ സമീപത്തുകൂടി കടന്നുപോകുന്നുണ്ടായിരുന്നു. ഒടുവിൽ അദ്ദേഹം പറഞ്ഞു: "ലാസാറോ. നിന്റെ ഭക്ഷണം കണ്ടെത്തുന്നതിൽ നീ കാണിക്കുന്ന സാമർഥ്യം പ്രശംസനീയമാണ്. ഇത്രയും ലളിതമായി ആരെങ്കിലും ഭക്ഷണം കഴി ക്കുന്നത് ഞാൻ ഇതിനുമുമ്പ് കണ്ടിട്ടില്ലെന്നുതന്നെ പറയാം."

ഞാൻ മനസിൽ വിചാരിച്ചു: 'അങ്ങ് പറയുന്നത് ശരിയാണ്. അങ്ങ യുടെ നല്ല ശീലങ്ങളാണ് എനിക്കീ പ്രശംസകൾ ലഭിക്കാൻ കാരണം.'

പിന്നീട് അദ്ദേഹം പ്രതീക്ഷിക്കുന്ന അവസരം അദ്ദേഹത്തിനു ലഭി ക്കട്ടെ എന്ന ഉദ്ദേശ്യത്തോടെ ഞാൻ പറഞ്ഞു: "നല്ല സാധനങ്ങൾ ഉണ്ടാ ക്കുന്നതിന് നല്ല പാചകക്കാർ വേണം. ഈ റൊട്ടി നല്ല സ്വാദുള്ളതാണ്. ഈ പശുക്കുളമ്പ് നന്നായി പാചകം ചെയ്തതാണ്. ഇതിന്റെ മണം അടി ച്ചാൽ തന്നെ വായിൽ വെള്ളം വരും."

അദ്ദേഹം ചോദിച്ചു: "അതു പശുക്കുളമ്പാണോ?"

ഞാൻ മറുപടി പറഞ്ഞു: "അതെ."

അദ്ദേഹം പറഞ്ഞു. "ലോകത്തിലെ ഏറ്റവും സ്വാദിഷ്ടമായ വിഭവ ങ്ങളിൽ ഒന്നാണ് പശുക്കുളമ്പ്. എനിക്ക് ഇത്രയും ഇഷ്ടമുള്ള മറ്റൊരു ഭക്ഷണമില്ല."

ഞാൻ പറഞ്ഞു: "എങ്കിൽ അങ്ങ് ഇതൽപ്പം കഴിച്ചുനോക്കണം. അങ്ങ് കഴിച്ചിട്ടുള്ളതിന്റെ അത്രത്തോളം സ്വാദ് ഇതിനുണ്ടോ എന്ന് അറി യാമല്ലോ."

അദ്ദേഹം എന്റെ സമീപത്തായി ഇരുന്നു. പിന്നീട് പശുക്കുളമ്പിൽ കൈവച്ചു. മൂന്നുനാലു കഷ്ണം റൊട്ടി കയ്യിലെടുത്തു. ആരു കണ്ടാലും അതു മുഴുവനും തനിക്കുവേണം എന്നു മനസിലാകുന്ന വിധത്തിൽ അദ്ദേഹം ആഹാരം കഴിച്ചുതുടങ്ങി. എല്ലുകൾ ഓരോന്നായി ഒരു വേട്ട പ്പട്ടിയെപ്പോലെ ചവച്ചരച്ചുകൊണ്ടിരുന്നപ്പോൾ അദ്ദേഹം പറഞ്ഞു. "വെളു ത്തുള്ളിക്കറി കൂടി ഉണ്ടായിരുന്നെങ്കിൽ ഇതൊരു മഹത്തായ അത്താഴ മായി മാറുമായിരുന്നു."

ഞാൻ വിചാരിച്ചു. 'എന്തിനു വെളുത്തുള്ളിക്കറിയാക്കണം. അതിലും നല്ല കറികൾക്കൊപ്പവും അങ്ങേയ്ക്ക് ഇതുകഴിക്കാം.'

അദ്ദേഹം പറഞ്ഞു. "ഞാൻ ഭക്ഷണം കഴിക്കുന്നത് ആരെങ്കിലും കാണാൻ ഇടയായാൽ, ഇന്നു ഞാൻ ഭക്ഷണം കൈകൊണ്ട് തൊട്ടിട്ടി ല്ലെന്ന് വിചാരിക്കും. ശരിയല്ലേ?"

ഞാൻ മനസിൽ പറഞ്ഞു. 'ശരിയാണ്. ഞാനും അങ്ങനെതന്നെ യാണ് വിചാരിക്കുന്നത്.'

അദ്ദേഹം എന്നോട് കൂജയാവശ്യപ്പെട്ടു. ഞാനത് അദ്ദേഹത്തിനു കൊടുത്തു. ഞാൻ നദിയിൽ നിന്നും കോരിവച്ചതുപോലെ കൂജ നിറച്ചും വെള്ളം ഉണ്ടായിരുന്നു. അദ്ദേഹം ഭക്ഷണം കഴിച്ചിട്ടുണ്ടായിരുന്നെങ്കിൽ അൽപ്പം വെള്ളമെങ്കിലും കൂജയിൽ കുറയുമായിരുന്നു. വെള്ളം കുടിച്ച തിനുശേഷം അദ്ദേഹം ഉറങ്ങാൻ കിടന്നു. ഇന്നലത്തേതിലും ഭേദപ്പെട്ട ഒരു മാനസികാവസ്ഥയിലാണ് അദ്ദേഹം ഉറങ്ങാൻ കിടന്നതെന്ന് ഉറ പ്പിച്ചു പറയാൻ കഴിയുമായിരുന്നു.

എന്റെ കഥയുടെ ഈ ഭാഗം അധികം വിശദീകരിക്കാൻ ഞാൻ തുനി യുന്നില്ല. ഇതേരീതിയിൽത്തന്നെ ഒരെട്ടുപത്തു ദിവസം കടന്നുപോയി എന്നു പറഞ്ഞാൽ എല്ലാമായി. എല്ലാ ദിവസവും രാവിലെ എന്റെ മഹാ നായ യജമാനൻ ഏറ്റവും മാന്യമായി വേഷം ധരിച്ച് എന്നും പോകുന്ന സ്ഥലങ്ങളിലെല്ലാം കറങ്ങി നടന്നിട്ട് വൈകിട്ട് വീട്ടിൽ തിരിച്ചെത്തും. പാവം ലാസാറോ യാചിച്ചു കൊണ്ടുവരുന്നതിന്റെ പങ്ക് കഴിച്ചിട്ട് സുഖമായി ഉറങ്ങും.

ഇങ്ങനെയൊക്കെയാണെങ്കിലും എനിക്ക് അദ്ദേഹത്തെ വളരെ ഇഷ്ട മായിരുന്നു. അദ്ദേഹത്തിന്റെ കഷ്ടപ്പാടിൽ എനിക്ക് ദുഃഖം ഉണ്ടായിരുന്നു. ഇതിൽ കൂടുതൽ ഒന്നും ചെയ്യാൻ അദ്ദേഹത്തിന് കഴിവില്ലെന്നറിഞ്ഞിട്ടും അദ്ദേഹത്തിന്റെ കഴിവുകേടുകാരണം എനിക്ക് കൂടുതൽ ബുദ്ധിമുട്ട് അനു ഭവിക്കേണ്ടിവന്നിട്ടും കുറച്ചു ഭക്ഷണം കിട്ടുന്ന ദിവസങ്ങളിൽപ്പോലും അതിന്റെയൊരു പങ്ക് ഞാൻ എന്റെ ഭാഗ്യദോഷിയായ യജമാനന് നീക്കി വച്ചു. അദ്ദേഹം ഒരു പാവമായിരുന്നു. ഇതിനുമുമ്പ് എന്റെ യജമാനന്മാ രായിരുന്നിട്ടുള്ള ഒരു ദുഷ്ടനെപ്പറ്റിയും എനിക്ക് ഇങ്ങനെ ഒരഭിപ്രായം പറയാൻ കഴിയില്ല. ദൈവത്തെ സാക്ഷി നിർത്തിയാണ് ഞാനിതു പറയുന്നത്. ഭാഗ്യത്തിന്റെ വഴികളിൽ എന്നും അദ്ദേഹം അപരിചിതനാ യിരുന്നു. എന്നിട്ടും തനിക്കു നടക്കാനുള്ള വീതി റോഡിനില്ല എന്ന മട്ടിൽ ഞെളിഞ്ഞു നടക്കുന്ന മറ്റൊരു മാന്യനേയും ഞാൻ എന്റെ ജീവിതത്തിൽ കണ്ടിട്ടില്ല.

എനിക്ക് അദ്ദേഹത്തോട് അനുകമ്പയായിരുന്നു. വലിപ്പം നടിക്കുന്ന തിനൊപ്പം, ആ സമയത്തെല്ലാം അദ്ദേഹം സഹിക്കാൻ പറ്റാത്ത വിഷമം അനുഭവിക്കുന്നതായി എനിക്കു തോന്നിയിരുന്നു. അദ്ദേഹം ദരിദ്രനായി രുന്നെങ്കിലും മറ്റു യജമാനന്മാരേക്കാൾ അദ്ദേഹത്തിനുവേണ്ടി ജോലി ചെയ്യുന്നതിൽ ഞാൻ തൃപ്തനായിരുന്നു. എന്നെപ്പോലെ അദ്ദേഹത്തിന്റെ ചുറ്റുപാടുകൾ അടുത്ത് അറിയുന്നവരുടെ അടുത്തുപോലും അദ്ദേഹം കാണിച്ചിരുന്ന അമിത ദുരഭിമാനത്തിൽ മാത്രം എനിക്ക് എതിർപ്പ് ഉണ്ടാ യിരുന്നു. ഏറ്റവും പാവങ്ങളാണ് ഏറ്റവും കൂടുതൽ ഗർവ് കാണിക്കുന്ന തെന്നാണ് എനിക്ക് തോന്നുന്നത്. ഇതേരീതിയിൽത്തന്നെ എനിക്ക് കഴി ഞ്ഞുകൂടേണ്ടി വന്നു. വേണ്ടുവോളം എന്നെ ഉപദ്രവിച്ചുകഴിഞ്ഞു എന്ന്, ദയനീയമായ എന്റെ അവസ്ഥയിൽപ്പോലും വിധിക്ക് തോന്നിയില്ല എന്ന താണ് ഏറ്റവും കഷ്ടം.

അവിടത്തെ കാലാവസ്ഥ ധാന്യകൃഷിക്ക് അനുകൂലമായിരുന്നില്ല എന്നാണ് അറിയാൻ കഴിഞ്ഞത്. അതുകൊണ്ടാവണം നഗരത്തിൽ ഭിക്ഷാടനം നടത്തി ജീവിക്കുന്നവരെല്ലാം ഉടൻതന്നെ നഗരം വിട്ടുപോക ണമെന്ന് അധികാരികളുടെ ഉത്തരവ് ഉണ്ടായി. നഗരം വിട്ടുപോകാത്ത വർക്ക് ചാട്ടവാറടി ആയിരുന്നു ശിക്ഷ. അധികാരികൾ വളരെ കർക്കശ മായി നിയമം നടപ്പാക്കി. ഉത്തരവ് ഇറങ്ങി നാലുദിവസത്തിനകം തന്നെ ദയനീയരായ ഒരുപറ്റം ഭാഗ്യദോഷികൾ നഗരവീഥിയിലൂടെ ചാട്ടവാറടിയും കൊണ്ട് നടന്നുനീങ്ങുന്ന കാഴ്ച ഞാൻ കണ്ടു. ആ കാഴ്ച കണ്ടതോടെ എന്റെ നിലനിൽപ്പിന് ഞാൻ സ്വീകരിച്ചിരുന്ന മാർഗം ഞാൻ തന്നെ ഉപേക്ഷിച്ചു.

അതിനുശേഷമുള്ള ഞങ്ങളുടെ വീട്ടിലെ അവസ്ഥ മറ്റൊരാൾക്ക് ആലോചിക്കാൻ പോലും കഴിയുമെന്ന് തോന്നുന്നില്ല. വീട്ടിനുള്ളിൽ കിടന്ന് മരിക്കാൻ തുടങ്ങുന്ന ഞങ്ങളുടെ ദുഃഖം നിശ്ശബ്ദതയായി മാറി. രണ്ടു ദിവസം ഞങ്ങൾ സംസാരിച്ചില്ല. ഭക്ഷണം കഴിച്ചില്ല. എന്നെ സംബന്ധിച്ചി ടത്തോളം അയൽവക്കത്തുള്ള ചില പെൺകുട്ടികളുമായി ഞാൻ പരിചയ ത്തിലായിരുന്നു. ആ പാവങ്ങൾ നൂൽ നൂറ്റ് തൊപ്പിയുണ്ടാക്കി വിറ്റായി രുന്നു ഉപജീവനം നടത്തിയിരുന്നത്. അവരുടെ നാമമാത്ര വരുമാനത്തിൽ നിന്നും എന്റെ ജീവൻ നഷ്ടപ്പെടാതിരിക്കാനുള്ള ഭക്ഷണം അവർ എനിക്കു തന്നു. എന്റെ പാവം യജമാനന്റെ അവസ്ഥയോളം മോശമായി രുന്നില്ല എന്റെ അവസ്ഥ. കഴിഞ്ഞ എട്ടു ദിവസങ്ങളിൽ ഒരുനേരം പോലും അദ്ദേഹം ആഹാരം കഴിച്ചിരുന്നില്ല. വംശമഹിമയുള്ള വേട്ടപ്പട്ടിയുടെ വിശ പ്പുമായാണ് യജമാനൻ നഗരത്തിൽ കറങ്ങിനടക്കുന്നതെന്ന് എനിക്ക് അറി യാമായിരുന്നു. മനുഷ്യരെ ബോധ്യപ്പെടുത്താൻ പായയിൽ നിന്ന് ഒരു കച്ചിക്കഷണം ഒടിച്ചെടുത്ത് പല്ലുകുത്തിക്കൊണ്ട് അദ്ദേഹം നഗരത്തിൽ കറങ്ങിനടന്നു. തന്റെ എല്ലാ ഭാഗ്യദോഷങ്ങൾക്കും കാരണം ആ വീടാ ണെന്ന് അദ്ദേഹം പലപ്പോഴും പറഞ്ഞു. "നമ്മൾ സഹിക്കേണ്ടി വരുന്ന എല്ലാ വിഷമങ്ങൾക്കും കാരണം ഈ വീടാണ്. ഇരുണ്ടമുറികൾ കണ്ടാൽത്തന്നെ അതു മനസിലാകും. എന്തായാലും നമ്മൾ ഇതിന കത്തു വന്നുപെട്ടു. കുറച്ചുകാലം കൂടി ഇതു സഹിക്കുകയേ വഴിയുള്ളൂ. ഈ മാസം ഒന്നു കഴിഞ്ഞിരുന്നെങ്കിൽ നമുക്ക് ഇവിടെ നിന്നും രക്ഷപ്പെ ടാമെന്നാണ് ഞാൻ വിചാരിക്കുന്നത്."

ഒരു ദിവസം അതു സംഭവിച്ചു. എങ്ങനെയാണ് അതിന് അവസരമു ണ്ടായതെന്ന് എനിക്കറിയില്ല. യജമാനനോട് ചോദിച്ച് അറിയാമെന്ന് എനിക്ക് തോന്നിയതുമില്ല. ഒരു ദിവസം എന്റെ പാവം യജമാനൻ ഒരു റിയാൽ എന്ന ഭീമമായ തുകയുമായി വീട്ടിൽ എത്തി. അന്നത്തെ വരവു കണ്ടാൽ വെനീസിലെ നിധിയാണ് അദ്ദേഹം വീട്ടിൽ കൊണ്ടുവന്നിരിക്കു ന്നതെന്ന് ആർക്കും തോന്നുമായിരുന്നു. അങ്ങേയറ്റം സംതൃപ്തിയോടെ അദ്ദേഹം എന്നോട് പറഞ്ഞു.

"ഒടുവിൽ അദ്ദേഹം നമ്മളോട് പ്രസാദിച്ചിരിക്കുന്നു. നീ ഇതുകൊ ണ്ടുപോയി ചന്തയിൽ നിന്ന് റൊട്ടിയും ഇറച്ചിയും വീഞ്ഞും വാങ്ങണം.

നമ്മൾ ഇന്ന് കഴിച്ചുകൊണ്ടിരുന്ന രീതിയിലുള്ള ഭക്ഷണം കഴിക്കില്ല. ഞാൻ മറ്റൊരു സ്ഥലം കണ്ടുപിടിച്ചിട്ടുണ്ട്. ഈ വൃത്തികെട്ട വീട്ടിൽ ഈ മാസംകൂടി കഴിഞ്ഞാൽ താമസിക്കേണ്ട കാര്യമില്ല. ഈ വീടും വീടിനു കല്ലിട്ടവനും നശിക്കട്ടെ. ഞാൻ ഇവിടെ വന്നതിനുശേഷം ഒരു കഷ്ണം ഇറച്ചിയോ ഒരു തുള്ളി വീഞ്ഞോ കഴിച്ചിട്ടില്ലെന്ന് ദൈവത്തെ സാക്ഷി നിർത്തി പറയാം. ഇവിടെ എല്ലാം അങ്ങേയറ്റം കുഴഞ്ഞുമറിഞ്ഞ് കിട ക്കുകയായിരുന്നെന്ന് നിനക്ക് അറിയാമല്ലോ. എന്തായാലും നീ പെട്ടെന്ന് പോയിട്ടുവരണം. നമുക്ക് ഇന്നു പ്രഭുക്കന്മാരെപ്പോലെ ഭക്ഷണം കഴി ക്കണം.

ഞാൻ കുഴയയും പാത്രവും എടുത്തു. പിന്നീട് ഒരുവാക്കുപോലും സംസാരിക്കാതെ, സങ്കൽപ്പിക്കാൻപോലും കഴിയാത്ത സന്തോഷത്തോടെ അതിവേഗത്തിൽ ചന്ത ലക്ഷ്യമാക്കി നടന്നു. പക്ഷേ, എന്റെ ജീവിത ത്തിലേക്ക് കടന്നുവരുന്ന നേരിയ സൂര്യപ്രകാശത്തെ മൂടിക്കൊണ്ട് താമസിയാതെതന്നെ കോളും കൊടുങ്കാറ്റും എത്തുമെന്ന് ഉറപ്പാണ്. അങ്ങനെയുള്ള എനിക്ക് സന്തോഷിക്കാൻ എങ്ങനെ അവസരം ലഭിക്കും? ചന്തയിലേക്കു നടക്കുന്നതിനിടയിൽ എന്റെ കയ്യിലുള്ള പണം ഏറ്റവും നന്നായി ചെലവാക്കാൻ എങ്ങനെ കഴിയുമെന്ന് ഞാൻ ആലോചിച്ചുകൊ ണ്ടിരുന്നു. എന്റെ യജമാനനെ ഓർക്കാപ്പുറത്ത് ഭാഗ്യം തലോടിയതിന് ദൈവത്തിനോട് ഹൃദയം നിറഞ്ഞ നന്ദി പറയുന്നതിനിടയിൽ, തെരുവിന്റെ അറ്റത്തായി ഒരാൾക്കൂട്ടം ഞാൻ കണ്ടു. ആൾക്കൂട്ടത്തിനിടയിൽ ധാരാളം പാതിരിമാർ ഉണ്ടായിരുന്നു. അവർ ഒരു ശവത്തിനോടൊപ്പം വരുകയാ ണെന്ന് പെട്ടെന്ന് എനിക്ക് മനസിലായി.

അവർക്കു കടന്നുപോകാൻ വേണ്ടി ഞാൻ മതിലിൽ ചേർന്നു നിന്നു. ശവശരീരം കൊണ്ടുപോകുന്ന സംഘത്തിൽ ദുഃഖസൂചകമായ വസ്ത്രം ധരിച്ച് മരിച്ച മനുഷ്യന്റെ വിധവയും ഉണ്ടായിരുന്നു. ഒരുപറ്റം കൂട്ടുകാരി കൾ അവരെ സാന്ത്വനപ്പെടുത്തിക്കൊണ്ട് ഒപ്പം നടന്നു. ദയനീയമായ ദുഃഖത്തിനിടയിൽ അവർ ഉച്ചത്തിൽ വിളിച്ചു കരഞ്ഞു. "അയ്യോ! എന്റെ ഭർത്താവ് പോയേ! നിങ്ങൾ അദ്ദേഹത്തെ എവിടെയാണ് കൊണ്ടുപോ കുന്നത്? തിന്നാനും കുടിക്കാനും ഒന്നും കിട്ടാത്ത, ഇരുട്ടു കയറിയ ആ വൃത്തികെട്ട സ്ഥലത്തേക്കാണോ നിങ്ങൾ അദ്ദേഹത്തെ കൊണ്ടുപോ കുന്നത്?"

എന്റെ ദൈവമേ! അവരുടെ കരച്ചിൽ കേട്ട നിമിഷം ഞാൻ ജീവിത ത്തിൽ മറക്കില്ല. വിഷമത്തോടെ ഞാൻ മനസിലോർത്തു. "ഞാൻ എന്തൊരു ഭാഗ്യദോഷിയാണ്. അവർ ഈ ശവവും കൊണ്ട് ഞങ്ങളുടെ വീട്ടിലേക്ക് വരുകയാണെന്നു തോന്നുന്നു."

ആൾക്കൂട്ടത്തിനിടയിലൂടെ, ചന്തയിൽ വന്നതിന്റെ ഉദ്ദേശ്യംപോലും മറന്ന് ഞാൻ വീട്ടിലേക്ക് തിരിച്ചോടി. വീട്ടിലെത്തിയതും ഞാൻ കതക് അടച്ചുകുറ്റിയിട്ടു. പിന്നീട് ഞാനെന്റെ യജമാനനെ വിളിച്ചു. കതക് യാതൊരു കാരണവശാലും തുറക്കരുതെന്നും അതിന് യജമാനൻ കൂടി

എന്നെ സഹായിക്കണമെന്നും കരച്ചിലിനിടയിൽ ഞാൻ യജമാനനോടു പറഞ്ഞു.

യജമാനൻ എന്റെ കരച്ചിൽ കേട്ട് വിളിച്ച് ചോദിച്ചു. "എന്താ കാര്യം? നീ എന്തിനാ ഇത്രയും ശക്തിയായി കതക് വലിച്ചടച്ചത്?"

ഞാൻ പറഞ്ഞു. "ഇവിടെ വന്ന് യജമാനൻ എന്നെ സഹായിക്കണം. അവർ ഇവിടേക്കാണ് ശവം കൊണ്ടുവരുന്നത്. തെരുവിൽ വച്ച് ഞാൻ അവരെ കണ്ടു. മരിച്ചയാളിന്റെ ഭാര്യ കരച്ചിലിനിടയിൽ പറയുന്നതും ഞാൻ കേട്ടു. 'എന്റെ ഭർത്താവ് പോയേ! എവിടേക്കാണ് നിങ്ങൾ അദ്ദേഹത്തെ കൊണ്ടുപോകുന്നത്? തിന്നാനും കുടിക്കാനും ഇല്ലാത്ത ആ ഭാഗ്യദോഷം പിടിച്ച സ്ഥലത്തേക്കാണോ അദ്ദേഹത്തെ കൊണ്ടുപോകുന്നത്?' അപ്പോൾ പിന്നെ ഇവിടേക്കല്ലാതെ മറ്റ് എവിടേക്കാണ് അവർ ശവശരീരം കൊണ്ടുപോകുന്നത്?"

ഞാൻ പറഞ്ഞതുകേട്ട് തിരിച്ചെന്തെങ്കിലും പറയുന്നതിനുമുമ്പുതന്നെ യജമാനൻ ചിരിച്ചുപോയി.

ഈ സമയത്ത് ആരും കതക് തുറന്ന് അകത്തുകടക്കാതിരിക്കാൻ ഞാൻ തോളുകൾ കതകിൽ അമർത്തി നിൽക്കുകയായിരുന്നു. ആൾക്കൂട്ടം ശവശരീരവുമായി കടന്നുപോയിക്കഴിഞ്ഞിട്ടും എനിക്ക് വിശ്വാസം വന്നില്ല. ഭക്ഷണത്തിനു നൽകാൻ കഴിയുന്നതിലും കൂടുതൽ സന്തോഷത്തോടെ യജമാനൻ പറഞ്ഞു. "നീ പറഞ്ഞത് സത്യമാണ്. വിധവയുടെ കരച്ചിൽ കേട്ട് നീ ചിന്തിച്ചതിൽ നിനക്ക് ഒരു തെറ്റും പറ്റിയിട്ടില്ല. പക്ഷേ, വിധവ ചിന്തിച്ചത് മറ്റൊന്നായിരുന്നതുകൊണ്ട്, നിനക്ക് പുറത്തുപോയി ഇറച്ചിയും വീഞ്ഞും വാങ്ങിക്കൊണ്ടുവരുന്നതിന് തടസ്സ മൊന്നുമില്ല."

ഞാൻ പറഞ്ഞു. "കുറച്ചു സമയം കഴിഞ്ഞിട്ടു പോകാം. അവർ ഈ തെരുവിന്റെ അറ്റം കടന്നോട്ടെ."

പക്ഷേ അദ്ദേഹം കതക് തുറന്ന് എന്നെ പുറത്താക്കി. കാത്തു നിൽക്കാൻ അദ്ദേഹം തയാറല്ലായിരുന്നു. അങ്ങനെ ഞാൻ വീണ്ടും ചന്ത യിലേക്കു നടന്നുതുടങ്ങി.

അന്നുരാത്രി എനിക്ക് വിശപ്പു കുറവായിരുന്നെങ്കിലും ഞങ്ങൾ നന്നായി ഭക്ഷണം കഴിച്ചു. അന്നത്തെ സംഭവം ഓർക്കുമ്പോഴൊക്കെ എന്റെ യജമാനനു ചിരിക്കാൻ വക നൽകിയിരുന്നെങ്കിലും എന്റെ അസ്വസ്ഥത അവസാനിച്ചിരുന്നില്ല.

എന്റെ ദരിദ്രനായ മൂന്നാമത്തെ യജമാനന്റെ കൂടെ ഇപ്രകാരം ഞാൻ കുറെക്കാലം കൂടി ജീവിച്ചു. അദ്ദേഹത്തിന് നഗരത്തിൽ ഒറ്റ പരിചയക്കാർ പോലും ഉണ്ടായിരുന്നില്ല. ഞാൻ വന്ന ദിവസം തന്നെ അദ്ദേഹം ഈ സ്ഥലത്ത് അപരിചിതനാണെന്ന് എനിക്ക് മനസിലായിരുന്നു. എന്തു കൊണ്ടാണ് അദ്ദേഹം ഇവിടെ താമസിക്കുന്നതെന്ന് അറിയാൻ എനിക്ക് ആകാംക്ഷയുണ്ടായിരുന്നു. ഒടുവിൽ എന്റെ ആഗ്രഹം സാധിച്ചു. ഒരു ദിവസം നല്ല ആഹാരത്തിനുശേഷം അദ്ദേഹം സ്വന്തം കഥയുടെ കുറച്ചു

ഭാഗങ്ങൾ എന്നോടു പറഞ്ഞു. പഴയ കാസ്റ്റെലിലാണ് അദ്ദേഹം ജനി ച്ചത്. മഹാനായ അയൽവാസിയെ തൊപ്പിയൂരി അഭിവാദനം ചെയ്യാത്ത തിന്റെ പേരിൽ അദ്ദേഹത്തിന് നാടുവിടേണ്ടിവന്നു.

തന്നെക്കാൾ ഉയർന്നവനെങ്കിലും അയൽവാസി ആദ്യം തൊപ്പിയൂരി തന്നെ അഭിവാദനം ചെയ്യുന്നതിൽ വലിയ തെറ്റൊന്നുമില്ലെന്ന് എന്നെ മനസിലാക്കിക്കുവാനായിരുന്നു ബഹുമാന്യനായ എന്റെ യജമാനന്റെ അടുത്ത ശ്രമം. യജമാനൻ പറഞ്ഞു. "പ്രഭുവിനെത്തന്നെ ഞാൻ തെരു വിൽ വച്ച് കണ്ടുമുട്ടി എന്നു വിചാരിക്കുക. പ്രഭു എന്നെ അഭിവാദനം ചെയ്യുന്നില്ലെങ്കിൽ ഒരു തവണകൂടി അദ്ദേഹത്തെ കാണാൻ ഇടയായാൽ മറ്റെന്തെങ്കിലും നാട്യത്തിൽ ഞാൻ മുഖം തിരിച്ചുകളയും. അദ്ദേഹത്തെ ബഹുമാനിക്കുന്നതിന്റെ ഒരു ലക്ഷണവും ഞാൻ കാണിക്കുകയില്ല. ഇവിടെ ഞാൻ ദരിദ്രനായി കാണപ്പെടുന്നെങ്കിലും ഞാൻ ജനിച്ച നാട്ടിൽ നിന്നും കുറച്ചുദൂരത്തായി എനിക്ക് സ്ഥലങ്ങളും ഭേദപ്പെട്ട വാടക കിട്ടുന്ന വീടുകളും ഉണ്ട്. ഏറ്റവും കുറഞ്ഞത് ഇപ്പോൾ എന്റെ സ്വത്തുക്കൾക്ക് രണ്ടുലക്ഷം മരവാഡിസ് വില കിട്ടും. അതായത് എനിക്ക് ധാരാളം വസ്തുവകകൾ ഉണ്ടെന്ന് നിനക്ക് മനസിലായല്ലോ. ഇതുകൂടാതെ ശരിക്കു പാലിക്കുകയാണെങ്കിൽ വർഷത്തിൽ ഇരുന്നൂറിൽ കൂടുതൽ കുഞ്ഞുപ്രാവുകളെ വിരിയിച്ചെടുക്കാവുന്ന ഒരു പ്രാവിൻകൂട് എനിക്ക് സ്വന്തമായുണ്ട്. ഇപ്പോൾ പക്ഷേ അത് വേണ്ടവണ്ണം സംരക്ഷിക്കപ്പെ ടാതെ കിടക്കുകയാണ്. എന്നെക്കാൾ ഒട്ടും മെച്ചമല്ലാത്ത ഒരുവന്റെ മേൽനോട്ടത്തിലായിരുന്നു സ്വത്തുക്കൾ. ഞാൻ ഏറ്റെടുത്ത്, ഒടുവിൽ അത് നശിച്ചുപോയാൽ കുറ്റം എന്റെ ചുമലിൽ ആയിരിക്കും. അതിന് ഞാൻ തയാറല്ല. ഇവ കൂടാതെ മറ്റു പലതും ഉൾപ്പെട്ട എന്റെ സ്വത്തു ക്കൾ മുഴുവൻ ഞാൻ ഉപേക്ഷിച്ചു പോന്നത് അതുകൊണ്ടാണ്. നഗര ത്തിൽ എന്തെങ്കിലും നല്ല ജോലി കിട്ടുമെന്നു കരുതിയാണ് ഞാൻ ഇവിടെ താമസമാക്കിയത്. എന്നാൽ വിചാരിച്ചതുപോലെ എനിക്ക് അതിൽ വിജ യിക്കാൻ കഴിഞ്ഞില്ല."

ഈ രീതിയിൽ എന്റെ യജമാനൻ പറഞ്ഞുകൊണ്ടിരുന്ന സ്വന്തം ബുദ്ധിമുട്ടുകളുടെ വിവരണം, പെട്ടെന്ന് ഒരു വൃദ്ധനും സ്ത്രീയും അവി ടേക്കു വന്നതുകാരണം നിർത്തേണ്ടിവന്നു. വൃദ്ധൻ വീടിന്റെ വാടകയും സ്ത്രീ കിടക്കയുടെ വാടകയും പിരിക്കാനായിട്ടാണ് അവിടെ എത്തിയത്. അവർ കണക്കുകൾ കൊണ്ടുവന്നിരുന്നു. മൊത്തം പന്ത്രണ്ടോ പതി മൂന്നോ റിയാലിന്റെ കണക്ക് അവർ അദ്ദേഹത്തെ ഏൽപ്പിച്ചു. അദ്ദേഹം ഉടൻതന്നെ കുറച്ചു സ്വർണം വിൽക്കാൻ കൊണ്ടുപോവുകയാണെന്നും വൈകിട്ട് തിരിച്ചെത്തുമെന്നും വളരെ മര്യാദയോടെ അവരെ പറഞ്ഞു മനസിലാക്കി. വളരെ സമർഥമായി അദ്ദേഹം അവിടെനിന്നും രക്ഷപ്പെട്ടു. വൈകിട്ട് പണത്തിനുവേണ്ടി അവർ തിരിച്ചെത്തിയപ്പോൾ അദ്ദേഹം തിരി ച്ചെത്തിയിട്ടില്ലെന്ന് എനിക്ക് അവരോട് പറയേണ്ടിവന്നു. രാത്രിയായിട്ടും യജമാനൻ തിരിച്ചുവന്നില്ല. ആ വീട്ടിൽ ഒറ്റയ്ക്കു കഴിയാൻ പേടിയായ

തുകൊണ്ട് ഞാൻ അയൽവാസികളോട് നടന്നതെല്ലാം വിവരിച്ചുപറഞ്ഞു. അവർ അവരുടെ വീട്ടിൽ രാത്രി കഴിച്ചുകൂട്ടാൻ എന്നെ അനുവദിച്ചു.

അതിരാവിലെ തന്നെ വാടക പിരിക്കാൻ എത്തിയവർ ആദ്യം അയൽവാസികളോട് അന്വേഷിച്ചു. ആൺകുട്ടി വീട്ടിലുണ്ടെന്നും അവൻ താക്കോൽ തിരിച്ചുതരാൻ തയാറാണെന്നും അടുത്തവീട്ടിലെ സ്ത്രീ അവരെ അറിയിച്ചു. പിന്നീട് അവർ എന്നോട് യജമാനനെപ്പറ്റി ചോദിച്ചു. സ്വർണം വിൽക്കാൻ പോയശേഷം ഞാൻ അദ്ദേഹത്തെ കണ്ടിട്ടില്ലെന്നും മിക്കവാറും അദ്ദേഹം മറ്റെവിടേക്കെങ്കിലും പോയിരിക്കാൻ സാധ്യതയു ണ്ടെന്നും ഞാൻ അവരോടു മറുപടി പറഞ്ഞു.

അപ്പോൾത്തന്നെ അവർ ഒരു വക്കീലിനെയും പൊലീസുകാരനെയും വിളിച്ചുകൊണ്ടുവരാൻവേണ്ടി ആളുകളെ പറഞ്ഞുവിട്ടു. വാടകക്കുടി ശികയ്ക്കു പകരം യജമാനന്റെ സാധനങ്ങൾ അവർ സ്വന്തമാക്കുന്നതിന് സാക്ഷികളാകാൻ വേണ്ടി, എന്നെയും അയൽവാസികളെയും അവർ ക്ഷണിച്ചു. വീടുമുഴുവൻ അവർ കറങ്ങിനടന്നു. ഞാൻ പണ്ടുപറഞ്ഞ സാധനങ്ങളല്ലാതെ മറ്റൊന്നും അവിടെ ഉണ്ടായിരുന്നില്ല. അപ്പോൾ അവർ എന്നെ ചോദ്യം ചെയ്യാൻ തുടങ്ങി.

"നിന്റെ യജമാനന്റെ സാധനങ്ങൾ ഒക്കെ എവിടെ? അയാളുടെ പെട്ടിയും വീട്ടുപകരണങ്ങളും ഇവിടെ കണ്ടില്ലല്ലോ?"

ഞാൻ മറുപടി പറഞ്ഞു. "എനിക്കറിയില്ല."

അവർ പറഞ്ഞു. "സംശയിക്കേണ്ട കാര്യമില്ല. രാത്രിയിൽത്തന്നെ എല്ലാം നീക്കം ചെയ്തിരിക്കുകയാണ്. ഈ കുട്ടിയെ പൊലീസ് കസ്റ്റഡി യിൽ എടുക്കണം. സാധനങ്ങൾ എവിടേക്ക് മാറ്റിയെന്ന് തീർച്ചയായും അറിവുണ്ടാകും."

ഇത് കേട്ടുകൊണ്ടുനിന്ന നിയമപാലകൻ എന്റെ കോളറിനു കുത്തിപ്പിടിച്ചുകൊണ്ട് പറഞ്ഞു. "നിന്റെ യജമാനൻ എവിടെയാണെന്നു പറഞ്ഞില്ലെങ്കിൽ ഇപ്പം നീ ജയിലിലാകും."

എന്റെ ആദ്യത്തെ അനുഭവമായതുകൊണ്ട് ഞാൻ ഭയന്നുപോയി. എനിക്ക് അറിയാവുന്നതെല്ലാം പറയാമെന്ന് ഞാൻ ആണയിട്ടു പറഞ്ഞു. അയാളുടെ കോപം അൽപ്പം ശമിച്ചതായി തോന്നി.

അപ്പോൾ എല്ലാവരും ചേർന്ന് എന്നെ പ്രേരിപ്പിച്ചു. "നിനക്ക് അറി യാവുന്നതെല്ലാം തുറന്നു പറയണം. ഒന്നും പേടിക്കേണ്ട."

മുഖ്യനിയമപാലകൻ ഡസ്കിൽ കയറി ഇരുന്നതിനുശേഷം എന്നോട് സംസാരിക്കാൻ പറഞ്ഞു.

ഞാൻ പറഞ്ഞു. "എന്റെ യജമാനന് ധാരാളം വീടുകളും ഒരു പ്രാവു വളർത്തൽ കേന്ദ്രവും ഉണ്ട്."

ആരോ മറുപടി പറഞ്ഞു. "അതേതായാലും നല്ല കാര്യമാണ്. എന്റെ കടത്തിനുപകരം എന്തായാലും ഇതു തികയും. നഗരത്തിൽ എവി ടെയാണ് ഇതെല്ലാം?"

ഞാൻ പറഞ്ഞു. "അദ്ദേഹത്തിന്റെ സ്വന്തം സ്ഥലത്താണ്."

അവർ പറഞ്ഞു. "വളരെ നല്ല കാര്യം. അദ്ദേഹത്തിന്റെ സ്വന്തം സ്ഥല മേതാണ്?"

ഞാൻ പറഞ്ഞു. "പഴയ കാസ്റ്റെലിലാണെന്നാണ് അദ്ദേഹം എന്നോട് പറഞ്ഞത്."

മുഖ്യനിയമപാലകനും വക്കീലും ഇതുകേട്ട് ഒന്നിച്ച് ചിരിച്ചു. "മതി മതി. നീ പറഞ്ഞതിനെല്ലാം ആവശ്യത്തിനു തെളിവായിക്കഴിഞ്ഞു."

അപ്പോൾ ഞങ്ങൾക്കു ചുറ്റും കൂടിനിന്ന അയൽവാസികൾ പറഞ്ഞു. "അവൻ സത്യസന്ധനാണ്. അവൻ അയാളുടെ അടുത്ത് ജോലിക്കു വന്നിട്ട് വളരെക്കാലം ആയിട്ടില്ല. അങ്ങേയ്ക്ക് അറിയാവുന്നതിൽ കൂടു തലൊന്നും അവന് അറിയില്ല. ഈ പാവം ഭക്ഷണം യാചിച്ചുകൊണ്ട് ഞങ്ങളുടെ വീട്ടുപടിക്കൽ വന്നിട്ടുണ്ട്. ഞങ്ങൾ അനുകമ്പകൊണ്ട് ഇവന് ഭക്ഷണം കൊടുത്തിട്ടുണ്ട്. അത് കഴിഞ്ഞാണ് ഇവൻ യജമാനന്റെ അടുത്ത് ഉറങ്ങാൻ പോകുന്നത്."

ഞാൻ കുറ്റം ചെയ്തിട്ടില്ലെന്ന് കണ്ടപ്പോൾ അവർ എന്നെ സ്വതന്ത്ര നാക്കി. പക്ഷേ വക്കീലും നിയമപാലകനും വീട്ടുടമസ്ഥനോട് കരത്തിന്റെ കാര്യം ഓർമിപ്പിച്ചു. വളരെ സൗമ്യമായി തുടങ്ങിയ സംഭാഷണം വലിയ ഒച്ചപ്പാടും ബഹളവുമായി മാറി. വൃദ്ധനും സ്ത്രീയും അവരുടെ കയ്യിൽ കരം കൊടുക്കാൻ പണമില്ലെന്നും ഉണ്ടെങ്കിൽത്തന്നെ കൊടുക്കാൻ ആഗ്രഹിക്കുന്നില്ലെന്നും പറഞ്ഞു. അവിടെ കൂടിയവർ അവരവരുടെ കാര്യ ങ്ങൾക്കായി പിരിഞ്ഞുപോയി. ഭാഗ്യദോഷിയായ വീട്ടുടമസ്ഥൻ കരം കൊടുത്തുകാണുമെന്നാണ് ഞാൻ വിശ്വസിക്കുന്നത്. അല്ലെങ്കിലും അയാൾ അത് അർഹിക്കുന്നുണ്ട്. ജീവിതം മുഴുവൻ അധ്വാനിച്ചതിനു ശേഷം വിശ്രമിക്കേണ്ട സമയത്ത്, വാടക പിരിക്കാൻ നടക്കുന്നത് അയാൾക്ക് പണത്തിനോടുള്ള ആർത്തി തീരാത്തതുകൊണ്ടാണ്.

ഏറ്റവും ദരിദ്രനായ എന്റെ മൂന്നാമത്തെ യജമാനൻ ഇങ്ങനെയാണ് എന്നെ വിട്ടുപിരിഞ്ഞത്. വളരെ കഠിനമായി എന്നെ ഗ്രസിച്ചിരുന്ന ഭാഗ്യ ദോഷം അതോടെ അവസാനിച്ചു എന്നാണ് എന്റെ വിശ്വാസം. ആ സംഭ വത്തിന് ഒരു പ്രത്യേകത കൂടിയുണ്ട്. സാധാരണ യജമാനന്മാരുടെ അടുത്തുനിന്ന് വീട്ടുജോലിക്കാർ ഓടിപ്പോവുന്നതായാണ് കേട്ടിട്ടുള്ളത്. എന്നെ സംബന്ധിച്ചിടത്തോളം അങ്ങനെയല്ല സംഭവിച്ചത്. യജമാനൻ മാന്യമായി എന്റെ അടുത്തുനിന്നും ഓടിപ്പോവുകയായിരുന്നു.

(16-ാം നൂറ്റാണ്ട്)

5

എസ്‌പറൻസായുടെ അമ്മാവിമാർ

മിഗ്വൽ ഡി സർവാന്റീസ്

'**ലാ**മാൻച'യിൽ നിന്നുള്ള രണ്ടു നിയമ വിദ്യാർഥികൾ 'സലമാൻക'യിലെ തെരുവുകളിലൂടെ നടക്കുകയായിരുന്നു. അങ്ങനെ നടന്നുപോകുന്നതിനിടയിൽ വിലകൂടിയ പേർഷ്യൻ തിരശ്ശീലകൊണ്ട് മൂടി യിരുന്ന ഒരു ജനൽ അവരുടെ ശ്രദ്ധയിൽപ്പെട്ടു. ബാൾടോലസിന്റെയും ബാൾഡസിന്റെയും നിയമാവലിയെക്കാൾ കൂടുതൽ ആക്രമണ ത്തിന്റെയും പ്രതിരോധത്തിന്റെയും ശാസ്ത്രം മനസിലാക്കിയിരുന്ന അവർക്ക്, ആ കടയിൽ വിൽക്കാനായി കരുതിയിട്ടുള്ള സാധനങ്ങൾ ഇത്ര രഹസ്യമായി കാണാൻ കഴിയാത്ത രീതിയിൽ സൂക്ഷിച്ചിരിക്കുന്നതിന്റെ കാരണം അറിയാനുള്ള ആകാംക്ഷയുണ്ടായി. ജനലിനും വാതിലിനും അടുത്ത് വിൽപ്പനച്ചരക്കുകൾ പ്രദർശിപ്പിക്കാത്തത് എന്തുകാരണം കൊണ്ടാണെന്ന് അവർ ആലോചിച്ചു തുടങ്ങി.

ഈ ചിന്താക്കുഴപ്പത്തിൽ നിന്നും കരകയറാനായി അവർ അന്വേഷ ണങ്ങൾ ആരംഭിച്ചു. അവർ ആ കടയിലല്ല അന്വേഷണങ്ങൾ തുടങ്ങിയ ത്. അവിടെ നിന്നും കുറച്ചകലെയായി ചിലച്ചുകൊണ്ട് കച്ചവടം നടത്തു ന്നതിനിടയിൽ സ്ഥലത്തെ ഏറ്റവും പുതിയ വാർത്തകളും അപവാദങ്ങളും കൂടി വിൽപ്പന നടത്തിക്കൊണ്ടിരുന്ന ഒരു കിഴവൻ കച്ചവടക്കാരനോട് അവർ അടഞ്ഞ ജനലിന്റെ രഹസ്യം അന്വേഷിച്ചു. അവരുടെ ചോദ്യ ങ്ങൾക്കുള്ള മറുപടി അയാളുടെ വായിൽ നിന്നും അനർഗളമായി ഒഴുകി ത്തുടങ്ങി.

"ചെറുപ്പക്കാരായ എന്റെ സുഹൃത്തുക്കൾ വളരെ ജിജ്ഞാസുക്കളാ ണല്ലോ. ആ വീട്ടിൽ ഇപ്പോൾ ഒരു വിദേശ വനിതയാണ് താമസിക്കുന്നത്. കുറഞ്ഞപക്ഷം അവരെ ഒരു പകുതി സന്യാസിനിയായി കണക്കാക്കണം. ലാളിത്യത്തിന്റെയും ആത്മനിയന്ത്രണത്തിന്റെയും പ്രതിരൂപമാണ് ആ സ്ത്രീ. നിങ്ങളും ആ മാർഗം തുടരുന്നവരാണെന്ന് തോന്നുന്നു. അവ രോടൊപ്പം അതിസുന്ദരിയായ മറ്റൊരു ചെറുപ്പക്കാരി കൂടിയുണ്ട്. അവ രുടെ അനന്തിരവൾ ആണെന്നാണ് തോന്നുന്നത്. പ്രായമായ ആരുടെ യെങ്കിലും ഒപ്പമല്ലാതെ അവൾ ഒരിക്കലും പുറത്തുവരാറില്ല. അവർ പണവും പ്രതാപവും ധാരാളമുള്ള, ആരുമായും അടുക്കാൻ അധികം താൽപ്പര്യമില്ലാത്ത ഗ്രാനഡയിൽ നിന്നുള്ള ഒരു കുടുംബം ആണെന്നാണ് ഞാൻ വിചാരിക്കുന്നത്. ഈ നഗരത്തിൽ നിന്നും ഒരാത്മാവുപോലും ആ വീട്ടിൽ പോകുന്നത് ഞാൻ ഇതുവരെ കണ്ടിട്ടില്ല. എന്റെ ജീവിത കാലം മുഴുവൻ ശ്രമിച്ചാലും അവർ എവിടെ നിന്നാണ് ഇവിടെ എത്തി യിരിക്കുന്നതെന്ന് കണ്ടുപിടിക്കാൻ കഴിയുമെന്ന് തോന്നുന്നില്ല. എനിക്ക് അറിയാവുന്ന ഒരുകാര്യം ആ ചെറുപ്പക്കാരി വളരെ സുന്ദരിയാണ് എന്ന താണ്. കൂടാതെ അവളുടെ അമ്മാവിയുടെ പെരുമാറ്റം വളരെ കുലീന മാണെന്നും. ഒരു സംഗതി എന്തായാലും എനിക്ക് ഉറപ്പുണ്ട്. അവർ സാധാ രണക്കാരുടെ കൂട്ടത്തിലുള്ളതല്ല."

വായാടിയായ കിഴവന്റെ വിവരണം കേട്ടുകഴിഞ്ഞപ്പോൾ ചെറുപ്പ ക്കാർക്ക് അവരെപ്പറ്റി കൂടുതൽ അറിയണമെന്നുള്ള ആഗ്രഹം ഉണ്ടായി. നഗരത്തിലെ സ്ഥലങ്ങൾ ചെറുപ്പക്കാർക്ക് പരിചിതമായിരുന്നു. അവിടെ ഏതേതു സ്ഥലങ്ങളിൽ ഏതൊക്കെ കുടുംബങ്ങൾ താമസിക്കുന്നു എന്നും അവർക്ക് അറിവുണ്ടായിരുന്നു. ഇന്നു ലഭിച്ച ഗംഭീരവിവരണ ങ്ങൾക്കുശേഷവും സുന്ദരിയായ അപരിചിതയെപ്പറ്റി അവർ തികച്ചും അജ്ഞരായിരുന്നു. അവരുടെ യൂണിവേഴ്സിറ്റിയിലെ ബന്ധങ്ങളെപ്പറ്റിയും ചെറുപ്പക്കാർക്ക് അറിവ് ഉണ്ടായിരുന്നില്ല.

നിരന്തരമായ പരിശ്രമത്തിലൂടെ അവരുടെ സംശയങ്ങൾക്ക് മറുപടി കിട്ടുമെന്ന് അവർ പ്രതീക്ഷിച്ചു. അന്വേഷണത്തിന്റെ ആദ്യപടിയായി ഉച്ച യ്ക്കുശേഷവും ആ കെട്ടിടത്തിന്റെ വാതിലുകൾ അടഞ്ഞുകിടക്കുമെന്നും കച്ചവടത്തിനായിപ്പോലും അവിടെ ആർക്കും പ്രവേശനമില്ലെന്നും അവർ മനസിലാക്കി. ഒരു മനുഷ്യജീവിക്കും അവിടെ പ്രവേശനമില്ലെങ്കിൽ ആ വീട്ടുകാർ അവിടെ ഭക്ഷണം കഴിക്കുന്നുണ്ടാവില്ല എന്ന നിഗമനത്തിൽ ചെറുപ്പക്കാർ എത്തിച്ചേർന്നു. അങ്ങനെയെങ്കിൽ മറ്റുള്ള സാധാരണ മനു ഷ്യരെപ്പോലെ അത്താഴം കഴിക്കാൻ വേണ്ടിയെങ്കിലും അവർക്ക് പുറത്ത് വരേണ്ടിവരുമെന്ന് അവർ കണക്കുകുട്ടി.

അവരുടെ കണക്കുകൂട്ടലിൽ അവർക്ക് തെറ്റുപറ്റിയില്ല. അൽപ്പസമയ ത്തിനുള്ളിൽ അടിമുടി വെള്ളവസ്ത്രം ധരിച്ച ആദരണീയയെന്ന് ഒറ്റനോട്ട ത്തിൽത്തന്നെ തോന്നുന്ന ഒരു സ്ത്രീ വീട്ടിൽനിന്നും പുറത്തുവന്നു. കഷ്ടിച്ച് ശ്വസിക്കാൻ കഴിയുന്ന തരത്തിലായിരുന്നു അവരുടെ വസ്ത്ര ധാരണം. തുണികൊണ്ട് മൊത്തം മൂടിയ അവരുടെ കയ്യിൽ ഒരു വിശറി ഉണ്ടായിരുന്നു. അസംഖ്യം മുത്തുകളും മണികളും ഉള്ള, അരക്കെട്ടു

വരെ നീണ്ടുകിടക്കുന്ന ഒരു ജപമാല അവർ കഴുത്തിൽ അണിഞ്ഞിരു
ന്നു. മൃദുരോമങ്ങൾ തുന്നിച്ചേർത്ത സിൽക്കിലുള്ള മേലങ്കിയായിരുന്നു
അവർ ഉപയോഗിച്ചിരുന്നത്. അവരുടെ വെളുത്ത കയ്യുറകൾ പുതിയതും
ചുളിവുകൾ ഇല്ലാത്തതും ആയിരുന്നു. കുത്തിനടക്കാനുള്ള വെള്ളികെ
ട്ടിയ ഒരു വടി അവർ കയ്യിൽ കരുതിയിരുന്നു.

ഹെർമൻ ഗോൺസാലസ് പ്രഭുവിന്റെ സമകാലീനൻ എന്നു തോന്നി
ക്കുന്ന ആദരണീയനായ ഒരു വൃദ്ധൻ തന്റെ ആദരണീയയായ യജമാന
ത്തിക്ക് അകമ്പടി സേവിക്കാനായി അവരുടെ ഇടതുവശം ചേർന്ന് നട
ന്നിരുന്നു. വെൽവെറ്റിലുള്ള വലിയ ഒരു കോട്ടും പുരാതനമായ ചുവന്ന
കാലുറകളും ആയിരുന്നു അയാളുടെ വേഷം. കോമാളിവേഷം കെട്ടുന്ന
തിനുപറ്റിയ ഒരു കട്ടിയുള്ള കമ്പിളിത്തൊപ്പി അയാൾ തലയിൽ വച്ചി
രുന്നു. ജലദോഷവും തലയ്ക്കുള്ളിൽ ഒരു മന്ദതയും തോന്നിയതു
കൊണ്ടാണ് അയാൾ ആ തൊപ്പി ധരിച്ചിരുന്നത്. ഇതിനെല്ലാം പുറമേ
വലിയ ഒരു തോൾബെൽറ്റും ഒരു നവറീസ് വാളും അയാളുടെ ശരീരത്തു
പറ്റിക്കിടന്നിരുന്നു.

ഈ ബഹുമാന്യരായ വ്യക്തിത്വങ്ങൾക്കു പിറകെ കാഴ്ചയിൽ
തികച്ചും വ്യത്യസ്തയായ മറ്റൊരാൾ കൂടി പുറത്തുവന്നു. ആ
സ്ത്രീയുടെ ഏതാണ്ട് പതിനെട്ടു വയസ്സ് പ്രായമുള്ള അനന്തിരവളായി
രുന്നു അത്. അവളുടെ ചലനങ്ങൾ വളരെ മനോഹരമായിരുന്നു. അവ
ളുടെ അൽപ്പം നീണ്ട മുഖം സൗന്ദര്യം തുളുമ്പുന്നതും ബുദ്ധിശക്തി
വിളിച്ചോതുന്നതും ആയിരുന്നു. കണ്ണുകൾ കരിമഷിപോലെ കറുത്തതാ
യിരുന്നു. ഉദാസീനമായ അവളുടെ കണ്ണുകളിൽ സ്നേഹം തുളുമ്പുന്ന
ഒരു ഭാവം എപ്പോഴും നിറഞ്ഞുനിൽക്കുന്നതു കാണാമായിരുന്നു. മനോ
ഹരമായ വളഞ്ഞ പുരികക്കൊടികളും ഇരുണ്ടുനീണ്ട കൺപീലികളും
അവൾക്കുണ്ടായിരുന്നു. അവളുടെ മനോഹരമായ കവിൾത്തടങ്ങളിൽ
യൗവനത്തിന്റെ മൃദുലമായ തിളക്കം തുടിച്ചുനിന്നു. അവളുടെ മുടിച്ചുരു
ളുകൾ മഞ്ഞിന്റെ വെണ്മയുള്ള നെറ്റിത്തടത്തിൽ ഉദാത്തമായ ഒരു നിറ
പ്പകർച്ച നൽകുന്നുണ്ടായിരുന്നു. ഫ്ളെമിഷ് തുണിയിലുള്ള മേൽ
വസ്ത്രവും വെള്ളിവാറുകളുള്ള ഗിൽറ്റുവച്ച കറുത്ത വെൽവെറ്റിൽ
നിർമിച്ച ചെരുപ്പുകളും അവൾ ധരിച്ചിരുന്നു. ഏറ്റവും വിലകൂടിയ
സുഗന്ധം പരത്തുന്ന കയ്യുറകളായിരുന്നു അവൾ ധരിച്ചിരുന്നത്.

ചെറുപ്പക്കാരായ വിദ്യാർഥികളുടെ കണ്ണിൽ അവൾ ദേവതയായി
രുന്നു. അവൾക്കുള്ളതിന്റെ പകുതിസൗന്ദര്യംകൊണ്ടുതന്നെ പരിചയസ
മ്പന്നരായ മുതിർന്ന കാമുകരുടെ ഹൃദയങ്ങളിൽപ്പോലും വിലങ്ങുകൾ
വീഴുമായിരുന്നു. ചെറുപ്പക്കാർ അക്ഷരാർഥത്തിൽത്തന്നെ അവളെക്കണ്ട്
അത്ഭുതപ്പെട്ടുപോയി. അവർ സത്യത്തിൽ വ്യാകുലപ്പെട്ട്, വശീകരിക്ക
പ്പെട്ട്, അമ്പരപ്പോടെ സ്തംഭിച്ച് നിന്നുപോയി. അവർ ബുദ്ധിശക്തി നഷ്ട
പ്പെട്ടവരെപ്പോലെ അവളുടെ അഭൗമസൗന്ദര്യം നോക്കി ഒരേ നിൽപ്പു
നിന്നു. ചെകുത്താന്റെ വശീകരണശക്തി പോലെ സൗന്ദര്യത്തിനും
അതിന്റേതായ അധികാരങ്ങൾ ഉണ്ട്. സൗന്ദര്യം അതിന്റെ ഇരകളാക്കു

ന്നവരുടെ ബുദ്ധിശക്തി തുടക്കത്തിൽ തന്നെ അപഹരിച്ചെടുത്തതിനു ശേഷം അവരെ കാർന്നുതിന്നും.

ഈ പൂർണതയുടെ മാതൃകയ്ക്കു പിന്നാലെ വൃദ്ധനായ അകമ്പടി ക്കാരനെപ്പോലെ തന്നെ രണ്ടു വൃത്തികെട്ട വൃദ്ധസ്ത്രീകളും നടന്നു നീങ്ങുന്നുണ്ടായിരുന്നു.

ഒടുവിൽ ആദരണീയരുടെ ഈ ജാഥ ഒരു വീട്ടിലെത്തി. വീട്ടിലെ ത്തിയതും ആദരണീയനായ വൃദ്ധൻ വാതിലിൽ നിലയുറപ്പിച്ചു. മറ്റുള്ള വരെല്ലാം വീട്ടിനുള്ളിൽ പ്രവേശിച്ചു. അവർ വീട്ടിനുള്ളിലേക്ക് പ്രവേശി ക്കുമ്പോൾ അസാധാരണമായ ഉന്മേഷത്തോടും ഭവ്യതയോടും കൂടി ചെറുപ്പക്കാർ തൊപ്പിയൂരി. ആ സന്ദർഭത്തിൽ അവർക്കു കാണിക്കാവു ന്നതിന്റെ പരമാവധി വിനയവും ബഹുമാനവും അവർ പ്രദർശിപ്പിച്ചു.

എന്നാൽ സ്ത്രീകൾ അവരെ ഗൗനിക്കുന്നുണ്ടായിരുന്നില്ല. അവർ വീട്ടിനുള്ളിൽ കയറി കതകുകൾ വലിച്ചടച്ചു. ചെറുപ്പക്കാർ പകുതി പ്രേമത്തിൽ ആയെങ്കിലും വിഷണ്ണരായി തെരുവിൽ ഒറ്റപ്പെട്ടുപോയി. അവ രുടെ സമാധാനം കെടുത്തിയ സുന്ദരി സലമൻകായിൽ മര്യാദയുടെ നിയമങ്ങൾ പഠിക്കാനല്ല, മറിച്ച് ആ നിയമങ്ങൾ ലംഘിക്കാനാണ് എത്തി യിരിക്കുന്നതെന്ന നിഗമനത്തിൽ ചെറുപ്പക്കാർ എത്തിച്ചേർന്നു. സുന്ദരി യുടെ ഒട്ടും മര്യാദയില്ലാത്ത പെരുമാറ്റത്തിൽ നിന്നുമാണ് ചെറുപ്പക്കാർ ഈ നിഗമനത്തിൽ എത്തിയത്. സുന്ദരിയുടെ അഹന്ത കലർന്ന പെരു മാറ്റത്തിനുപകരം അവർക്ക് അടുത്ത രാത്രിയിൽത്തന്നെ ഒരു ചെറിയ സംഗീതവിരുന്ന് നൽകാൻ ചെറുപ്പക്കാർ തീരുമാനിച്ചു. തിന്മയെ നന്മ കൊണ്ട് നേരിടുവാനായിരുന്നു അവരുടെ തീരുമാനം. അല്ലെങ്കിലും അവരെ മുറിവേൽപ്പിച്ചവരുടെ പടിവാതിലിൽ സമർപ്പിക്കാൻ പാവം വിദ്യാർഥികൾക്ക് ഈ സംഗീതക്കച്ചേരിയല്ലാതെ മറ്റൊന്നും തന്നെ ഉണ്ടാ യിരുന്നില്ല.

അവർക്കുണ്ടായ നിരാശയ്ക്ക് അൽപ്പം ആശ്വാസം കിട്ടുന്നതിനായി ഒരു ഭക്ഷണശാലയിൽ നിന്നും അൽപ്പം ആഹാരം കഴിച്ചതിനുശേഷം, അവരുടെ ചില കൂട്ടുകാരുടെ മുറിയിൽ എത്തിച്ചേർന്നു. അവിടെനിന്നും 'സംഗീതപീഠന'ത്തിന് ഉപകരിക്കുന്ന ഉപകരണങ്ങൾ കിട്ടാവുന്നത്ര അവർ സംഘടിച്ചു. കമ്പിദ്രവിച്ച ഗിറ്റാറും പൊട്ടിയ ഫ്ളൂട്ടും വയലിനും വീണയും എല്ലാം അവർ ശേഖരിച്ചു. ഉപകരണങ്ങൾക്കു പറ്റിയ രീതി യിൽ ഒരു കണ്ണും ഒരു കയ്യും ഒരു കാലും മാത്രമുള്ള വായനക്കാരേയും അവർ കണ്ടെത്തി.

ഇതൊന്നുംകൊണ്ട് അവർ തൃപ്തരായില്ല. എല്ലാം തനതായ രീതി യിൽത്തന്നെ വേണമെന്ന് നിർബന്ധമുള്ളതുകൊണ്ട് അവർ ഒരു കവിയെ സമീപിച്ചു. അദ്ദേഹത്തോട് 'എസ്പറൻസ' എന്ന പേര് ഉൾപ്പെടുത്തി ഒരു കവിത രചിക്കണമെന്ന് അവർ ആവശ്യപ്പെട്ടു. ജീവിതത്തെയും സ്നേഹത്തെയും പറ്റിയുള്ള ക്രിസ്തീയ സങ്കൽപ്പങ്ങളോട് ഒത്തു പോകുന്ന ആശയങ്ങൾ കവിതയിൽ ഉൾക്കൊണ്ടിരിക്കണമെന്ന് അവർക്ക് നിർബന്ധം ഉണ്ടായിരുന്നു. അന്നു രാത്രിതന്നെ ആ കവിത ഉറക്കെ പാടണമെന്ന വാശിയിലായിരുന്നു അവർ. ഈ ഗംഭീര ജോലി കവി

ഏറ്റെടുത്തു. അദ്ദേഹം അദ്ദേഹത്തിന്റെ പല്ലും ചുണ്ടും കടിച്ചു. നെറ്റി യിൽ അമർത്തി തിരുമ്മി. കുറച്ചുസമയത്തിനുള്ളിൽ കവി തന്റെ ബുദ്ധി യുടെ ഇഴകൾ ഊടുംപാവുമാക്കി, ഒരു നെയ്ത്തുകാരൻ തുണിക്കഷ്ണം നെയ്തെടുക്കുന്നതുപോലെ ഒരു കവിതയുടെ നിർമാണം പൂർത്തിയാക്കി.

ചെറുപ്പക്കാരായ കാമുകന്മാരുടെ കയ്യിൽ കവി ആ കവിത ഏൽ പ്പിച്ചു. പാട്ടുകാർക്ക് കവിത ചൊല്ലിക്കൊടുക്കാൻ വേണ്ടി കവിയെക്കൂടി അവർ കൂട്ടിനു വിളിച്ചു. കാണാതെ പഠിച്ച് ഓർമയിൽ നിന്നും കവിത പാടാനുള്ള സമയം ഇല്ലാത്തതുകൊണ്ട്, പാട്ടുകാർക്ക് കവി തന്നെ കവിത ചൊല്ലിക്കൊടുക്കേണ്ടി വന്നു.

അങ്ങനെ സംഭവബഹുലമായ രാത്രി വന്നുചേർന്നു. കൃത്യസമ യത്തുതന്നെ എല്ലാവരും ഒത്തുചേർന്നു. ഒൻപതു സംഗീത യോദ്ധാക്കൾ, ഗിറ്റാറുകളുമായി നാല് വായ്പാട്ടുകാർ, ഒരു സങ്കീർത്തനക്കാരൻ, ഒരു വീണവായനക്കാരൻ, ഒരു വയലിൻ വായനക്കാരൻ, പന്ത്രണ്ടു മണി കിലുക്കക്കാർ, മുപ്പതു പരിചമുട്ടുകാർ ഇവരെല്ലാം ഉൾപ്പെട്ടതായിരുന്നു സംഗീതക്കച്ചേരി നടത്താനെത്തിയവരുടെ സംഘം. കൂടാതെ മറ്റുപല വാദ്യോപകരണ വിദഗ്ധരും അവരോടൊപ്പം അണിനിരന്നു. എന്നാൽ അവർ എല്ലാംതന്നെ മറ്റു സംഗീതോപകരണങ്ങളെക്കാൾ കത്തിയും മുള്ളുംകൊണ്ട് സംഗീതം ഉണ്ടാക്കുന്നതിൽ തങ്ങളുടെ പ്രാഗൽഭ്യം തെളി യിച്ചവർ തന്നെയായിരുന്നു. തെരുവിൽ എത്തിയപ്പോൾത്തന്നെ അവർ പാടിത്തുടങ്ങി. സ്ത്രീയുടെ വീട്ടിനടുത്തെത്തിയപ്പോൾ പാട്ടിന് പുതുമ കൂടി. ഒടുവിൽ പാട്ട് ബീഭത്സമായ അറപ്പുളവാക്കുന്ന ഒരു ബഹളമായി മാറി. ആ ബഹളം കേട്ട് ഉണർന്നവർ, അത്ഭുതവും ഭയവുംകൊണ്ട് ഏതാണ്ട് പകുതി മരിച്ച അവസ്ഥയിൽ, അവരവരുടെ ജനലുകൾക്ക് അടു ത്തെത്തി പുറത്തേക്കു നോക്കി.

ഈ ബഹളം സുന്ദരിയുടെ ജനലിനു താഴെ കുറച്ചുസമയം തുടർന്നു. പിന്നീട് ഈ സാധാരണ സംഗീതക്കച്ചേരി നിലച്ചു. പകരം കവിയുടെ കവിത ആരംഭിച്ചു. ആഹ്വാനത്തിനൊന്നും കാത്തുനിൽക്കാത്ത ഒരു സംഗീതജ്ഞനാണ് കവിത പാടിയത്. കവിയും ഒപ്പം പാടുന്നതിൽ ഒട്ടും മോശക്കാരനായിരുന്നില്ല. മുമ്പുനടന്ന കച്ചേരിയുമായി തികച്ചും യോജിച്ചു പോകുന്ന രീതിയിൽ അതീവ മാധുര്യത്തോടെ, സംഗീതാത്മകമായി തന്നെയാണ് കവിയുടെ കവിതയും ആലപിക്കപ്പെട്ടത്.

ഈ അത്ഭുതകരമായ ഗാനാലാപം കഴിഞ്ഞതും കൂട്ടത്തിലുണ്ടായി രുന്ന സൂത്രക്കാരനായ ഒരു തെമ്മാടി അവന്റെ കൂട്ടുകാരനോട്, ശബ്ദ ശുദ്ധിയോടെ ഉറക്കെ വിളിച്ചുകൂവി.

"ഞാൻ ജനിച്ചശേഷം ഇത്രയും വൃത്തികെട്ട ഒരു പാട്ട് ഇത്രയും മോശമായി പാടിക്കേട്ടിട്ടില്ല. വരികളുടെ സംഗീതം നീ ശ്രദ്ധിച്ചോ? ആ സ്ത്രീയുടെ പേർ വരികൾക്കിടയിൽ തിരുകിയിരിക്കുന്നതു കേട്ടില്ലേ? കവി തയിൽ ആരാധനാപാത്രത്തിന്റെ പ്രായവും മനോഹരമായി ഉൾപ്പെടു ത്തിയിട്ടുണ്ട്. കുള്ളനും അതികായനും തമ്മിലുള്ള അന്തരംപോലുള്ള ലയവിന്യാസം. കവിതയുടെ ശബ്ദായമാനമായ, ശാപവചനങ്ങൾ നിറഞ്ഞ പടയോട്ടം. ഈ പാട്ടെഴുതിയവനെ പരിചയപ്പെടാൻ ഇടവന്നാൽ

വീട്ടിൽനിന്നു കൊണ്ടുവന്ന ഒരു ഡസൻ പന്നിയിറച്ചി സോസേജ്, ഞാൻ സ്വമനസ്സാലെ അവന് കൊടുത്തയയ്ക്കും. ദൈവത്തെ മുൻനിർത്തി ഞാനിതാ സത്യം ചെയ്യുന്നു."

സോസേജ് എന്ന വാക്കു കേട്ടപ്പോൾ തന്നെ, പരിഹാസത്തിൽ പൊതിഞ്ഞ വിമർശനങ്ങൾ പറഞ്ഞത് ആരാണെന്ന് എല്ലാവർക്കും മനസിലായി. അവർക്ക് അതിൽ തെറ്റുപറ്റിയതുമില്ല. പ്രായോഗിക ഫലിതങ്ങൾക്ക് പ്രസിദ്ധമായ ഒരു സ്ഥലത്തു നിന്നുമാണ് അവൻ വന്നിരിക്കുന്നതെന്ന് പിന്നീട് അവർ അറിഞ്ഞു. പന്നിയിറച്ചി സോസേജു നൽകാമെന്നുള്ള പരിഹാസത്തിലൂടെ കവികളെ ശരിക്കും നിരൂപണം ചെയ്യാൻ കഴിവുള്ള ഒരു വിമർശകനായി കൂടെയുള്ളവർ അവനെ പുകഴ്ത്തി.

അവരുടെ എല്ലാ പരിശ്രമങ്ങൾക്കു ശേഷവും അവർ തുറന്നു കാണാനുദ്ദേശിച്ച വീടിന്റെ ജനൽ മാത്രം അടഞ്ഞുകിടന്നത് അവരെ അല്പ്പം നിരാശരാക്കി. എന്നിട്ടും അവർ മൂന്നുപേർ ചേർന്ന് സന്ദർഭത്തിനു ചേർന്ന ഒരനുരാഗഗാനം പാടി. മൂന്നു ഗിറ്റാറുകൾ പാട്ടിനൊപ്പം വീണ്ടും മുഴങ്ങി. സംഗീതജ്ഞർ അവിടെ നിന്നും പോകുന്നതിനു മുമ്പുതന്നെ ഒരു ജനൽ തുറക്കപ്പെട്ടു. നേരത്തെ കണ്ട ജോലിക്കാരികളിൽ ഒരുവൾ അവിടെ പ്രത്യക്ഷപ്പെട്ടു. ഒരു കള്ളനിലവിളിയുടെ രീതിയിൽ അവൾ പറഞ്ഞു.

"എന്റെ യജമാനത്തി ക്ലൗഡിയ ഡി അസ്തൂഡിലോ വൈകിനോൺസ് നിങ്ങൾ ഇവിടെനിന്നും മറ്റൊരു സ്ഥലത്തേക്ക് മാറണമെന്ന് അപേക്ഷിക്കുന്നു. ഇത്തരത്തിൽ അതിഭയങ്കരമായ ബഹളം ഉണ്ടാക്കി, മാന്യമായി താമസിക്കുന്നവരെ പറ്റി അപവാദങ്ങൾ ഉണ്ടാകാൻ ഇടയാക്കരുതെന്ന് അവർ നിങ്ങളോട് അഭ്യർഥിക്കുന്നു. ഇപ്പോൾ എന്റെ ചെറിയ യജമാനത്തി എസ്പറൻസ ഡി ടൊറാൾവാ മെനസ്സസ് കൂടി ഈ വീട്ടിലുണ്ട്. എന്റെ യജമാനത്തിയുടെ അനന്തിരവളാണ് ചെറിയ യജമാനത്തി. അങ്ങനെ ഒരു ചെറുപ്പക്കാരി കൂടി ഇവിടെയുള്ളപ്പോൾ ഈ വീടിനു മുന്നിൽ ഇത്തരത്തിൽ ബഹളം സൃഷ്ടിക്കുന്നത് ശരിയാണോ? ഈ മാർഗം ഉപേക്ഷിച്ച് കുറെക്കൂടി മാന്യമായ ഒരുവഴി സ്വീകരിച്ചാൽ മാത്രമേ നിങ്ങൾക്ക് അനുകൂലമായ ഒരു സ്വീകരണം കിട്ടുകയുള്ളൂ."

ഇതുകേട്ടപ്പോൾത്തന്നെ ഒരു ചെറുപ്പക്കാരൻ പ്രതികരിച്ചു. "ആദരണീയയായ ശ്രീമതിയോട് എനിക്കൊരു അപേക്ഷയുണ്ട്. നിങ്ങളുടെ ബഹുമാന്യയായ ഡോണ എസ്പറൻസയോട് ഈ ജനലിനടുത്ത് പ്രത്യക്ഷപ്പെട്ട് ഞങ്ങളുടെ കണ്ണുകൾക്ക് അല്പ്പം സന്തോഷം തരണമെന്ന് ഒരഭ്യർഥനയുണ്ട്. ഭാവിയിൽ വളരെ പ്രയോജനപ്രദമാകാനിടയുള്ള ചില കാര്യങ്ങൾ അവരോട് പറഞ്ഞാൽക്കൊള്ളാമെന്ന് ഞാൻ ആഗ്രഹിക്കുന്നു."

"എന്തൊരു ധിക്കാരം?" സ്ത്രീ വിളിച്ചുപറഞ്ഞു. "എന്റെ ചെറിയ യജമാനത്തി എസ്പറൻസയെയാണോ നിങ്ങൾ ഉദ്ദേശിക്കുന്നത്? അവരെ പറ്റി ഇത്ര ലാഘവത്തോടെ സംസാരിക്കാൻ പാടില്ലെന്ന് നിങ്ങൾ ആദ്യം മനസിലാക്കണം. അവർ സമാനതകൾ ഇല്ലാത്ത അന്തസ്സുള്ള അനുകരണീയയായ ബുദ്ധിമതിയായ യുവതിയാണ്. ഇൻഡീസിലുള്ള മൊത്തം

മുത്തുകൾ നിങ്ങൾ നൽകാമെന്നു പറഞ്ഞാലും അവർ ഇത്തരത്തിലുള്ള അപേക്ഷ ഒരിക്കലും പരിഗണിക്കുകയില്ല."

വൃദ്ധയുടെ സംഭാഷണത്തിനിടയിൽ അടുത്ത തെരുവിൽ നിന്നും ധാരാളം മനുഷ്യർ അവിടെ എത്തിച്ചേർന്നു. സംഗീതജ്ഞർ പ്രശ്നം വഷ ളാവുമെന്ന സംശയത്തിൽ അവരുടെ ചുമടുകൾ ഇറക്കിവച്ച് ഒരു പിൻവാ ങ്ങലിനു തയാറെടുത്തു. പിന്നീട് അവരുടെ ചുരികകൾ കൂട്ടിയിടിച്ച് യുദ്ധ സൂചകമായ ചില ശബ്ദങ്ങൾ ഉണ്ടാക്കി. സംഘത്തലവൻ വാളേന്തിയുള്ള നൃത്തത്തിന് തയാറാകില്ലെന്ന് അവർക്ക് അറിയാമായിരുന്നു. സെവില്ല യിലെ സാൻ ഫെർനാഡോയുടെ പരിശുദ്ധ ഉത്സവത്തിന്റെ രീതി അനുസരിച്ച് സംഘത്തലവൻ വാൾനൃത്തത്തിന് തയാറാകില്ല. ശത്രുക്ക ളുടെ മുന്നിൽ പരാജയപ്പെടുമെന്നുള്ള ഭീതികൊണ്ട് വെറുതെ യുദ്ധം ചെയ്യാതെ ഒഴിഞ്ഞുമാറുകയാണ് പതിവ്.

സംഗീതജ്ഞർ അന്നു രാത്രിയിലെ പരിപാടി പൂർത്തിയാക്കാൻ വേണ്ടി തയാറെടുത്തു. എന്നാൽ ഒന്നുരണ്ടുപേർ എസ്പറൻസ ജനലിൽ പ്രത്യക്ഷപ്പെട്ടില്ലെങ്കിൽ പാട്ടുനിർത്തുകയാണെന്ന നിലപാടെടുത്തു. പക്ഷേ അവരുടെ നിരന്തരമായ അഭ്യർഥനകൾ മാനിച്ച് വൃദ്ധയായ ജോലി ക്കാരി പോലും ജനലിനടുത്ത് എത്തിയില്ല. ഇത്രയും അവഗണനയായ പ്പോൾ അവിടെ കൂടിയവർക്കെല്ലാം കോപം വരുന്നുണ്ടായിരുന്നു. എല്ലാ വരും ചേർന്ന് സുന്ദരിയെ മര്യാദ പഠിപ്പിക്കാൻ വേണ്ടി, പേർഷ്യൻ ജന ലിനു നേരെ ഒരാക്രമണത്തിനു തുനിയാൻ വരെ തയാറായിരുന്നു. അവർ പിന്നെയും ബഹളം തുടർന്നു. ഒടുവിൽ അവിടെയുള്ള ഓരോ വീടും കുലുങ്ങുന്ന തരത്തിൽ കൂവിവിളിച്ചുകൊണ്ട് അവർ തിരിച്ചുപോയി.

അഭിമാനികളുടെ ആ സംഘം പിരിഞ്ഞുപോയപ്പോഴേക്കും നേരം വെളുക്കാറായിക്കഴിഞ്ഞിരുന്നു. അവരുടെ സംഗീതക്കച്ചേരിക്കു ലഭിച്ച കടുത്ത അവഗണനയിൽ വിദ്യാർഥികൾ എല്ലാംതന്നെ നിരാശരായിരുന്നു. ഒടുവിൽ വളരെ ആലോചിച്ച് അവർ ഒരു ഉപായം കണ്ടെത്തി. അവർക്ക് പൂർണവിശ്വാസമുള്ള ഒരു കുതിരപ്പടയാളിയുടെ അടുത്ത് അവരുടെ പ്രശ്നങ്ങൾ അവതരിപ്പിക്കാമെന്ന് അവർ തീരുമാനിച്ചു.

അവരുടെ വിശ്വസ്തനും ചെറുപ്പക്കാരനുമായ ഈ കുതിരപ്പടയാളി ധനവാനും ധാരാളിയും സംഗീതതൽപ്പരനും ധീരനും സാഹസികനും എന്നുവേണ്ട എല്ലാംകൊണ്ടും വിദ്യാർഥികളുടെ ഇത്തരത്തിലുള്ള ഒരു പ്രശ്നത്തിൽ ഇടപെടാൻ ഏതുതരത്തിലും യോഗ്യനായിരുന്നു. അദ്ദേഹ ത്തോട് അവരുടെ എല്ലാ പരിശ്രമങ്ങളും പരാജയങ്ങളും വിദ്യാർഥികൾ വിശദീകരിച്ചു. ചെറുപ്പക്കാരിയുടെ അതിസൗന്ദര്യവും ആകർഷണീയ തയും അവർ വിവരിച്ചു പറഞ്ഞു. പ്രായമായ സ്ത്രീയുടെ പ്രതാപം നിറഞ്ഞ പെരുമാറ്റം കൂടിയാകുമ്പോൾ അവരുമായി ഏതെങ്കിലും കാലത്ത് അടുക്കാൻ കഴിയുമെന്നുള്ള ആഗ്രഹംപോലും ഇല്ലാതായി. സംഗീതം അവർക്ക് പ്രശംസ നേടിക്കൊടുത്തില്ല. എന്നുമാത്രമല്ല സമീ പവാസികളെപ്പറ്റി അപവാദങ്ങൾ പ്രചരിക്കാൻ അവർ കാരണക്കാരാ യെന്ന് ആരോപണം ഉയരാനും ഇടയാക്കി.

അപകടങ്ങൾക്കു നേരെ കണ്ണടയ്ക്കാത്ത അവരുടെ പടയാളി സുഹൃത്ത് അവരെ സാന്ത്വനപ്പെടുത്തി. മര്യാദയില്ലാത്ത അവരുടെ എതിരാളികളെ താമസിയാതെ തന്നെ മര്യാദക്കാരാക്കാമെന്ന് അയാൾ അവർക്കു വാക്കുകൊടുത്തു. അഹങ്കാരിയായ ആ സുന്ദരിയുടെ മേൽ അവർക്കുവേണ്ടി വിജയം കൈവരിക്കാൻ തനിക്ക് സന്തോഷമുണ്ടെന്നും അയാൾ കൂട്ടിച്ചേർത്തു.

അന്നുതന്നെ അയാൾ തന്റെ ഏറ്റവും നല്ല ജോലിക്കാരുടെ കയ്യിൽ സുന്ദരിയുടെ അമ്മാവിക്ക് വളരെ വിലപിടിപ്പുള്ള സമ്മാനങ്ങൾ കൊടുത്തുവിട്ടു. കൂടാതെ സ്വന്തം ജീവിതവും ജോലിക്കാരും സാധനങ്ങളും ചുരുക്കത്തിൽ അയാൾക്കുള്ളതെല്ലാം അവർക്ക് അയാൾ വാഗ്ദാനം ചെയ്തു. എല്ലാ ദിവസവും ഇത്തരത്തിലുള്ള വാഗ്ദാനം ലഭിക്കില്ലെന്ന് അറിയാവുന്ന വൃദ്ധയായ ജോലിക്കാരി, അയാളുടെ ദൂതന്റെ അടുത്ത് എസ്പറൻസയുടെ അമ്മാവി ക്ലൗഡിയയാണ് താനെന്ന മട്ടിൽ അഭിനയിച്ചു. വൃദ്ധയ്ക്ക് ദൂതന്റെ അടുത്തുനിന്നും അയാളുടെ യജമാനന്റെ അവസ്ഥയും ധനശേഷിയും മറ്റു യോഗ്യതകളും അറിയണമെന്നുള്ള ജിജ്ഞാസയുണ്ടായി. അവർ അയാളുടെ ബന്ധങ്ങളും ജീവിതരീതിയും ജീവിതലക്ഷ്യവും എന്നുവേണ്ട അയാളെ അവരുടെ മകളുടെ ഭർത്താവായി സ്വീകരിക്കാൻ അറിഞ്ഞിരിക്കേണ്ട എല്ലാ കാര്യങ്ങളും ദൂതനോട് ചോദിച്ചു മനസിലാക്കി. ദൂതൻ അയാൾക്ക് അറിവുള്ളതെല്ലാം അവരോടു പറഞ്ഞു. അമ്മാവിയായി അഭിനയിച്ച കിഴവി ഏതാണ്ട് തൃപ്തയായ മട്ടിൽ കഥകളെല്ലാം കേട്ടു.

യജമാനത്തിയാണെന്ന നാട്യത്തിൽ ഏറെ താമസിയാതെ തന്നെ വിശദമായ ഒരു മറുപടിയുമായി ജോലിക്കാരി കിഴവി കുതിരപ്പടയാളിയുടെ വീട്ടിലെത്തി. കിഴവി ചർച്ച തുടങ്ങാനായി അവിടെ എത്തിയപ്പോൾ അയാൾ അവരെ വളരെ മര്യാദയോടെ സ്വീകരിച്ചു. അയാളുടെ ഇരിപ്പിടത്തിന് അടുത്തുതന്നെ അവർക്ക് ഇരിക്കാൻ അയാൾ കസേര ഇട്ടു കൊടുത്തു. അയാളുടെ സ്വന്തം കൈകൊണ്ടുതന്നെ അവരുടെ മേൽവസ്ത്രം ഊരിയെടുത്തു. നടന്നുവന്നതിന്റെ ക്ഷീണം ഉണ്ടായിരുന്ന അവർക്ക് വിയർപ്പു തുടയ്ക്കാനായി ചിത്രങ്ങൾ തുന്നിയ ഒരു തുവാല അയാൾ നൽകി. അവർ വന്നതിന്റെ ഉദ്ദേശ്യം വിശദീകരിക്കാൻ തുടങ്ങുന്നതിന് മുമ്പുതന്നെ മധുരമുള്ള ഇറച്ചിക്കറികൾ അവർക്കുവേണ്ടി അയാൾതന്നെ വിളമ്പിത്തുടങ്ങിയിരുന്നു. പിന്നീട് അയാൾ അതീവ സ്വാദുള്ള വീഞ്ഞ് രണ്ടു ഗ്ലാസുകളിലൊഴിച്ച് ഒന്ന് അവർക്കു നൽകി. രണ്ടാമത്തെ ഗ്ലാസ് അയാൾ സ്വയം കുടിച്ചു. ചുരുക്കത്തിൽ പാതിവ്രത്യത്തിന്റെ ആദരണീയയായ കാവൽക്കാരി എന്ന നിലയിൽ കിഴവിയെ അവിടെവെച്ചു തന്നെ വിശുദ്ധയായി പ്രഖ്യാപിച്ചാൽ കിട്ടുന്നതിലും കൂടുതൽ സന്തോഷം അയാളുടെ സൽക്കാരവും ശ്രദ്ധയുംകൊണ്ട് അവർക്ക് ലഭിച്ചു എന്നതാണ് സത്യം.

അതിനുശേഷം അവരുടെ വരവിന്റെ ഉദ്ദേശ്യം തെരഞ്ഞെടുത്ത വാക്കുകളിൽ, അവർക്ക് അറിയാവുന്ന എല്ലാ കൃത്രിമശൈലികളും പ്രയോഗിച്ച് കിഴവി വിവരിക്കാൻ തുടങ്ങി. അവയിൽ പലതും ചില്ലറ

വിഡ്ഢിത്തങ്ങളായി മാറുകയും ചെയ്തു. അവർ പറഞ്ഞു. "എന്റെ യുവ
തിയായ യജമാനത്തി 'ഡോണ എസ്പറൻസ ഡി ടൊറാൾവ മെനസ്സെസ്
വൈ പാച്ചികോ' തന്റെ നന്ദിയും അഭിനന്ദനങ്ങളും അങ്ങയെ അറിയി
ക്കാൻ എന്നെ ചുമതലപ്പെടുത്തിയിരിക്കുകയാണ്. എസ്പറൻസാ വളരെ
മഹനീയ ഗുണങ്ങളുള്ള സ്ത്രീരത്നം ആണെങ്കിലും അങ്ങയെപ്പോലെ
ഔന്നത്യവും മാന്യതയുമുള്ള ഒരാൾ അവളുടെ അമ്മാവിയുടെ വീട്ടിൽ
വരുകയാണെങ്കിൽ സ്വീകരിക്കാതിരിക്കില്ല."

അയാൾ പറഞ്ഞു. "നിങ്ങളുടെ അനന്തിരവളുടെ സൗന്ദര്യവും ഗുണ
ഗണങ്ങളും സാമർഥ്യവും എല്ലാം ഞാൻ പൂർണമായും വിശ്വസിക്കുന്നു.
ഇതെല്ലാംതന്നെ അവരെ നേരിട്ടു കാണാനുള്ള എന്റെ ആഗ്രഹം വർധി
പ്പിച്ചിരിക്കുന്നു."

പല വ്യവസ്ഥകൾക്കും വളച്ചുകെട്ടിയുള്ള സംസാരങ്ങൾക്കും ശേഷം
രണ്ടു സ്ത്രീകളിൽ നിന്നും അയാളുടെ വരവിനെച്ചൊല്ലി ഒരു തരത്തി
ലുള്ള എതിർപ്പും ഉണ്ടാവില്ലെന്ന് അവർ സമ്മതിച്ചു. സത്യത്തിൽ നിന്നും
ഇതിലും കൂടുതൽ അകൽച്ചയുള്ള ഒരു പ്രസ്താവന ഉണ്ടാകാനിടയില്ല.
ഇടനിലക്കാരി എന്ന ചുമതല നിർവഹിക്കുന്നതിൽ കിഴവിയുടെ ശ്രദ്ധ
കുറഞ്ഞു. അയാൾ കൊടുത്ത സമ്മാനങ്ങൾ കൊണ്ടൊന്നും അവർ
തൃപ്തയായില്ല. കൗശലക്കാരിയായ കിഴവി ഡോണ ക്ലൗഡിയയായി അഭി
നയിച്ചുകൊണ്ട്, സംഗതികൾ മറ്റൊരുവഴിക്ക് തിരിച്ചുവിടാൻ ശ്രമം തുട
ങ്ങി. അന്നു വൈകുന്നേരം തന്നെ എസ്പറൻസായെ അയാൾക്ക് പരിചയ
പ്പെടുത്തിക്കൊടുക്കാമെന്നു പറഞ്ഞ് അവർ സംസാരം അവസാനിപ്പിച്ചു.

തന്റെ വിജയത്തിന്റെ ആഹ്ലാദലഹരിയിൽ അയാൾ എല്ലാ ആദര
വോടും കൂടി തന്റെ മഹനീയ അതിഥിയെ യാത്രയയാക്കി. അവരുടെ അന
ന്തിരവൾക്ക് അഭിനന്ദനങ്ങൾ അറിയിക്കുന്നതിനൊപ്പം, അലമാര നിറയെ
വസ്ത്രങ്ങൾ വാങ്ങാനുള്ള പണം അടങ്ങിയ ഒരു പഴ്സും അയാൾ
കിഴവിയെ ഏൽപ്പിച്ചു.

അവിടെനിന്ന് തിരിച്ചുപോരുമ്പോൾ കൗശലക്കാരിയായ കിഴവി
സ്വയം പറഞ്ഞു. "പാവം ചെറുപ്പക്കാരൻ. എല്ലാ കാര്യങ്ങളും ശരിയായി
ക്കഴിഞ്ഞു എന്നാണ് അയാളുടെ വിശ്വാസം. എന്തായാലും അയാൾക്ക്
ചെലവാക്കാൻ അറിയാവുന്നതിലും കൂടുതൽ പണം അയാളുടെ കയ്യി
ലുണ്ട്. ആ സ്ഥിതിക്ക് അയാളുടെ കുറച്ചുപണം കൂടി എന്റെ കയ്യിൽ
വരണം. യജമാനത്തിയുടെ വീട്ടിനുള്ളിൽ നിന്നും അയാൾ എങ്ങനെ
വീണ്ടും പുറത്തുപോകും എന്നതാണ് എന്നെ അത്ഭുതപ്പെടുത്തുന്നത്.
ഉദ്യോഗസ്ഥന്മാർ അയാളെ വീട്ടിൽ കൊണ്ടുവിടുമെന്ന് ഞാൻ കരുതു
ന്നില്ല. പക്ഷേ, അയാളെ വീട്ടിനുള്ളിൽ കടക്കാൻ അനുവദിക്കുന്നതിന്
എനിക്ക് കുറച്ചുകൂടി പണം കിട്ടണം. ഇത്ര സുന്ദരനായ ഒരു ചെറുപ്പ
ക്കാരനെ പരിചയപ്പെടുത്തിക്കൊടുക്കുന്നതിന് എന്റെ കൊച്ചുയജമാനത്തി
എനിക്ക് ഭംഗിയുള്ള കുറെ വസ്ത്രങ്ങൾ തരേണ്ടിവരും. അവളുടെ
വിഡ്ഢിയായ അമ്മാവി രഹസ്യം കണ്ടുപിടിച്ചതിനു പ്രതിഫലമായി
ഉചിതമായ സമ്മാനങ്ങളും എനിക്ക് തരണം."

ഈ സമയമെല്ലാം ചെറുപ്പക്കാരൻ കിഴവിയെ കാണാനുള്ള സമയമാകാൻ വേണ്ടി അക്ഷമനായി കാത്തിരിക്കുകയായിരുന്നു. ആ സമയത്ത് വീട്ടിൽ ആരെങ്കിലും വരുമെന്ന് അയാൾ പ്രതീക്ഷിക്കുന്നില്ലായിരുന്നു. അതുകൊണ്ട് ചെറുപ്പക്കാരൻ തൊപ്പിയും കോട്ടുമെടുത്ത് കിഴവി തന്നെ പ്രതീക്ഷിക്കുന്ന സ്ഥലത്തേക്ക് യാത്ര തിരിച്ചു.

അയാൾ എത്തിയപ്പോൾ ഒരു ജനലിനു പിറകിൽ നിന്ന് കിഴവി തല കുലുക്കി കാണിച്ചു. തന്നെ അയാൾ കണ്ടു എന്ന് ഉറപ്പാക്കിയതിനു ശേഷം, കാലത്ത് അയാൾ പണം നിറച്ചുകൊടുത്ത പഴ്സ് കാലിയാക്കി അയാളുടെ നേരെ എറിഞ്ഞുകൊടുത്തു. ഡോൺ ഫെലിക്സിന് കിഴവി കൊടുത്ത സൂചന മനസിലാകാതിരുന്നില്ല. അയാൾ വാതിലിനടുത്ത് എത്തിയപ്പോൾ കതകുകൾ ശരിക്ക് തുറന്നിട്ടുണ്ടായിരുന്നില്ല. കതകിന്റെ വിടവിൽ കിട്ടാനുള്ളത് തട്ടിപ്പറിക്കാൻ കിഴവിയുടെ കൈപ്പത്തി തയ്യാറായി നിൽക്കുന്നുണ്ടായിരുന്നു. അയാളെ അകത്തു കടത്തിവിടുന്നതിനു മുമ്പ് ചുണ്ടയുടെ അറ്റത്ത് കിഴവി ഇരയിട്ടു കാത്തിരിക്കുകയായിരുന്നു. കതകിന്റെ വിടവിലൂടെ ഇരയിൽ കൊത്തുന്നത് പിടിച്ചെടുക്കാൻ കാത്തു നിൽക്കുന്ന കിഴവിയുടെ കൈകൾ അയാൾ കണ്ടു. അതിനുശേഷം അവർ കതകു തുറന്ന് ശബ്ദമുണ്ടാക്കാതെ അയാളെ മുകളിലത്തെ നിലയിലേക്ക് കൊണ്ടുപോയി. പല മുറികളിലൂടെ നടന്ന് ഒടുവിൽ അവർ വൃത്തിയുള്ള ഒരു ചെറിയ മുറിയിൽ എത്തി. അവിടെയുണ്ടായിരുന്ന ഒരു പേർഷ്യൻ സ്ക്രീനിനു പിറകിൽ വളരെ വിദഗ്ധമായി അവൾ ഫെലിക്സിനെ ഒളിപ്പിച്ചു. അയാളോട് നിശ്ശബ്ദനായി നിൽക്കാൻ ആംഗ്യം കാണിച്ചതിനുശേഷം, കിഴവി അയാൾ എത്തിയിട്ടുണ്ടെന്ന് എസ് പരൻസയെ അറിയിക്കാമെന്ന് സമ്മതിച്ചു. അയാളുടെ ഉയർന്ന പദവിയും പണവും ഗുണഗണങ്ങളും അറിയുമ്പോൾ അമ്മാവിയുടെ അനുവാദ മില്ലാതെ തന്നെ അയാളോടു സംസാരിക്കാൻ അവൾ തയ്യാറാ വുമെന്നും കിഴവി അയാളെ ധരിപ്പിച്ചു. പിന്നീട് തന്റെ വിശ്വസ്തതയുടെ തെളിവെന്നമട്ടിൽ സ്ക്രീനിനു പിറകിൽ നിന്നിരുന്ന ഡോൺ ഫെലി ക്സിന് കൈ കൊടുത്തശേഷം കിഴവി പുറത്തുപോയി.

ഇതിനിടയിൽ എസ്പരൻസയുടെ കയ്യിൽ നിന്നും പുതുവസ്ത്രങ്ങ ളുടെ ഒരു മനോഹരസമ്മാനം സ്വീകരിച്ചശേഷം കിഴവി അവളുടെ അമ്മാവിയെ ഒരു കാര്യം ധരിപ്പിച്ചു. ആരാലും ചോദ്യം ചെയ്യപ്പെടാത്ത സ്വഭാവവൈശിഷ്ട്യമുള്ള എസ്പരൻസയെപ്പറ്റി വളരെ മോശപ്പെട്ട ഒരു വെളിപ്പെടുത്തൽ കിഴവി നടത്തി. വീട്ടിനുള്ളിൽ ഒരാൾ ഒളിച്ചിരിക്കുന്നത് താൻ കണ്ടുപിടിച്ചതായി കിഴവി യജമാനത്തിയുടെ ചെവിയിൽ മന്ത്രിച്ചു. കുറച്ചുകാലം മുമ്പ് കാണാനിടയായ ഒരു കുറിപ്പിൽ നിന്നും എസ്പരൻസ യാണ് അയാളെ വീട്ടിൽ വിളിച്ചുവരുത്തിയതെന്ന് തനിക്ക് മനസിലായി ട്ടുണ്ടെന്നും അവർ കൂട്ടിച്ചേർത്തു. പക്ഷേ, അയാളുടെ കയ്യിൽ ആയുധ ങ്ങൾ ഉള്ളതുകൊണ്ട് ഇടപെടാൻ തനിക്ക് ധൈര്യമില്ലെന്നും അവർ സമർഥിച്ചു. വിളിച്ചുകൂവിയാൽ അയാൾ എന്തെങ്കിലും കടുംകൈ പ്രവർത്തിക്കാൻ ഇടയുള്ളതുകൊണ്ട് ശബ്ദം ഉണ്ടാക്കരുതെന്ന് കിഴവി യജമാനത്തിയെ പ്രത്യേകം ഓർമിപ്പിച്ചു. നിയമപാലകരെ വിവരം അറി

യിച്ചിട്ടുണ്ടെന്നും അവർ ഉടൻതന്നെ അയാളെ പിടികൂടുമെന്നും എസ്പരൻസയുടെ അമ്മാവിയെ അവർ പറഞ്ഞു വിശ്വസിപ്പിച്ചു.

കിഴവി പറഞ്ഞതു മുഴുവൻ കള്ളമായിരുന്നു. ചെറുപ്പക്കാരൻ വന്നിട്ടുള്ള കാര്യം എസ്പരൻസ അറിയരുതെന്നും എത്രയും വേഗം അയാളെ അവിടെനിന്നും പറഞ്ഞയയ്ക്കണമെന്നും ആയിരുന്നു കിഴവിയുടെ ആഗ്രഹം. ക്ലൗഡിയ ശബ്ദമുണ്ടാക്കാതെ ആ മുറിയിൽത്തന്നെ ഇരുന്നാൽ പുറത്തുപോയി എസ്പരൻസയെ കണ്ടുപിടിച്ച് വിളിച്ചുകൊണ്ടു വരാമെന്നു കിഴവി ഉറപ്പുപറഞ്ഞു. ക്ലൗഡിയ അവർ പറഞ്ഞതെല്ലാം സമ്മതിച്ചതുകൊണ്ട് ജോലിക്കാരി കിഴവി എസ്പരൻസയെ അന്വേഷിച്ച് മുകളിലത്തെ നിലയിലേക്ക് പോയി. പക്ഷേ, അവിടെ എസ്പരൻസയുടെ അടുത്ത് സന്തോഷവും അത്ഭുതവും കലർന്ന മുഖഭാവത്തോടെ ഡോൺ ഫെലിക്സ് ഇരിക്കുന്നതുകണ്ട് കിഴവി പകച്ചുപോയി.

ഏതാനും മാസങ്ങൾക്കു മുമ്പ് അമ്മാവിയുടെ ക്രൂരതകൊണ്ട് തന്നിൽനിന്നും വേർപെടുത്തിയ പ്രിയപ്പെട്ടവളെ വീണ്ടും കണ്ടതിലുള്ള അത്ഭുതമായിരുന്നു ഫെലിക്സിന്റെ മുഖത്തു കണ്ടത്. എസ്പരൻസയും ഫെലിക്സും തമ്മിൽ കണ്ടുമുട്ടിയത് നീചയായ കിഴവിയെ മൊത്തം ആശയക്കുഴപ്പത്തിലാക്കി. കിഴവി ക്ലൗഡിയായുടെ ജോലിക്കാരിയായിട്ട് അധികകാലം ആയിരുന്നില്ല. ഒന്നിച്ചിരിക്കുന്ന കാമുകീകാമുകന്മാരെ ആരെങ്കിലും കാണാൻ ഇടയായാൽ അധികകാലം കിഴവിക്ക് ജോലിയിൽ തുടരേണ്ടി വരില്ലെന്നും ഉറപ്പായിരുന്നു.

ഇനിയും എന്തു ചെയ്യാൻ കഴിയും? കിഴവിക്ക് എന്തു തീരുമാനം എടുക്കാനാണ് ഇപ്പോൾ സാധിക്കുക? ഏണിപ്പടികളിൽ യജമാനത്തിയുടെ കാൽപ്പെരുമാറ്റം കേൾക്കുന്നുണ്ടായിരുന്നു. അവർ എസ്പരൻസയ്ക്ക് പരിചിതമായ മൂർച്ചയേറിയ ശബ്ദത്തിൽ അവളെ വിളിക്കുന്നുണ്ടായിരുന്നു. അവർ ഇപ്പോൾ ഡോൺ ഫെലിക്സ് ഒളിച്ചിരിക്കുന്ന മുറിയിൽ എത്തിക്കഴിഞ്ഞിരിക്കണം. എസ്പരൻസ പെട്ടെന്ന് ഓടി അമ്മാവിയുടെ അടുത്തെത്തി ഒരു കസേരയിൽ ഇരുന്നു. കോപവും ഭയവും അപ്പോൾ അവളുടെ മുഖത്ത് നിഴലിച്ചിരുന്നു.

ക്ലൗഡിയ അനന്തിരവൾ ഇരുന്ന സ്ഥലത്തേക്ക് പരിഭ്രമത്തോടെ നോക്കി. പിന്നീട് പൊലീസുകാർ എത്താത്തതിന്റെ അക്ഷമയോടെ അവർ ജനലിലൂടെ പുറത്തേക്ക് നോക്കി. എസ്പരൻസയുടെ ഭയത്തിന്റെ കാരണം അമ്മാവിക്ക് മനസിലായില്ല. അനന്തിരവളോട് അവിടെത്തന്നെ ഇരിക്കാൻ അവർ ആജ്ഞാപിച്ചു. അതിനുശേഷം എല്ലാവരും നിശ്ശബ്ദരായി. രാത്രി വളരെ ഇരുട്ടിക്കഴിഞ്ഞിരുന്നു. കിഴവനടക്കം വീട്ടിലുള്ള എല്ലാവരും ഉറങ്ങാൻ തുടങ്ങിയിരുന്നു. ജോലിക്കാരി കിഴവിയും അവരുടെ കൊച്ചുയജമാനത്തിയും ഉറങ്ങിയിരുന്നില്ല. ചെറുപ്പക്കാരി അവളുടെ അമ്മാവി ഉറങ്ങാൻ പോകുന്നതും പ്രതീക്ഷിച്ചാണ് ഉറങ്ങാതിരുന്നത്. ക്ലോക്ക് ഒമ്പതു മണിയടിച്ചപ്പോൾ എസ്പരൻസ പത്തുമണിയായെന്നു പറഞ്ഞു. അമ്മാവി ക്ഷീണം കാരണം ഉറങ്ങാൻ പോകുമെന്നാണ് അവൾ വിചാരിച്ചത്. അമ്മാവിയുടെ ഒരു മറുപടിയും എസ്പരൻസയ്ക്ക് ലഭിച്ചില്ല. എന്നാൽ ക്ലൗഡിയയുടെ ഇരുണ്ടനോട്ടം അവർ എന്താണ് പറയാൻ

ഉദ്ദേശിക്കുന്നതെന്ന് വ്യക്തമാക്കുന്നുണ്ടായിരുന്നു. സംഗതികൾ വ്യക്ത മല്ലായിരുന്നെങ്കിലും ക്ലൗഡിയ സംഭവങ്ങളുമായി ബന്ധപ്പെട്ട് ചില സാമാ ന്യവിശകലനങ്ങൾ നടത്താതിരുന്നില്ല.

താഴ്ന്ന സ്വരത്തിൽ ക്ലൗഡിയ അനന്തിരവളോടു പറഞ്ഞു. "ഞാൻ തരുന്ന ഉപദേശങ്ങൾ മറക്കരുതെന്ന് പലതവണ നിന്നെ താക്കീത് ചെയ്തിട്ടുള്ളതാണ്. നീ അത് വകവയ്ക്കുകയാണെങ്കിൽ നിനക്കുതന്നെ അതു വളരെ പ്രയോജനം ചെയ്യും. അല്ലെങ്കിൽ കാലം പിന്നീട് നിന ക്കതു തെളിയിച്ചു തരും." ഈ സമയത്ത് ക്ലൗഡിയ വീണ്ടും ജനലിനു പുറത്തേക്കു നോക്കി.

"നീ ജനിച്ചത് പ്ലസൻഷ്യയിലും പഠിച്ചത് സമോറയിലുമാണ്. പക്ഷേ, നീ ഇപ്പോൾ അവിടെയാണ് താമസിക്കുന്നതെന്നു കരുതരുത്. അവിട ത്തുകാർ ഇവിടെയുള്ളവരെപ്പോലെയല്ല. അവർ അപവാദങ്ങൾ പരത്തില്ല. അസൂയയുള്ളവരല്ല. ഗൂഢാലോചനകൾ നടത്തില്ല." ക്ലൗഡിയ വീണ്ടും ശബ്ദം താഴ്ത്തി. "എന്തിന് ഇന്നലെ രാത്രിയിൽ കണ്ടതുപോലുള്ള ഒരു ബഹളവും അവർ ഉണ്ടാക്കില്ല. അക്രമികളിൽ നിന്നും ചതിയന്മാരിൽ നിന്നും ദൈവം നമ്മളെ സംരക്ഷിക്കും. വീട് കുത്തിത്തുറക്കുന്നവരിൽ നിന്നും പിടിച്ചുപറിക്കാരിൽ നിന്നും കൊലപാതകികളിൽ നിന്നും അദ്ദേഹം നമ്മളെ രക്ഷിക്കണം. സലമാൻകയിൽ നിന്ന് എങ്ങനെയെ ങ്കിലും രക്ഷപ്പെട്ടാൽ മതിയെന്നാണ് ഞാൻ ഇപ്പോൾ വിചാരിക്കുന്നത്. ഈ സ്ഥലം ശാസ്ത്രത്തിന്റെ അമ്മയാണെന്നാണ് അവർ പറയുന്നത്. ശരിക്കു പറഞ്ഞാൽ ശാസ്ത്രത്തിന്റെയല്ല, സകല കുരുത്തക്കേടുകളു ടെയും അമ്മയാണ്. നമ്മൾ ഏതുതരം സ്ഥലത്താണ് ജീവിക്കുന്നതെന്ന് നമുക്ക് അറിവുണ്ടായിരിക്കണം. എനിക്ക് അറിയാവുന്ന ആളുകൾ ഉൾപ്പടെ എല്ലാ വരും വൃത്തികെട്ടവരാണ്." ഈ സമയം വിദ്വേഷവും നീരസവും ക്ലൗഡിയയുടെ മുഖത്ത് കാണാനുണ്ടായിരുന്നു. അവർ പറഞ്ഞു. "എനിക്ക് ആളുകളുടെ പേരു വേണമെങ്കിൽ ഇപ്പോൾ പറയാം. പക്ഷേ, ഞാൻ പറയുന്നില്ല. സമയം വരുമ്പോൾ ഞാൻ പറഞ്ഞു കൊള്ളാം." പിന്നീട് ക്ലൗഡിയ സ്വരം താഴ്ത്തി കന്യാസ്ത്രീ മഠങ്ങളെ പ്പറ്റിയും ഇരുമ്പഴികളെപ്പറ്റിയും വ്യക്തമാകാതെ എന്തോ പിറുപിറുത്തു. അവർ പറഞ്ഞു. "നമുക്ക് ഇവിടം വിട്ടുപോകണം. ഒരുപക്ഷേ നിനക്ക് അറിയില്ലായിരിക്കും. ഇവിടെ പത്തുപന്ത്രണ്ടായിരം വിദ്യാർഥികളുണ്ട്. നാണംകെട്ട, സ്നേഹമില്ലാത്ത ധിക്കാരികൾ. ക്രൂരന്മാരും കുരുത്തംകെട്ട വരുമായ ചെറുപ്പക്കാർ. ലോകത്തിന്റെ എല്ലാഭാഗത്തുനിന്നും ഉള്ള പ്രാകൃ തരായ നീചന്മാർ. അവർ എല്ലാ തിന്മകളും പിന്തുടരുന്നവരാണെന്ന തിന് ഇന്നലെ രാത്രിയിൽ തന്നെ ധാരാളം തെളിവു കിട്ടിയല്ലോ. പിശു ക്കന്മാരെപ്പോലെ പണക്കൊതിയന്മാരാണെങ്കിലും ചെറുപ്പക്കാരികളെ നോട്ടമിട്ടു കഴിഞ്ഞാൽ അവർ ധാരാളികളായി മാറും. ദൈവം ഇവരിൽ നിന്നെല്ലാം നമ്മളെ രക്ഷിക്കട്ടെ. യേശുവും മറിയയും നമ്മളെ കാത്തു കൊള്ളും."

ഈ കയ്പേറിയ സന്മാർഗ പ്രസംഗം നടക്കുമ്പോൾ എസ്പരൻസ ഒരു വാക്കുപോലും പറയാതെ തറയിൽ നോക്കി ഇരിക്കുകയായിരുന്നു.

എന്നാൽ അവളുടെ അമ്മാവിക്ക് അത്ര ഇഷ്ടപ്പെടുന്നുണ്ടായിരുന്നില്ല. ക്ലൗഡിയ പറഞ്ഞു. "തീ കൂട്ടിക്കൊണ്ടിരിക്കാതെ മുഖം ഉയർത്തി എന്റെ മുഖത്തുനോക്ക്. ഞാൻ പറയുന്നതെന്താണെന്ന് ശ്രദ്ധിച്ചു കേൾക്കണം. എന്റെ ഉപദേശങ്ങൾ മനസിലാക്കണമെങ്കിൽ നീ നിന്റെ മൊത്തം ബുദ്ധിയും ഉപയോഗിക്കണം. നീ അതു ചെയ്യുമെന്ന് എനിക്ക് അറിയാം."

എസ്പറൻസ ഈ സമയത്ത് തിരിച്ച് ഒരു വാക്കു പറഞ്ഞു. "അമ്മാവി ഇതൊന്ന് നിർത്തുമോ? ഇങ്ങനെ സംസാരിച്ച് എന്നെ ഉപദ്ര വിക്കുന്നതിനൊപ്പം സ്വയം പീഡിപ്പിക്കുന്നത് എന്തിനാണ്? അമ്മാവി പറ യുന്നതെല്ലാം എനിക്ക് അറിയാവുന്ന കാര്യങ്ങളാണ്. തലവേദന കൊണ്ട് എന്റെ തല വെട്ടിപ്പൊളിയുമെന്നാണ് തോന്നുന്നത്."

ക്ലൗഡിയ പറഞ്ഞു. "നിന്നോടു സ്നേഹമുള്ള അമ്മാവിയോട് ഇത്ത രത്തിൽ മറുപടി പറഞ്ഞതിന് നിന്റെ തല മറ്റെന്തെങ്കിലും കൊണ്ടാണ് വെട്ടിപ്പൊളിക്കേണ്ടത്. ശരി. ഇനി എനിക്ക് അറിയാവുന്ന കാര്യങ്ങ ളൊന്നും ഞാൻ പറയുന്നില്ല. പക്ഷേ, എനിക്കറിയാവുന്ന കാര്യം മറ്റു ചിലർ വരുമ്പോൾ എല്ലാവരും അറിയും." ഈ സമയം ക്ലൗഡിയ അർഥം വച്ച് പുറത്തേക്കു നോക്കി.

ഡോൺ ഫെലിക്സിന് അയാൾ ഒളിച്ചിരുന്ന സ്ഥലത്തിനടുത്തു വച്ചു നടന്ന ഈ സംഭാഷണം കേൾക്കാൻ കഴിയുന്നുണ്ടായിരുന്നു. ഈ സമ യമെല്ലാം ജോലിക്കാരി കിഴവി എസ്പറൻസയെയും കാമുകനെയും ഒന്നിച്ചു കണ്ടതിന്റെ ചിന്താക്കുഴപ്പത്തിൽ ആയിരുന്നു. പൊലീസ് എത്തി ച്ചേരുന്നതിനു മുമ്പ് ക്ലൗഡിയ ഉറങ്ങാൻ പോവില്ലെന്നും കിഴവിക്ക് മനസിലായി. ചെറുപ്പക്കാരനെ അയാളുടെ മനഃപ്രയാസത്തിൽ നിന്നും കരകയറ്റേണ്ട സമയം അതിക്രമിച്ചെന്നും കിഴവിക്ക് അറിയാമായിരുന്നു. അയാളെ ആ വീട്ടിൽ നിന്നും രക്ഷപ്പെടുത്തേണ്ടത് അവരുടെ ആവശ്യ മായിരുന്നു. മരണംവരെ പൊലീസുകാർ വരാൻവേണ്ടി കാത്തിരിക്കാൻ തയ്യാറുള്ള ആദരണീയയായ യജമാനത്തിയുടെ മുന്നിൽ, തന്നെപ്പറ്റി യുള്ള അഭിപ്രായം അതേപടി കിഴവിക്ക് സംരക്ഷിക്കുകയും വേണമാ യിരുന്നു.

ഡോൺ ഫെലിക്സുമായി സംസാരിക്കാൻ കഴിയാത്ത സാഹചര്യ ത്തിൽ അയാൾക്കുവേണ്ടി അയാളെക്കൊണ്ടുതന്നെ സംസാരിപ്പിക്കുവാ നുള്ള വഴി കിഴവി കണ്ടെത്തി. എസ്പറൻസയ്ക്കും അയാളെ സുരക്ഷി തനായി അവിടെനിന്നും പറഞ്ഞുവിടണമെന്ന് ആഗ്രഹം ഉണ്ടായിരുന്നു. അതുകൊണ്ട് കിഴവിക്ക് തന്റെ ഉപായം പ്രയോഗിക്കാൻ അനുകൂലമായ സാഹചര്യം ഉണ്ടായി. കിഴവി സൂത്രത്തിൽ തന്റെ പൊടിക്കുപ്പിയുമായി ഡോൺ ഫെലിക്സ് ഒളിച്ചിരിക്കുന്ന സ്ഥലത്തിനടുത്തെത്തി. ഒരുപിടി പൊടി വാരി അയാളുടെ മുഖത്ത് എറിഞ്ഞു. അതിന് ഉടൻതന്നെ ഫലം ഉണ്ടായി. അയാൾ ആ തെരുവ് മുഴുവൻ മുഴങ്ങുന്ന ശബ്ദത്തിൽ തുമ്മാൻ തുടങ്ങി.

പിന്നീട് ഭയപ്പെട്ട് കൂവുന്നതായി അഭിനയിച്ചുകൊണ്ട് കിഴവി അടുത്ത മുറിയിലേക്ക് ഓടി. "അവൻ വരുന്നേ! തോക്കും കൈത്തോക്കും അവന്റെ കയ്യിലുണ്ട്. പെണ്ണുങ്ങൾ എല്ലാവരും ഓടി രക്ഷപ്പെടാൻ നോക്ക്. ഇവിടെ

ഈ കക്കൂസിനുള്ളിൽ ഒരാൾക്ക് ഒളിക്കാം." പരിഭ്രമിച്ചുനിന്ന ക്ലൗഡി യായെ കിഴവി കക്കൂസിനുള്ളിൽ തള്ളിയിട്ട് കതകടച്ചു.

"എന്റെ കൂടെ വാ" കിഴവി എസ്പരൻസയോട് പറഞ്ഞു. "ഞാൻ രക്ഷപ്പെടുത്തിത്തരാം." കിഴവി എസ്പരൻസയുടെ കൈയ്ക്ക് പിടിച്ചു വലിച്ച് ഏണിപ്പടികൾ ഇറങ്ങാൻ തുടങ്ങിയ അവളുടെ കാമുകന്റെ അടുത്ത് എത്തിച്ചു.

യജമാനത്തിയെ കേൾപ്പിക്കാനുള്ള ഉദ്ദേശ്യത്തോടെ കിഴവി ജനൽ തുറന്ന് ശബ്ദം താഴ്ത്തി വിളിച്ചു പറഞ്ഞു. "കള്ളൻ, കള്ളൻ രക്ഷി ക്കണേ!" യജമാനത്തിയുടെ മുന്നിൽ നല്ലപിള്ള ചമയുകയായിരുന്നു കിഴ വിയുടെ ഉദ്ദേശ്യം. പക്ഷേ, ഭാഗ്യദോഷത്തിന് അപ്പോൾ തെരുവിലൂടെ പോയ മൂന്ന് പൊലീസുകാർ ആദ്യത്തെ വിളിതന്നെ കേൾക്കാൻ ഇടയായി. ഡോൺ ഫെലിക്സ് പുറത്തേക്കു പോകാൻ കതകു തുറ ന്നതും അവർ അയാളെ പിടികൂടി. അയാൾക്ക് എന്തെങ്കിലും പറയാൻ കഴിയുന്നതിനു മുൻപുതന്നെ അവർ അയാളെ കീഴ്പെടുത്തിക്കഴി ഞ്ഞിരുന്നു. എസ്പരൻസയുടെയും കിഴവിയുടെയും അഭ്യർഥനക ളൊന്നും അവർ ചെവിക്കൊണ്ടില്ല.

മുഖ്യനീതിന്യായപാലകനോട് പരാതിപ്പെടാൻ ഡോൺ ഫെലിക്സി നൊപ്പം എസ്പരൻസയും ഉണ്ടായിരുന്നു. അവർ കുറച്ചുദൂരം പോയപ്പോൾ ഒരു വലിയ സംഘം എതിരെ വരുന്നതു കണ്ടു. കുതിര പ്പടയാളിയായ സുഹൃത്തിന്റെ പിൻബലത്തിൽ വീണ്ടും ഒരു ബഹള ത്തിനു തയാറായി വരുന്ന രണ്ടു വിദ്യാർഥികളായിരുന്നു സംഘത്തെ നയിച്ചിരുന്നത്. തങ്ങളുടെ പരിശ്രമങ്ങൾക്കെല്ലാം കാരണക്കാരിയായ എസ്പരൻസയെയും നിയമപാലകരുടെ കയ്യിൽ അകപ്പെട്ട ഡോൺ ഫെലിക്സിനെയും ഒന്നിച്ചു കണ്ടപ്പോൾ വിദ്യാർഥികൾ അത്ഭുതപ്പെട്ടു പോയി.

ആദരവും സ്നേഹവും കൊണ്ട് അവരുടെ ഉള്ളുതിളച്ചു. നിമിഷ ങ്ങൾക്കകം തന്നെ അവർ തീരുമാനമെടുത്തു. അവരോടൊപ്പം ആറു സുഹൃത്തുക്കളും കൂടാതെ സംഗീതജ്ഞരുടെ ഒരു പടയും ഉണ്ടായി രുന്നു.

അവരെ രക്ഷപ്പെടുത്താൻ വേണ്ടി വിദ്യാർഥികൾ വാളെടുത്തു. സംഗീതജ്ഞർ യുദ്ധത്തിന്റെ തുടികൊട്ടി. ഒരു വലിയ സംഗീതക്കച്ചേരി യിൽ പങ്കെടുക്കുന്ന ഉത്സാഹത്തോടെ അവർ ബഹളം തുടങ്ങി. നിയമ പാലകർ സംഘത്തിന്റെ ആൾബലം കൊണ്ടുതന്നെ പരാജയപ്പെട്ടു. തിര ക്കിനിടയിൽപ്പെട്ട് നിയമപാലകർക്ക് കയ്യുംകാലും അനക്കാൻ പോലും കഴിയില്ലായിരുന്നു.

ഈ ബഹളം നടക്കുന്നതിനിടയിൽ ഡോൺ ഫെലിക്സിനും എസ്പ രൻസയ്ക്കും വിദ്യാർഥികളുടെ പ്രത്യേക ശ്രദ്ധ കിട്ടിയിരുന്നു. അവർ അവരെ താരതമ്യേന സുരക്ഷിതമായ ഒരു സ്ഥാനത്തേക്ക് മാറ്റിയിരുന്നു. ഇവിടെ വളരെ വിചിത്രമായ ഒരു രംഗം അരങ്ങേറി. വിജയത്തിന്റെ ആദ്യ അഭിനന്ദനങ്ങൾ സ്വീകരിച്ചശേഷം രണ്ടു വിദ്യാർഥികളും ഡോൺ ഫെലി ക്സിന്റെ കൈ പിടിച്ച്, അയാൾ അവരോട് വാക്കു പാലിച്ചതിലുള്ള നന്ദി

പ്രകടിപ്പിച്ചു. വാക്കു പറഞ്ഞതനുസരിച്ച് എസ്പറൻസയെ മര്യാദക്കാരി യാക്കി അവരുടെ കയ്യിൽ ഏൽപ്പിച്ചതിൽ അവർക്ക് ഡോൺ ഫെലിക്സി നോടുള്ള കടപ്പാട് അവർ മറച്ചുവച്ചില്ല.

ആൾക്കൂട്ടത്തിൽനിന്നും എസ്പറൻസയെ രക്ഷിച്ചത് താനാ യതുകൊണ്ട്, അവൾ തനിക്ക് അവകാശപ്പെട്ടതാണെന്ന് രണ്ടു വിദ്യാർഥികളിൽ ഒരാൾ പറഞ്ഞു. ഇതിൽ എതിർപ്പുള്ള ഏതു ശത്രു വിനെ നേരിടാനും അയാൾ തയ്യാറായിരുന്നു. വിദ്യാർഥികളിൽ രണ്ടാമൻ ആ വെല്ലുവിളി ഏറ്റെടുത്തു. ഇത്തരം ഒരു വ്യവസ്ഥ അംഗീകരിക്കുന്ന തിലും നല്ലത് താൻ അവിടെത്തന്നെ മരിച്ചുവീഴുന്നതാണെന്ന് അയാൾ പ്രഖ്യാപിച്ചു. ഭയത്തോടും അത്ഭുതത്തോടും കൂടി എസ്പറൻസ ഡോൺ ഫെലിക്സിനെ നോക്കി. യുദ്ധം ചെയ്യാൻ വേണ്ടി വിദ്യാർഥികൾ ആയു ധങ്ങൾ പരതുന്നതു കണ്ട് ഡോൺ ഫെലിക്സ് വികാരാധീനനായി.

"ഞാൻ എന്താണീ കാണുന്നത്? രണ്ടു സുഹൃത്തുക്കൾ ഒരു നിമിഷംകൊണ്ട് ശത്രുക്കളായി രൂപാന്തരപ്പെടുമോ? എനിക്ക് വേണ്ട തെല്ലാം ലഭിച്ചുകഴിഞ്ഞപ്പോൾ അവർ പരസ്പരം യുദ്ധത്തിൽ ഏർപ്പെടുന്നതു ശരിയാണോ? നിങ്ങൾ രണ്ടുപേരും ചേർന്ന് ആക്രമി ക്കേണ്ടത് എന്നെയാണ്. ഞാൻ നിങ്ങൾക്കു തന്ന വാഗ്ദാനം ലംഘിക്കാൻ തുടങ്ങുകയായിരുന്നു. ഈ സ്ത്രീയുമായി ഞാനും പ്രണയത്തിലാണ്. ദൈവത്തിനും അവൾക്കും സമ്മതമായതുകൊണ്ട് നാളെ അവൾ എന്റെ താകും. നിയമാനുസൃതമായി നാളെ ഞങ്ങൾ വിവാഹിതരാവുകയാണ്. ക്ലൗഡിയ അമ്മാവിയുടെയും ജോലിക്കാരികളുടെയും അടുത്തേക്ക് ഇനി അവൾ തിരിച്ചുപോകുന്നില്ല."

അത്ഭുതപ്പെട്ടു നിൽക്കുന്ന വിദ്യാർഥികളോട് ഡോൺ ഫെലിക്സ് അവരുടെ പ്രണയകഥ വിവരിച്ചു. അവർ വേർപെടേണ്ടിവന്ന സാഹച ര്യവും പിന്നീട് അവർ അനുഭവിച്ച വേദനയും അയാൾ അവരോട് പറ ഞ്ഞു. ഒടുവിൽ ഇപ്പോൾ ഈ സാഹസത്തിലൂടെ അവരുടെ മോഹങ്ങൾ സഫലമായതുവരെ പറഞ്ഞ് അയാൾ കഥ അവസാനിപ്പിച്ചു. പിന്നീട് വിദ്യാർഥികൾ അയാളോടു പറഞ്ഞ ഭാഷ അതേപടി അനുകരിച്ചു കൊണ്ട്, അവർ തനിക്കു ചെയ്ത ഉപകാരങ്ങൾക്ക് ഡോൺ ഫെലിക്സ് നന്ദി പ്രകടിപ്പിച്ചു.

അടുത്ത ദിവസം എസ്പറൻസ ഡോൺ ഫെലിക്സിനെ വിവാഹം കഴിച്ചു. അങ്ങനെ ആദരണീയയായ ക്ലൗഡിയ അമ്മാവിക്ക് അവർ ഒളി ച്ചിരുന്ന സ്ഥലത്തുനിന്നും അവരുടെ അനന്തിരവളെപ്പറ്റിയുള്ള ആകാംക്ഷ കളിൽനിന്നും ഒരേ സമയം മോചനം കിട്ടി.

(17-ാം നൂറ്റാണ്ട്)

6

ഒടുവിൽ ലിലിയോ സംസാരിച്ചു

മാറ്റിയസ് ഡി ലോസ്റൈസ്

സാവോയിയുടെ തലസ്ഥാനമായ ടൂറിനിൽ നിന്നും അകലെയ ല്ലാത്ത മോണ്ട്കാളർ മാളികയിൽ രാജ്യത്തെ ഒരു പ്രധാന ഷെവലി യാരുടെ ഭാര്യ താമസിച്ചിരുന്നു. അവൾ സുന്ദരിയും ബുദ്ധിമതിയുമായ യുവതിയായിരുന്നു. അവളുടെ ഒതുക്കമുള്ള സൗമ്യമായ പെരുമാറ്റം അവളുടെ സൗന്ദര്യത്തിനു മുകളിൽ സ്ത്രീത്വത്തിന്റെ തിളക്കം ചാർത്തി. ഒട്ടും ആർഭാടമില്ലാത്ത അവളുടെ രീതികൾ കണ്ടാൽ അവൾ ഒരു നാട്ടിൻ പുറത്തുകാരിയാണെന്നു തോന്നുമായിരുന്നു. ഒരു രാജകീയ മാളികയിലെ താമസക്കാരിയായാണെന്ന് ആർക്കുംതന്നെ വിശ്വസിക്കാൻ കഴിയുമായിരു ന്നില്ല. വീണ്ടും വിവാഹിതയാകാൻ ഉദ്ദേശ്യം ഇല്ലാത്തതുകൊണ്ട് നാട്ടിൻപുറത്തുള്ള ഒരു ചെറിയ വീട്ടിലേക്ക് അവർ താമസം മാറ്റിയിരുന്നു. അവിടെ ജീവിതത്തിൽ ചെയ്യാവുന്ന ഏറ്റവും നിസ്സാരമായ ജോലികളിൽ ഏർപ്പെട്ട് അവർ കഴിഞ്ഞുകൂടി. ഉത്സവദിവസങ്ങളിൽ പള്ളിയിൽ പോകു ന്നതിനും മറ്റുമായി, വളരെ ചുരുക്കം സന്ദർഭങ്ങളിലെ അവർ പുറത്തു വന്നിരുന്നുള്ളൂ. അവളുടെ യഥാർഥ അവസ്ഥയെക്കാൾ വളരെ താണ ജീവിതനിലവാരത്തിലാണ് അവർ ജീവിച്ചിരുന്നത്.

പെരുകേട്ട അപരിചിതർ സഞ്ചാരത്തിനിടയിൽ ആ സ്ഥലത്ത് എത്തി യാൽ അവരെ അതിഥികളായി സ്വീകരിക്കുന്നത് ആ നാട്ടിലെ സ്ത്രീക ളുടെ ഒരു രീതിയായിരുന്നു. എന്നാൽ നമ്മുടെ കഥാനായിക ഫിനി യയ്ക്ക് ഈ സമ്പ്രദായത്തോട് വെറുപ്പായിരുന്നു. അത്തരം സന്ദർഭങ്ങ

ളിൽ അവൾ മറ്റൊരാളുടെ ഇടപെടൽ ഒഴിവാക്കി, തന്റെ ഏകാന്തത
യിൽ തന്നെ അഭയം കണ്ടെത്തി.

അങ്ങനെയിരിക്കെ മോണ്ട് കാളറിൽ ഒരു അശ്വവീരൻ എത്തി. അയാ
ളുടെ ഭാഗ്യദോഷമാണ് നമ്മുടെ കഥയുടെ വിഷയം. ആ പ്രദേശം മുഴുവൻ
അദ്ദേഹത്തിന്റെ ധീരതയ്ക്ക് പ്രശസ്തി ലഭിച്ചിരുന്നു. എന്തോ പ്രത്യേക
പൊതുതാൽപ്പര്യം പ്രമാണിച്ചാണ് അദ്ദേഹം അവിടെ എത്തിയത്. അദ്ദേ
ഹത്തിന്റെ ജോലി കഴിഞ്ഞ് തിരിച്ച് വീട്ടിൽ പോകുന്നതിന്റെ തലേന്ന്
രാവിലെ ഫിനിയ സാധാരണ പോകാറുള്ള പള്ളിയിൽ സമൂഹപ്രാർഥ
നയിൽ പങ്കുചേരാൻ വേണ്ടി അദ്ദേഹവും എത്തിയിരുന്നു. അവിടെ വച്ച്
അദ്ദേഹം അവളെ കണ്ടു. ആ സൗന്ദര്യത്തിൽ അദ്ദേഹം ഭ്രമിച്ചുപോയി.
പിന്നീട് അവളുടെ വൈഭവവും ബുദ്ധിശക്തിയും കൂടി അറിഞ്ഞപ്പോൾ
അദ്ദേഹം കൂടുതൽ ആകൃഷ്ടനായി. സത്യത്തിൽ അദ്ദേഹത്തിന് അവ
ളോട് അനുരാഗം തോന്നിത്തുടങ്ങി. അദ്ദേഹത്തിന്റെ അനുരാഗം എത്ര
കണ്ട് ശക്തമായിരുന്നോ അത്രതന്നെ ശക്തമായിരുന്നു അതിന് എതിരാ
യുള്ള പ്രതിസന്ധികളും.

അദ്ദേഹം ടൂറിനിലേക്ക് മടങ്ങിപ്പോയി ഓഫീസ്ജോലികൾ ചെയ്തു
തീർത്തതിനുശേഷം ഉടൻതന്നെ മോണ്ട് കാളറിൽ തിരിച്ചെത്തി. ഫിനി
യയുടെ ഹൃദയത്തിൽ ഇടം കണ്ടെത്താനായിരുന്നു അദ്ദേഹത്തിന്റെ
അടുത്തശ്രമം. കുറെ ദിവസങ്ങൾ അദ്ദേഹം അവളെ നിരീക്ഷിച്ചു. പള്ളി
യിലേക്കുള്ള യാത്രയ്ക്കല്ലാതെ അവൾ പുറത്ത് ഇറങ്ങിയിരുന്നില്ല. അവ
ളോട് സംസാരിക്കാൻ ശ്രമിച്ചപ്പോഴെല്ലാം സംസാരം തടയുന്നതിനെന്ന
പോലെ അവൾ കൈകൾ കൊണ്ട് മുഖം പൊത്തിപ്പിടിച്ചു. അവൾ
നീരസം പ്രകടമാക്കിയിട്ടും തന്റെ ഉള്ളിൽ അവളോടുള്ള പ്രേമം വളരു
ന്നത് അദ്ദേഹം അറിയുന്നുണ്ടായിരുന്നു. ഒരു കാമുകന്റെ എല്ലാ കല
കളും അദ്ദേഹം പ്രയോഗിച്ചു. പ്രതീക്ഷ കുറയുന്നതിന് അനുസരിച്ച്
അദ്ദേഹം സമ്മാനങ്ങളുടെ വലിപ്പം കൂട്ടി. അവൾ നിരസിക്കുന്നതിനനു
സരിച്ച് അവളെപ്പറ്റി കൂടുതൽ കൂടുതൽ ശ്രദ്ധിക്കുന്നതായി ഭാവിച്ചു.
അവൾ എത്രമാത്രം കഠിനമായി അദ്ദേഹത്തെ അകറ്റാൻ ശ്രമിച്ചിരുന്നോ
അതിനു വിപരീതമായി അദ്ദേഹത്തിന് അവളോടുള്ള അനുരാഗത്തിന്റെ
കാര്യത്തിൽ അദ്ദേഹം കൂടുതൽ സത്യസന്ധനാവുകയായിരുന്നു.

സമ്മാനങ്ങളും ശ്രദ്ധയും ക്ഷമയും ഒന്നുംതന്നെ അവളുടെ ഉറച്ച
തീരുമാനത്തെ ഉലയ്ക്കാൻ പര്യാപ്തമായിരുന്നില്ല. ഭാഗ്യം കെട്ട കാമുകന്
വിജയത്തിന്റെ നേരിയ ഒരു ലക്ഷണം പോലും ലഭിച്ചില്ല. എന്നാൽ ഒരു
നിമിഷംപോലും അയാളുടെ മനസിൽ മറ്റൊരു ചിന്തയ്ക്ക് ഇടം കിട്ടിയ
തുമില്ല.

അയാൾ വിശപ്പും ഉറക്കവും നഷ്ടപ്പെട്ട് ഗുരുതരമായ രോഗത്തി
നടിമയായി. ഡോക്ടർമാർക്ക് അയാളുടെ രോഗത്തിന്റെ കാരണം കണ്ടെ
ത്താൻ കഴിഞ്ഞില്ല. അദ്ദേഹം അടിവെച്ചടിവെച്ച് കുഴിമാടത്തിലേക്ക്
നീങ്ങുകയായിരുന്നു. ഈ കാലത്ത് അദ്ദേഹത്തിന്റെ ഒരു സുഹൃത്ത്

അദ്ദേഹത്തെ സന്ദർശിക്കാൻ ഇടയായി. എസ്പൊളിറ്റോയിലെ സാമന്ത നായിരുന്നു അദ്ദേഹത്തിന്റെ സുഹൃത്ത്. സുഹൃത്തിനോട് ലിലിയോ തന്റെ പ്രേമകഥയും അസുഖത്തിന്റെ കാരണവും വിവരിച്ചു. അയാളുടെ രോഗ ത്തിനു കാരണം ഫിനിയയുടെ ക്രൂരതയാണെന്ന കാര്യത്തിൽ സംശയം പോലും തോന്നാത്ത തരത്തിലായിരുന്നു ലിലിയോയുടെ വിവരണം. എസ്പൊളിറ്റോയിലെ സാമന്തൻ സുഹൃത്തിന്റെ രോഗകാരണം അറി ഞ്ഞപ്പോൾ സ്നേഹത്തോടെ പറഞ്ഞു. "ലിലിയോ, നിന്റെ പ്രേമത്തിന്റെ കാര്യം എനിക്കു വിട്ടേയ്ക്കൂ. ഞാൻ ആ സ്ത്രീയുടെ പിണക്കം മാറ്റാ നുള്ള എന്തെങ്കിലും വഴി കണ്ടുപിടിക്കാം."

ലിലിയോ പറഞ്ഞു. "ഞാൻ കൂടുതൽ ഒന്നും ആവശ്യപ്പെടുന്നില്ല. അവളുടെ ക്രൂരത എന്നെ ഏതു നിലയിൽ എത്തിച്ചെന്നുമാത്രം അവ ളോടു പറയുക. അവൾ ഇതറിയുമ്പോൾ, അവളുടെ കടുംപിടുത്തത്തിന് അയവുവരുമെന്നാണ് ഞാൻ പ്രതീക്ഷിക്കുന്നത്. എങ്ങനെയാണ് നിങ്ങൾ മുന്നേറാൻ പോകുന്നതെന്ന് എന്നോടു പറയാൻ കഴിയുമോ? ഒരു മണി ക്കൂർ നേരിട്ടു സംസാരിക്കുന്നതിനുവേണ്ടി ഞാൻ യാചിച്ചിട്ടുപോലും ഒരു പ്രയോജനം ഉണ്ടായില്ല."

മറ്റേയാൾ പറഞ്ഞു. "രോഗം ഭേദമാകുന്നതിനുവേണ്ട കാര്യങ്ങൾ ശ്രദ്ധിച്ചാൽ മതി. ബാക്കി എല്ലാം എനിക്ക് വിട്ടേയ്ക്ക്."

സുഹൃത്തിന്റെ വാഗ്ദാനങ്ങൾ ലിലിയോയെ സംതൃപ്തനാക്കി. ഏതാനും ദിവസങ്ങൾക്കകംതന്നെ ചികിത്സിക്കുന്ന ഡോക്ടർമാരെ പ്പോലും അത്ഭുതപ്പെടുത്തിക്കൊണ്ട് ലിലിയോ മുറിക്കു പുറത്ത് ഇറങ്ങി ത്തുടങ്ങി. എസ്പൊളീറ്റോക്കാർ നർമബോധമുള്ള സംസാരപ്രിയരായി രുന്നു. കൂടാതെ അവർ സെയിന്റ് ആന്റണിയുടെ സ്തുതിപാഠകരുമായി രുന്നു. ഇറ്റലി മുഴുവൻ അവർ അദ്ദേഹത്തിന്റെ അപദാനങ്ങൾ വാഴ്ത്തി നടന്നു. വാക്കുകൾ പ്രയോഗിക്കുന്നതിലും ആംഗ്യവിക്ഷേപങ്ങളിലും വിശ്വാസപ്രസ്താവനകളിലും അവർ വളരെ സമർഥരായിരുന്നു. അവ രോടു സംസാരിക്കാൻ തുനിഞ്ഞവരെയെല്ലാം അവർ അവരുടെ വിശ്വാ സത്തിലേക്ക് പരിവർത്തനം ചെയ്തു. ലിലിയോയുടെ സുഹൃത്തിന് ഇതി നെപ്പറ്റിയെല്ലാം നല്ല ധാരണ ഉണ്ടായിരുന്നു. ഏറ്റവും നല്ല രീതിയിൽ ത്തന്നെ താൻ കൊടുത്ത വാക്ക് പാലിക്കാനായി അയാൾ തുനിഞ്ഞി റങ്ങി. നേരത്തെ പറഞ്ഞ തൊഴിൽ കൂടാതെ എസ്പൊളീറ്റോക്കാർ സ്ത്രൈണകൗതുകങ്ങളിലുള്ള അവരുടെ ഇടപെടലുകളിലും പ്രസിദ്ധി നേടിയിരുന്നു. തന്റെ ഉദ്ദേശ്യങ്ങൾ സാധിക്കുന്നതിന് എസ്പൊളീറ്റോ ക്കാരുടെ ഈ പ്രത്യേകത തന്നെ ഉപയോഗപ്പെടുത്താമെന്ന് അയാൾ തീരുമാനിച്ചു.

അയാൾ അതിനുവേണ്ടി ഒരു വലിയ കുട്ട വാങ്ങി. പലതരം പാത്രങ്ങൾ കുട്ടയിൽ നിറച്ച് കച്ചവടക്കാരനെപ്പോലെ തന്റെ ലക്ഷ്യ സ്ഥാനത്തേക്ക് നടന്നു. ഫിനിയയുടെ വീട്ടിൽ എത്തിയപ്പോൾ തന്റെ കൈവശമുള്ള സാധനങ്ങളുടെ പേരുകൾ അയാൾ ഉറക്കെ വിളിച്ചുകൂവി.

അയാളുടെ ശബ്ദംകേട്ട് ഫിനിയ വാതിലിലെത്തി അയാളെ കൈവീശി വിളിച്ചു. കച്ചവടക്കാരൻ ക്ഷണം സ്വീകരിക്കുന്ന കാര്യത്തിൽ ഒട്ടും പിന്നിലായിരുന്നില്ല. വൃദ്ധനെപ്പോലെ വേഷം കെട്ടിയിരുന്നതുകൊണ്ട് കള്ളവാർധക്യത്തിന്റെ ഗുണം പ്രയോജനപ്പെടുത്തി വാചാലമായി അയാൾ സംസാരിക്കാൻ തുടങ്ങി. ഫിനിയ കുട്ടയ്ക്കുള്ളിൽ നിന്നും സാ ധനങ്ങൾ പുറത്തെടുത്ത് അവ ഓരോന്നും വിലയിരുത്താനുള്ള തന്റെ കഴിവ് പ്രകടിപ്പിച്ചു. ഒടുവിൽ വളരെ സുന്ദരമായ ഒരു പാത്രം അവളുടെ ശ്രദ്ധയിൽപ്പെട്ടു. കഴിയുമായിരുന്നെങ്കിൽ ആ കുട്ടയിൽ ഉള്ളതു മുഴു വൻ താൻ വാങ്ങുമായിരുന്നു എന്ന് ഒരു പൊങ്ങച്ചവും അവൾ തട്ടിവിട്ടു.

വഴിവാണിഭക്കാരൻ പറഞ്ഞു. "മുഴുവനും എടുത്തുകൊള്ളൂ. വിലപോലും ചോദിക്കരുത്. നിങ്ങൾക്ക് ഇഷ്ടപ്പെട്ടെങ്കിൽ ഞാൻ രക്ഷ പ്പെട്ടു."

ഫിനിയ പറഞ്ഞു. "ദൈവമേ! ഞാൻ തരുന്ന പണത്തിനുള്ള സാധനം മാത്രം മതി എനിക്ക്. എന്നെപ്പോലുള്ള സ്ത്രീകൾ ഒന്നും ദാനമായി സ്വീകരിക്കാൻ പാടില്ല. നിങ്ങളുടെ ദയയ്ക്ക് ഞാൻ നന്ദി പറ യുന്നു. സാധനങ്ങളുടെ വില കേൾക്കട്ടെ. പിന്നെ നിങ്ങളുടെ സാധനങ്ങ ളുടെ വിലയിലും ജോലിക്കൂലിയിലും ഇത്രയും ഔദാര്യം കാണിക്കു ന്നത് ഒരിക്കലും ശരിയല്ല."

കച്ചവടക്കാരൻ പറഞ്ഞു. "നിങ്ങളുടെ സൗന്ദര്യമുള്ള മുഖംപോലെ വിശാലമായ മനസും നിങ്ങൾക്കുണ്ടെങ്കിൽ ഞാൻ പറയുന്നത് ശ്രദ്ധി ക്കണം. നിങ്ങളുടെ സൗന്ദര്യത്തിന്റെ അൾത്താരയിൽ ഈ സമ്മാനങ്ങൾ അർപ്പിക്കാൻ ആഗ്രഹിക്കുന്ന ഒരുവനുവേണ്ടിയാണ് ഞാൻ ഇതുംകൊണ്ട് ഇവിടെ വന്നിരിക്കുന്നത്."

മേയ്മാസസൂര്യന്റെ രശ്മികളേറ്റു വിടരാൻ തുടങ്ങുന്ന റോസാപ്പൂ മൊട്ടുപോലെ ഫിനിയയുടെ മുഖം തുടുത്തു. കച്ചവടക്കാരനെ സൂക്ഷിച്ചു നോക്കിക്കൊണ്ട് അവൾ പറഞ്ഞു. "നിങ്ങളുടെ സംസാരം എന്നെ അത്ഭുതപ്പെടുത്തുന്നു. എന്തിനാണ് നിങ്ങൾ എന്നെ കാണാൻ വന്ന തെന്നു പറയൂ. നിങ്ങൾക്ക് കാണേണ്ട സ്ത്രീയുടെ കാര്യത്തിൽ നിങ്ങൾക്ക് തെറ്റുപറ്റി എന്ന് എനിക്ക് ഉറപ്പുണ്ട്. മറ്റാരെയോ ആണ് നിങ്ങൾ അന്വേഷിക്കുന്നത്."

അവൾ പ്രേമം നിരസിച്ച കാരണം ലിലിയോ അനുഭവിക്കുന്ന ദുഃഖം അയാൾ തലകുനിച്ചു നിന്ന് അവളോടു വിവരിച്ചു. ഈ ലോകത്ത് മറ്റാ രെക്കാളും നന്മയുള്ളവനാണ് ലിലിയോ എന്നും എത്രമാത്രം തീവ്രമായി അയാൾ അവളെ പ്രേമിക്കുന്നുണ്ടെന്നും കച്ചവടക്കാരൻ വിശദീകരിച്ചു കൊണ്ടിരുന്നു. ടൂറിൻ പ്രവിശ്യയിൽ ലിലിയോയെക്കാൾ സ്വത്തോ ധൈര്യമോ മര്യാദയോ സ്നേഹമോ ഉള്ള മറ്റൊരാൾ ഇല്ലെന്ന് അയാൾ അവളോട് ഉറപ്പിച്ചു പറഞ്ഞു. ഒടുവിൽ ഫിനിയ ലിലിയോയുമായി ഒരു കൂടിക്കാഴ്ചയ്ക്ക് സമ്മതിച്ചു. സമയവും സ്ഥലവും അവൾതന്നെ തീരു മാനിച്ചു പറഞ്ഞു.

സുഹൃത്ത് നടത്തിയ പരിശ്രമങ്ങൾ ലിലിയോയെ വളരെയധികം സന്തോഷിപ്പിച്ചു. നിശ്ചയിച്ച സമയത്തുതന്നെ ഫിനിയ പറഞ്ഞ സ്ഥല ത്തേക്ക് ലിലിയോ യാത്ര തിരിച്ചു. ഫിനിയ ഒരു ജോലിക്കാരിയേയും കൂട്ടി ഒരു ഒഴിഞ്ഞ വീട്ടിലെത്തി. അവിടെ ഒരു മുറിയിൽ ഇരുന്നു സംസാ രിച്ചാൽ കേൾക്കാൻ കഴിയാത്ത മറ്റൊരു മുറിയിലേക്ക് അവൾ ജോലി ക്കാരിയെ പറഞ്ഞുവിട്ടു. ലിലിയോ അയാളുടെ ഉദ്ദേശ്യങ്ങൾ വിവരിച്ചു കൊണ്ട് സംസാരം തുടങ്ങി. അയാളുടെ കണ്ണുകളിൽ സ്നേഹവും പ്രേമവും നിറഞ്ഞുനിന്നു. അവൾക്കുവേണ്ടി അനുഭവിച്ച ദുഃഖം അയാൾ വിവരിച്ചു. അവളുടെ ദയവുണ്ടാകണമെന്ന് അവളോട് അയാൾ യാചി ച്ചു. അവളുടെ ദയയ്ക്കു പകരം ജീവിതകാലം മുഴുവൻ അയാൾക്ക് നന്ദി യുണ്ടായിരിക്കുമെന്നും അയാൾ പറഞ്ഞു.

താനൊരു വിധവയാണെന്നായിരുന്നു അവളുടെ മറുപടി. തന്റെ ചിന്ത യിൽ പോലും ഇപ്പോൾ പ്രേമമില്ലെന്നും മതപരമായ കാര്യങ്ങളിൽ മാത്ര മാണ് തനിക്ക് ഇപ്പോൾ താൽപ്പര്യമെന്നും അവൾ അയാളെ അറിയിച്ചു. ഇത്തരത്തിലുള്ള നിയന്ത്രണങ്ങൾ ഒന്നും ഇല്ലാത്ത ധാരാളം സുന്ദരി കൾ ആ പ്രദേശത്ത് ഉണ്ടെന്നും അവൾ സൂചിപ്പിച്ചു. ഒടുവിൽ താൻ ക്ലേശിക്കുന്നതുകൊണ്ട് ഒരു പ്രയോജനവും ഉണ്ടാകാൻ പോകുന്നില്ലെന്ന് അയാൾ തിരിച്ചറിഞ്ഞു. പിന്നീട് കണ്ണീരോടെ, ഏതാണ്ട് മരിക്കാൻ പോലും മടിയില്ലാത്ത അവസ്ഥയിൽ അയാൾ അവളോട് പറഞ്ഞു. "എന്നോട് അനുകമ്പ കാണിക്കും എന്നുള്ള മോഹം ഞാൻ ഉപേക്ഷി ക്കേണ്ടി വരുന്നു. പകരം അതിരുകളില്ലാത്ത ദുഃഖം ഞാൻ സഹിക്കണം. ഇനിയും എനിക്ക് അപേക്ഷിക്കാൻ ഒരു കാരണം കൂടിയുണ്ട്. അതാ യത് നമ്മുടെ സ്ഥലം ഒന്നാണെന്നുള്ള പരിഗണനകൊണ്ട് നിങ്ങൾക്ക് വേണമെങ്കിൽ എന്നെ സമാധാനിപ്പിക്കാം."

അവൾ മറുപടി പറയാൻ കുറച്ചു സമയം എടുത്തു. ഒടുവിൽ അവൾ പറഞ്ഞു. "നിങ്ങളുടെ സ്നേഹം നിങ്ങൾ പറയുന്നതുപോലെ അളവറ്റ താണോ എന്ന് എനിക്ക് സംശയമുണ്ട്. അതുകൊണ്ട് എന്റെ ഒരു അഭ്യർഥന നിങ്ങൾ പാലിക്കും എന്ന് സത്യം ചെയ്യണം. നിങ്ങൾ അതു പാലിക്കുമെങ്കിൽ തീർച്ചയായും എന്റെ പരിഗണന നിങ്ങൾക്ക് കിട്ടിയി രിക്കും."

ഫിനിയ പറയുന്നതെന്തും താൻ അനുസരിക്കുമെന്ന് ഒട്ടും ചിന്തി ക്കാതെ ലിലിയോ സത്യം ചെയ്തു. എന്താണ് അവളുടെ ആഗ്രഹമെന്ന് അയാൾ ചോദിച്ചു.

ഫിനിയ പറഞ്ഞു. "നിങ്ങളുടെ അപേക്ഷ ഞാൻ സ്വീകരിക്കുന്നു. പകരം എന്റെ അഭ്യർഥന നിങ്ങൾ നിറവേറ്റണം. ഇന്നുമുതൽ മൂന്നു വർഷം തികയുന്നതുവരെ നിങ്ങൾ സ്ത്രീപുരുഷഭേദമില്ലാതെ ഒരാളോ ടുപോലും സംസാരിക്കാൻ പാടില്ല. അത്രയുംകാലം നിങ്ങൾ ഊമയെ പ്പോലെ ജീവിക്കണം."

ഫിനിയയുടെ സാമർഥ്യത്തിനു മുന്നിൽ ലിലിയോ അയാളുടെ ബുദ്ധിയും ധൈര്യവും കാഴ്ചവച്ചു. സെയിന്റ് ഹിയറോണിമസിന്റെയും

ബുദ്ധിമാന്റെയും കഥയ്ക്ക് ഒരുദാഹരണം കൂടി! ഒരിക്കലും പാലിക്കാൻ കഴിയാത്ത ഭ്രാന്തോ വിഡ്ഢിത്തമോ ആയി തോന്നുന്ന അവളുടെ ആവശ്യം കേട്ടപ്പോൾ ലിലിയോ ഒരു നിമിഷം പകച്ചുനിന്നു. എന്തായാലും സത്യം ചെയ്ത സ്ഥിതിക്ക് തന്റെ വാക്കുപാലിക്കാൻതന്നെ ലിലിയോ തീരുമാനിച്ചു. അപ്പോൾത്തന്നെ കൈകൊണ്ട് വാ പൊത്തിപ്പിടിച്ച് അയാൾ തന്റെ ഉദ്ദേശ്യം ഫിനിയയെ ധരിപ്പിച്ചു. പിന്നീട് ആംഗ്യങ്ങൾകൊണ്ട് തന്നെ വിടപറഞ്ഞ് അയാൾ സ്വന്തം വീട്ടിലേക്ക് തിരിച്ചുപോയി.

തന്റെ ശപഥം പൂർത്തിയാക്കുന്നതിനുവേണ്ടി വീട്ടിലെത്തിക്കഴിഞ്ഞും ലിലിയോ താൻ പെട്ടെന്ന് ഊമയായിപ്പോയതായി അഭിനയിച്ചു. ലിലി യോയെ അറിയുന്ന എല്ലാവരും ഈ ഭാഗ്യദോഷത്തിൽ അയാളോട് പരി തപിച്ചു. മോണ്ട് കാലറിൽനിന്നും അയാൾ ടൂറിനിലേക്ക് പോയി. അവി ടെയും സംസാരശേഷി ഇല്ലാത്തവനായി അയാൾ അഭിനയം തുടർന്നു. പിന്നീട്, മുൻകാലത്ത് അയാൾ ജീവിച്ചിരുന്ന ഫെറാറയിൽ അയാൾ എത്തിച്ചേർന്നു. യൂറോപ്പിലെ ഏറ്റവും ധീരന്മാരായ പടനായകന്മാരിൽ ഒരാൾ എന്ന പ്രശസ്തി അയാൾക്ക് അവിടെ ഉണ്ടായിരുന്നു. അതുകൊണ്ട് ഫെറാറയിലെ പ്രഭു അദ്ദേഹത്തെ സദസിലേക്ക് ക്ഷണിച്ചു. അയാൾക്ക് കുലീനതയുടെ പരിവേഷം ഉണ്ടായിരുന്നു. സദസ്സ് അയാളെ ആദരിച്ചു. സ്ത്രീകളുടെ ബഹുമാനം അയാൾക്ക് ലഭിച്ചു. കൂടാതെ അയാളുടെ ധീരത പ്രകടിപ്പിക്കാനുള്ള ഒരു അവസരം അയാൾക്ക് കൈവന്നു. പ്രഭു ആ സമയത്ത് നടത്തിക്കൊണ്ടിരുന്ന ഒരു യുദ്ധം ലിലിയോയുടെ വീരോ ചിതമായ ഇടപെടൽകൊണ്ട് പെട്ടെന്ന് അവസാനിച്ചു. ലിലിയോയുടെ സഹായത്തിനു പകരം ഉയർന്ന ബഹുമതികൾ നൽകപ്പെട്ടു. അയാളോ ടുള്ള പരിഗണനകൾ കൂടുന്നതിനൊപ്പം ലിലിയോ അനുഭവിക്കുന്ന ബുദ്ധി മുട്ടിനെപ്പറ്റിയുള്ള ദുഃഖവും പ്രഭുവിന് കൂടിക്കൊണ്ടിരുന്നു. ലിലിയോയുടെ ശബ്ദം തിരിച്ചുകിട്ടാൻ ഉപകരിക്കുന്ന ഒരു മാർഗവും പരീക്ഷിക്കപ്പെടാ തിരിക്കരുതെന്ന് അദ്ദേഹം തീരുമാനിച്ചു. അയാളുടെ സംസാരശേഷി ചികിത്സകൊണ്ട് തിരിച്ചുനൽകാൻ കഴിയുന്ന വൈദ്യന് അമ്പതിനായിരം സ്വർണ ഫ്ലോറിൻസ് പാരിതോഷികം നൽകുന്നതാണെന്ന് പ്രഭു ഇറ്റലി മുഴുവൻ പ്രചരിപ്പിച്ചു. ചികിത്സാവിധികളുടെ കാര്യത്തിൽ ഇറ്റലിയുടെ പ്രശസ്തി വളരെ വലുതായിരുന്നു. അനാവശ്യ ഇടപെടലുകൾ ഒഴിവാ ക്കാൻ വേണ്ടി ചികിത്സ പരാജയപ്പെട്ടാൽ വൈദ്യൻ അമ്പതിനായിരം സ്വർണ ഫ്ലോറിൻസ് തിരിച്ചു നൽകുകയോ അല്ലാത്തപക്ഷം ജയിൽ വാസം അനുഭവിക്കുകയോ വേണമെന്നും പ്രഭു വിളംബരത്തിൽ വ്യവസ്ഥ ചെയ്തിരുന്നു.

ധാരാളം ഭാഗ്യദോഷികളായ വൈദ്യന്മാർ തങ്ങളുടെ അറിവു മുഴുവൻ പരീക്ഷിച്ച് പരാജയപ്പെട്ടു. ചികിത്സ നടത്താൻ തുനിഞ്ഞതിൽ പലരും പശ്ചാത്തപിച്ചു. പലരും ജയിലിൽ അടയ്ക്കപ്പെട്ടു. ഒടുവിൽ, ചികിത്സയിൽ വിജയിക്കുമെന്ന് ബോധ്യമുള്ള ഫിനിയ, ലിലിയോയെ ചികിത്സിച്ചു ഭേദമാക്കാമെന്ന് ഉറപ്പുകൊടുത്തു. വിദഗ്ധരായ പല വൈദ്യന്മാരും പരാ

ജയപ്പെട്ടിടത്ത്, ഒരു സ്ത്രീയെക്കൊണ്ട് ചികിത്സ നടത്താനുള്ള തീരുമാ നത്തെ സദസിലെ പല പ്രമുഖരും വിമർശിച്ചു. പക്ഷേ, പ്രഭു അവളുടെ കഴിവ് പരീക്ഷിക്കുവാൻ അനുവാദം കൊടുത്തു. കൊട്ടാരത്തിന്റെ ഒഴിഞ്ഞ ഒരു കോണിലായുള്ള ലിലിയോയുടെ മുറി അദ്ദേഹം തന്നെ അവൾക്ക് കാണിച്ചുകൊടുത്തു.

ഫിനിയയ്ക്ക് പ്രതീക്ഷിക്കപ്പെടാവുന്ന തരത്തിലുള്ള ആവേശം ഉണ്ടാ യിരുന്നില്ല. തന്നോടുള്ള സ്നേഹത്തെക്കാൾ പാരിതോഷികത്തിന്റെ വലി പ്പമാണ് അവളെ ഇങ്ങോട്ട് ആകർഷിച്ചിരിക്കുന്നതെന്ന സംശയംകൊണ്ട് ലിലിയോയുടെ മനസ്സ് കലുഷിതമായിരുന്നു. അയാൾ മനസിൽ കണക്കു കൂട്ടലുകളും വിശകലനങ്ങളും നടത്തി. അവളുടെ സ്നേഹപൂർവമുള്ള പരിചരണങ്ങളെ അയാൾ എതിർത്തു. താൻ അവളോടു കാട്ടിയിരുന്ന സ്നേഹത്തെപ്പറ്റി അയാൾ ഓർത്തുകൊണ്ടിരുന്നു. തിരിച്ച് അവൾ തന്നോടു കാട്ടിയ ക്രൂരതയും അവൾക്കുവേണ്ടി താൻ സഹിച്ച വേദനയും അയാൾ മറന്നിരുന്നില്ല.

ഈ ചിന്തകൾ അയാളെ അൽപ്പം അസ്വസ്ഥനാക്കിയിരുന്നു. അവ ളുടെ ക്രൂരതയ്ക്ക് പകരം വീട്ടണമെന്ന് അയാൾ തീരുമാനിച്ചു. അവളും കുറച്ച് കഷ്ടപ്പെടട്ടെ എന്ന് അയാൾ കണക്കുകൂട്ടി. ഫിനിയ അയാളെ മര്യാദയോടെ അഭിവാദനം ചെയ്തു. അയാളെ ഒറ്റയ്ക്ക് കാണാൻ വന്ന തിന്റെ കാരണങ്ങൾ അവൾ വിശദീകരിച്ചു. പ്രതീക്ഷിച്ചിരുന്ന മറുപടി കിട്ടാതായപ്പോൾ അവൾ പറഞ്ഞു. "ലിലിയോ എന്നെ അറിയില്ലേ? ഞാൻ അങ്ങയുടെ ഫിനിയയയാണ്. അങ്ങ് കുറച്ചുകാലം മുമ്പ് എന്നോട് ധാരാളം പ്രണയാഭ്യർഥനകൾ നടത്തിയിരുന്നില്ലേ?"

അവളെ തനിക്ക് നന്നായി അറിയാമെന്ന് ലിലിയോ ആംഗ്യം കാണിച്ചു. പിന്നീട് നാക്കിൽ വിരൽ തൊട്ട് തല ചലിപ്പിച്ച് തനിക്ക് സംസാ രിക്കാൻ കഴിവില്ലെന്ന് ലിലിയോ അവളെ ധരിപ്പിച്ചു.

ലിലിയോയെ അയാൾ എടുത്ത ശപഥത്തിൽ നിന്നും ഒഴിവാക്കിയി രിക്കുന്നതായി അൽപ്പം ഉൽക്കണ്ഠയോടെ ഫിനിയ അയാളെ അറിയിച്ചു. ശപഥത്തിന്റെ അവശേഷിക്കുന്ന കാലാവധി ആറുമാസം കൂടി ഉണ്ടായി രുന്നു. അതും ഇളവു ചെയ്തിരിക്കുന്നതായി അവൾ അയാളോടു പറഞ്ഞു. അവളുടെ സ്നേഹം അയാൾക്കു ലഭിക്കുമെന്ന് ഉറപ്പു നൽകുക മാത്രമാണ് താൻ ഫെറായിലേക്ക് വന്നതിന്റെ ഉദ്ദേശ്യം എന്നും അവൾ സാക്ഷ്യപ്പെടുത്തി. ഇതിനെല്ലാം മറുപടിയായി ലിലിയോ ദുഃഖത്തോടെ തന്റെ നാക്കിൽ കൈവിരലുകൾ തൊട്ടുകൊണ്ട് തോളുകൾ മുകളിലേക്ക് ഉയർത്തി.

ലിലിയോയുടെ തീരുമാനം മനസിലാക്കിയ ഫിനിയ എന്തു ചെയ്യണം എന്നറിയാതെ പകച്ചുപോയി. കണ്ണീരോ വാഗ്ദാനമോ യാചനയോ കൊണ്ട്, തനിക്ക് സാധിക്കുമെന്ന് വിചാരിച്ചിരുന്നതൊന്നും നടക്കാൻ പോകുന്നില്ലെന്ന് അവൾക്ക് മനസിലായി. ഒടുവിൽ അവൾക്ക് പരാജയം സമ്മതിച്ച് പിന്തിരിയേണ്ടിവന്നു. ലിലിയോയെ ചികിത്സിച്ച് പരാജയപ്പെ ട്ടവർക്കൊപ്പം പിഴയടയ്ക്കാൻ കഴിയാതെ ഫിനിയയും ജയിലിലായി.

ഈ സംഭവത്തിനുശേഷം ലിലിയോ പ്രഭുവിനെ കണ്ടു. തന്റെ നാക്കിനെ സ്വതന്ത്രമാക്കി തനിക്ക് നിശ്ശബ്ദമായി കഴിയേണ്ടി വന്നതിന്റെ സാഹചര്യം അയാൾ പ്രഭുവിനോട് വിസ്തരിച്ചുപറഞ്ഞു. പ്രഭു അപ്പോൾ ത്തന്നെ നീതിക്കു നിരക്കാത്ത രീതിയിൽ തടവിലാക്കപ്പെട്ട എല്ലാവരെയും മോചിപ്പിക്കാൻ ഉത്തരവ് പുറപ്പെടുവിച്ചു. അവർ അനുഭവിച്ച കഷ്ടന ഷ്ടങ്ങൾക്കു പകരം തക്കതായ സമ്മാനങ്ങൾ അദ്ദേഹം പ്രഖ്യാപിച്ചു. പിന്നീട് ഫിനിയയെ പ്രഭുവിന്റെ സദസിലേക്ക് കൂട്ടിക്കൊണ്ടു വന്നപ്പോൾ സദസിനു മുമ്പാകെ ലിലിയോ പറഞ്ഞു.

"എത്രയോ കാലമായി എന്തുമാത്രം വിശ്വസ്തതയോടെയാണ് ഞാൻ നിന്നെ അനുസരിച്ച് പെരുമാറിയതെന്ന് എല്ലാവർക്കും അറിവു ള്ള കാര്യമാണ്. ഈ രാജ്യത്തെ ഏറ്റവും ഉന്നതമായ സ്ത്രീ അവളുടെ വിശ്വസ്തനായ കാമുകൻ നൽകുന്ന പാരിതോഷികം ലഭിക്കാൻ ഞാൻ തികച്ചും അർഹനാണ്. ഞാൻ സഹിച്ച പ്രയാസങ്ങൾക്ക് തക്കതായ സമ്മാനമൊന്നും എനിക്ക് ലഭിച്ചിട്ടില്ല. വിചിത്രമായ ഒരു ശപഥം പാലി ക്കുന്നതിനുവേണ്ടി മൂന്നു വർഷത്തെ പരിപൂർണ നിശ്ശബ്ദതയിലാണ് നീ എന്നെ എത്തിച്ചത്. ഈ പ്രായശ്ചിത്തം ഒരു ചെറിയ വീഴ്ചപോലും വരാതെ ഞാൻ അനുഷ്ഠിച്ചു. ഇതിനിടയിൽ എന്തെങ്കിലും വീഴ്ച പറ്റി യിരുന്നെങ്കിൽ ഒരുപക്ഷേ, മരിക്കാൻപോലും ഞാൻ മടിക്കില്ലായിരുന്നു. നിന്റെ കഠിനമായ പ്രവൃത്തിക്ക് നീ അനുഭവിച്ചതിലും വലിയ ശിക്ഷ നീ അർഹിക്കുന്നുണ്ട്. എങ്കിലും എന്റെ അധികാരവും ഉദാരതയും കൊണ്ട്, എന്റെ ചികിത്സയ്ക്ക് പ്രഖ്യാപിച്ചിരുന്ന പാരിതോഷികം നിനക്ക് സ്ത്രീധ നമായി നൽകണമെന്ന് ഞാൻ പ്രഭുവിനോട് അപേക്ഷിക്കുന്നു. ഭാവി യിൽ നീ കൂടുതൽ മുൻകരുതലും വിനയവും കാണിക്കും എന്നുള്ള പ്രതീക്ഷയിൽ, നിന്നെ വിവാഹം കഴിക്കാൻ എന്നെ അനുവദിക്കണ മെന്നും ഞാൻ അദ്ദേഹത്തോട് അഭ്യർഥിക്കുന്നു."

പ്രഭുവും സാമാജികരും ലിലിയോയുടെ പ്രസംഗം കേട്ടശേഷം അയാളെ കയ്യടിച്ച് അഭിനന്ദിച്ചു. പ്രഭു അപ്പോൾത്തന്നെ അമ്പതിനായിരം സ്വർണ ഫ്ളോറിൻസ് ലിലിയോ സംസാരിച്ചതിന്റെ പ്രതിഫലമായി ഫിനി യയ്ക്ക് നൽകാൻ ഉത്തരവ് പുറപ്പെടുവിച്ചു. വിവാഹസംബന്ധമായി വിവിധ ആലോഷങ്ങൾ നടന്നു. അങ്ങനെ ലിലിയോയെ സ്ഥിരമായി ഫെറാറയിൽ താമസിപ്പിക്കുന്നതിൽ പ്രഭു വിജയിച്ചു. പിന്നീട് ഫിനിയ യോടൊപ്പം ലിലിയോ ഫെറാറയിൽ സന്തോഷമായി ജീവിച്ചു.

(17-ാം നൂറ്റാണ്ട്)

7

അർമാൻഡോ പലാഷ്യോ വാൾഡസ്

അവൻ ജന്മനാ അന്ധനായിരുന്നു. സാധാരണ അന്ധർ അഭ്യസി ക്കുന്ന കാര്യംതന്നെ അവരും അവനെ പഠിപ്പിച്ചു. സംഗീതം. അതിൽ അവൻ മികവ് പ്രകടിപ്പിക്കുകയും ചെയ്തു. അവൻ ജനിച്ച് കുറച്ചു വർഷ ങ്ങൾക്കകം തന്നെ അമ്മ മരിച്ചു. സൈനിക ബാൻഡിൽ അംഗമായിരുന്ന അവന്റെ അച്ഛൻ ഒരു വർഷം മുൻപാണ് മരിച്ചത്. അമേരിക്കയിൽ നല്ല സ്ഥിതിയിൽ കഴിയുന്ന ഒരു സഹോദരൻ അവനുണ്ട്. പക്ഷേ, അയാൾ വീട്ടിലേക്ക് എഴുത്തുപോലും എഴുതിയിരുന്നില്ല. അയാൾ വിവാഹിത നാണെന്നും രണ്ടു കുട്ടികൾ ഉണ്ടെന്നും അവൻ കേട്ടിരുന്നു. മകന്റെ നന്ദികേടിൽ അച്ഛന് കോപം ഉണ്ടായിരുന്നു. അയാളുടെ പേരു കേൾക്കുന്നതുപോലും അച്ഛന് ഇഷ്ടമായിരുന്നില്ല. എന്നാൽ അന്ധനായ അവന് അയാളോട് സ്നേഹമായിരുന്നു. കുട്ടിക്കാലത്ത് മുതിർന്ന കുട്ടി കളുടെ ആക്രമണത്തിൽ നിന്നും ചേട്ടൻ തന്നെ രക്ഷിച്ചിരുന്നതൊന്നും അവന് മറക്കാൻ കഴിയുമായിരുന്നില്ല. രാവിലെതന്നെ അവന്റെ മുറിയിൽ വരുന്ന സാന്റിയാഗോയുടെ ശബ്ദം, പിയാനോയുടെ സ്വരചിഹ്നങ്ങളെ ക്കാളും വയലിന്റെ നാദത്തെക്കാളും മധുരമായി അവന്റെ ചെവികളിൽ മുഴങ്ങുന്നുണ്ടായിരുന്നു. "ജുവാനില്ലോ, എണീക്കടാ... എന്ത് ഉറക്ക മാണിത്?"

ചേട്ടന് എങ്ങനെ നിർദയനാകാൻ കഴിയുമെന്ന് അവൻ അത്ഭുത പ്പെട്ടിരുന്നു. ജുവാൻ അത് വിശ്വസിക്കാൻ കഴിഞ്ഞിരുന്നില്ല. അവൻ സ്വയം

ആയിരം കാരണങ്ങൾ കണ്ടുപിടിക്കാൻ ശ്രമിച്ചു. ചിലപ്പോൾ അവൻ തപാൽ വകുപ്പിനെ കുറ്റപ്പെടുത്തി. മറ്റു ചിലപ്പോൾ ഒരു വലിയ തുക അവർക്ക് അയച്ചുകൊടുക്കാൻ കഴിയുന്നതുവരെ ചേട്ടൻ എഴുത്ത് എഴുതാതിരിക്കുന്നതാണെന്ന് അവൻ സങ്കൽപ്പിച്ചു. അതുമല്ലെങ്കിൽ അവർ താമസിക്കുന്ന ചെറിയ ഫ്ളാറ്റിൽ കോടികളുമായി ഒരു ദിവസം ചേട്ടൻ പ്രത്യക്ഷപ്പെടുമെന്ന് അവൻ സ്വപ്നം കണ്ടു. പക്ഷേ, തന്റെ കൽപ്പ നകളൊന്നും അവൻ അച്ഛനോട് പറഞ്ഞില്ല. അച്ഛൻ ഒരിക്കൽ ക്ഷോഭിച്ച് ചേട്ടനെ ചീത്ത പറഞ്ഞപ്പോൾ, വളരെ പണിപ്പെട്ട് അവൻ ഇത്രയും പറ ഞ്ഞു. "അച്ഛൻ നിരാശനാകണ്ട. സാന്റിയാഗോ നല്ലവനാണ്. അടുത്തൊരു ദിവസം ചേട്ടൻ എഴുത്തെഴുതുമെന്ന് എന്റെ മനസ്സ് പറയുന്നു."

ഒരു പുരോഹിതന്റെ ഉപദേശങ്ങൾ ഏറ്റുവാങ്ങി, മൂത്തമകന്റെ എഴുത്തുകാണാതെ തന്നെ അവന്റെ അച്ഛൻ മരിച്ചു.

അന്ധനായ മകൻ ഈ ലോകത്തുനിന്നും അച്ഛൻ വിട്ടുപോകാതിരി ക്കാനെന്നു തോന്നുന്ന തരത്തിൽ ഒരപസ്മാരബാധിതനെപ്പോലെ അച്ഛന്റെ കൈകളിൽ ഇറുകെപ്പിടിച്ചു. വീട്ടിൽനിന്നും അച്ഛന്റെ ശരീരം പുറത്തേക്കെടുക്കാൻ തുടങ്ങിയപ്പോൾ അവൻ ഭ്രാന്തനെപ്പോലെ ബഹളം ഉണ്ടാക്കി. ഒടുവിൽ അവൻ ഒറ്റയ്ക്കായി. അച്ഛനില്ല. അമ്മയില്ല. കൂട്ടുകാ രില്ല. ബന്ധുക്കളില്ല. എന്തിന് പ്രപഞ്ചസൃഷ്ടികളുടെയെല്ലാം സുഹൃ ത്തായ സൂര്യൻപോലും അവനുണ്ടായിരുന്നില്ല. രണ്ടു ദിവസം മുറിക്കു ള്ളിൽ ആഹാരം കഴിക്കാതെ, കൂട്ടിലടച്ച ചെന്നായയെപ്പോലെ അവൻ അസ്വസ്ഥനായി നടന്നുകൊണ്ടിരുന്നു. ഒരു ജോലിക്കാരനും നല്ല അയൽവാസിയും ചേർന്ന് അവനെ ആത്മഹത്യയിൽ നിന്ന് പിന്തിരിപ്പിച്ചു. അവൻ വീണ്ടും ആഹാരം കഴിക്കാൻ തീരുമാനിച്ചു. അതിനുശേഷം പ്രാർഥനയും പിയാനോ വായനയുമായി സമയം ചെലവാക്കാൻ തുട ങ്ങി. അവന്റെ അച്ഛൻ മരിക്കുന്നതിനു മുമ്പ് മാഡ്രിഡിലെ പള്ളിയിൽ അവന് വാദ്യവായനക്കാരന്റെ ജോലി ശരിയാക്കിക്കൊടുത്തിരുന്നു. ദിവസം മൂന്നു പെസറ്റയായിരുന്നു ശമ്പളം. എത്ര ചുരുങ്ങിയ തോതിലാ ണെങ്കിലും ഒരു വീട്ടിലെ ചെലവിന് അത് തികയില്ലല്ലോ. അതുകൊണ്ട് നമ്മുടെ അന്ധസുഹൃത്ത് രണ്ടാഴ്ച കഴിഞ്ഞപ്പോഴേക്കും ചുരുങ്ങിയ വിലയ്ക്ക് വീട്ടിലെ മേശ, കസേര മുതലായവയെല്ലാം വിറ്റുകഴിഞ്ഞിരുന്നു. കൂടാതെ ജോലിക്കാരനെ പിരിച്ചുവിട്ടതിനുശേഷം രണ്ടു പെസറ്റ കൊടുത്ത് ഒരു സത്രത്തിലേക്ക് താമസം മാറ്റി. പിന്നീട് കുറെ മാസ ങ്ങൾ ജോലിക്കുവേണ്ടി പള്ളിയിൽ പോകാനും തിരിച്ചു സത്രത്തിലെ ത്താനും മാത്രമേ അവൻ പുറത്തിറങ്ങിയിരുന്നുള്ളൂ. കടുത്ത ദുഃഖം മൂലം അവൻ സംസാരിക്കുന്നതു തന്നെ വളരെ കുറവായിരുന്നു. കൂടുതൽ സമ യവും ഒരു ദീർഘമായ പ്രാർഥനാഗീതം ചിട്ടപ്പെടുത്താനാണ് അവൻ ചെലവാക്കിയത്. ഇടവകയിലെ പുരോഹിതൻ അവന്റെ അച്ഛന്റെ ആത്മാവിനുവേണ്ടി ഈ ഗീതം പിയാനോയിൽ വായിക്കാൻ അനുവദി ക്കുമെന്ന് അവൻ വിശ്വസിച്ചിരുന്നു. പ്രാർഥനാഗീതം ചിട്ടപ്പെടുത്താൻ

അവൻ അഞ്ച് ഇന്ദ്രിയങ്ങളും ഉപയോഗിച്ചിട്ടുണ്ടെന്ന് പറയാൻ കഴിയി ല്ലെങ്കിലും അവന്റെ ജീവനും ആത്മാവും അതിനുവേണ്ടി സമർപ്പിച്ചു എന്ന് നമുക്ക് ഉറപ്പിച്ചു പറയാൻ കഴിയും.

അവൻ ഗീതം ചിട്ടപ്പെടുത്തിക്കഴിയുന്നതിനു മുമ്പ് ഒരു ഭരണമാറ്റം നടന്നു. റാഡിക്കലുകളാണോ കൺസർവേറ്റീവുകളാണോ അതോ കോൺസ്റ്റിറ്റ്യൂഷണലിസ്റ്റുകളാണോ ഭരണത്തിൽ വന്നതെന്ന് എനിക്ക റിയില്ല. ആരോ ഒരു കൂട്ടർ പുതുതായി ഭരണം ഏറ്റെടുത്തു. ജുവാൻ താമസിച്ചാണ് ഈ കാര്യം അറിഞ്ഞത്. പുതിയ ഭരണാധികാരികൾ ജുവാൻ പള്ളിയിൽ വാദ്യവായനക്കാരൻ എന്ന നിലയിൽ തുടരുന്നത് പൊതുജനങ്ങളുടെ രക്ഷയ്ക്ക് അപകടമാണെന്ന്, അധികാരമേറ്റ് ഏതാനും ദിവസങ്ങൾക്കകം തന്നെ തീരുമാനമെടുത്തു. ഗായകരുടെ ഗ്യാലറിയിലും സായാഹ്ന പ്രാർഥനയിലും അവൻ പങ്കെടുക്കുന്നത് അപ കടമാണെന്നും കൂടാതെ ഈ സമയങ്ങളിൽ എല്ലാ വാദ്യോപകരണ ങ്ങളും ഒന്നിച്ച് വായിക്കുന്നത് പ്രാർഥനയ്ക്ക് യോജിച്ചതല്ലെന്നും അവർ വിധിച്ചു. പുതിയ ഭരണസമിതി രൂപീകൃതമാകാതിരുന്നതുകൊണ്ട് സഭ യിലെ പ്രധാനപ്പെട്ട ഒരംഗത്തിന്റെ അഭിപ്രായം മാനിച്ച് അവർ അപ്പോൾത്തന്നെ ജുവാനെ പുറത്താക്കി, പകരം സംഗീതത്തിൽ കൂടു തൽ നൈപുണ്യമുള്ള ഒരു സംഗീതജ്ഞനെ നിയമിക്കാൻ തീരുമാനമെ ടുത്തു. അവർ അവനെ ഇത് അറിയിച്ചപ്പോൾ സത്യത്തിൽ നമ്മുടെ അന്ധ സുഹൃത്തിന് അത്ഭുതം മാത്രമാണ് തോന്നിയത്. കൂടാതെ തന്റെ ഗീതം പൂർത്തിയാക്കാൻ കൂടുതൽ സമയം ലഭിക്കുന്നതിൽ അവന് അൽപ്പം സന്തോഷംകൂടി തോന്നിയിരുന്നു. മാസാവസാനം സത്രത്തിന്റെ ഉടമ സ്ഥൻ പണം ചോദിച്ചപ്പോഴാണ് സ്വന്തം അവസ്ഥയെപ്പറ്റി അവൻ ചിന്തി ച്ചത്. പള്ളിയിൽ നിന്നും വരുമാനം ഇല്ലാതിരുന്നതുകൊണ്ട് അവന്റെ അച്ഛന്റെ വാച്ച് അവൻ ഒരു സ്ത്രീക്ക് പണയപ്പെടുത്തി. പിന്നീട് സന്തോ ഷമായി ഭാവിയെപ്പറ്റി വേവലാതിപ്പെടാതെ അവൻ തന്റെ ജോലി തുടർന്നു. പക്ഷേ, വീണ്ടും സത്രത്തിന്റെ ഉടമസ്ഥൻ പണത്തിനായി വന്നു. വീണ്ടും അവൻ അച്ഛന്റെ കൈയിൽനിന്നും ലഭിച്ച വജ്രമോതിരം പണയപ്പെടുത്തി. അവന്റെ ബുദ്ധിമുട്ടുകൾ കണക്കിലെടുത്ത് കുറച്ചു ദിവസങ്ങൾ കൂടി അവർ അവനെ അവിടെ താമസിക്കാൻ അനുവദിച്ചു. പിന്നീട് അവർ അവനെ വീട്ടിൽനിന്നും ഇറക്കിവിട്ടു. വാടകയിനത്തിൽ കുറച്ചു പണം കൂടി അവർക്കു കിട്ടാനുണ്ടായിരുന്നു. അവന്റെ പെട്ടിയും തുണികളും കൊടുക്കാതിരുന്നാൽ അവർക്ക് കിട്ടാനുള്ള പണം ഈടാക്കാൻ കഴിയു മായിരുന്നു. എന്നാൽ തെരുവിലേക്ക് ഇറക്കിവിടുമ്പോൾ അവർ അതെല്ലാം തന്നെ അവനു നൽകിയിരുന്നു. ഇത്രയും നന്മ ചെയ്തതിൽ അവർക്ക് വളരെ ചാരിതാർഥ്യം അനുഭവപ്പെട്ടു.

അവൻ മറ്റൊരു വീട്ടിൽ താമസം തുടങ്ങി. പക്ഷേ അവിടെ ഒരു പിയാനോ വാടകയ്ക്ക് കിട്ടാനുണ്ടായിരുന്നില്ല. തന്റെ പ്രാർഥനാഗീതം പൂർത്തിയാക്കാൻ കഴിയാത്തതിൽ അവനു ദുഃഖം ഉണ്ടായിരുന്നു. പിന്നീട്

അവനോട് ഇഷ്ടം തോന്നിയ ഒരു കച്ചവടക്കാരന്റെ വീട്ടിൽപ്പോയി വല്ലപ്പോഴും അവൻ പിയാനോ വായിച്ചു. കുറച്ചു ദിവസത്തിനുള്ളിൽ ത്തന്നെ അയാളുടെ സ്നേഹം കുറയുന്നത് അവനു മനസിലായി. പിന്നീട് അവൻ അവിടെ പോകാതായി.

താമസിയാതെ തന്നെ ആ വീട്ടുടമസ്ഥരും അവനെ വീട്ടിൽ നിന്നും പുറത്താക്കി. പക്ഷേ, ഇപ്രാവശ്യം അവന്റെ പെട്ടികൾ അവർ വിട്ടുകൊടു ത്തില്ല. അവനെ സംബന്ധിച്ചിടത്തോളം പിന്നീട് ദുഃഖത്തെപ്പറ്റിയുള്ള എല്ലാ സങ്കൽപ്പങ്ങൾക്കും അപ്പുറത്തുള്ള കഷ്ടപ്പാടുകളും വേദനകളും നിറഞ്ഞ ഒരു കാലഘട്ടം തുടങ്ങുകയായിരുന്നു. അല്ലെങ്കിൽ വിധി യാതന അവനിൽ അടിച്ചേൽപ്പിക്കുകയായിരുന്നു. സുഹൃത്തുക്കളോ വസ്ത്ര ങ്ങളോ പണമോ ഇല്ലാതെ ഒരുവന്റെ ജീവിതം ഈ ലോകത്ത് ദുസ്സഹ മാണെന്നതിൽ സംശയമില്ല. ഇതിനെല്ലാം ഒപ്പം അന്ധതകൂടി ചേരുക യാണെങ്കിൽ അവന്റെ കഷ്ടപ്പാടിന്റെ അതിർത്തി നമുക്ക് ഒരിക്കലും നിർണയിക്കാൻ സാധ്യമല്ല. തന്റെ ഒരേയൊരു ഷർട്ട് കഴുകിയുണക്കാൻ വേണ്ടി മാത്രം അവൻ സത്രങ്ങളിൽ തങ്ങി. ഓരോ സത്രത്തിൽ നിന്നും അവൻ പുറത്താക്കപ്പെട്ടു. അങ്ങനെ സത്രങ്ങളിൽ നിന്ന് സത്രങ്ങളിലേക്ക് വളർന്ന മുടിയും കീറിയ ഷൂസും പിഞ്ചിയ വസ്ത്രങ്ങളുമായി ജുവാൻ എത്രകാലം മാൻഡ്രിഡിൽ അലഞ്ഞു നടന്നെന്ന് എനിക്കറിയില്ല.

മറ്റുള്ളവരെക്കാൾ കൂടുതൽ ദയ അവനോടു തോന്നിയ ഒരു സത്രം സൂക്ഷിപ്പുകാരൻ വഴി ഒരു റസ്റ്റോറന്റിൽ അവന് പിയാനോ വായനക്കാ രന്റെ ജോലി ലഭിച്ചു. പക്ഷേ കുറച്ചു ദിവസത്തിനകംതന്നെ അവർ അവനെ പറഞ്ഞുവിട്ടു. കേഫ് ഡി ലാസിബാഡയിലെ പതിവുകാർക്ക് അവന്റെ സംഗീതം ഇഷ്ടപ്പെട്ടില്ല. ബീഥോവന്റെയും ചോപ്പിന്റെയും സംഗീതത്തിന് വ്യാഖ്യാനങ്ങൾ ചമച്ച് അവൻ രാത്രി കഴിച്ചുകൂട്ടി. അവന്റെ സംഗീതത്തിനൊപ്പം സ്പൂണുകൾകൊണ്ട് താളംകൊട്ടാൻ കഴിയാത്ത തിൽ ഹോട്ടലിലെ പതിവുകാർ നിരാശരായി.

നഗരത്തിലെ ഏറ്റവും ദരിദ്രമായ കോണുകളിൽ അവൻ വീണ്ടും അലഞ്ഞുതിരിഞ്ഞു തുടങ്ങി. ഏതെങ്കിലും തരംതാണ ഭക്ഷണശാലയിൽ പട്ടിണികൊണ്ട് മരിക്കാതിരിക്കാൻ മാത്രം ഭക്ഷണം അവൻ കഴിച്ചു. കള്ള ന്മാർക്കും തെണ്ടികൾക്കും ഇടയിൽ അവൻ ഉറങ്ങി. ഒരിക്കൽ അവൻ ഉറങ്ങുമ്പോൾ അവന്റെ ട്രൗസർ അവർ മോഷ്ടിച്ചു. പകരം കണ്ടംവച്ച ഒരു പരുക്കൻ ട്രൗസർ അവർ ഉപേക്ഷിച്ചുപോയി. ഒരു നവംബർ മാസ ത്തിലായിരുന്നു അവർ അത് മോഷ്ടിച്ചത്.

ജുവാൻ ജ്യേഷ്ഠന്റെ തിരിച്ചുവരവ് എന്നും പ്രതീക്ഷിച്ചിരുന്നു. ഭാഗ്യ ദോഷങ്ങളുടെ കുത്തൊഴുക്കിൽ പെടുമ്പോൾ അവൻ കൂടുതൽ തീവ്ര മായി ജ്യേഷ്ഠൻ തിരിച്ചു വന്നിരുന്നെങ്കിൽ എന്ന് ആഗ്രഹിക്കാറുണ്ടായി രുന്നു. അഡ്രസ്സ് അറിയാതിരുന്നിട്ടും പലരോടും ഒരെഴുത്ത് എഴുതാൻ അവൻ ആവശ്യപ്പെട്ടു. ജ്യേഷ്ഠനെ ആരെങ്കിലും കണ്ടിട്ടുണ്ടോ എന്ന റിയാൻ അവൻ വൃഥാ പരിശ്രമിക്കാറുണ്ടായിരുന്നു. എല്ലാ ദിവസവും

കുറച്ചുസമയം അവൻ ജ്യേഷ്ഠന്റെ തിരിച്ചുവരവിനുവേണ്ടി മുട്ടുകുത്തി പ്രാർഥിച്ചു. ശൂന്യമായ ഏതെങ്കിലും പള്ളിയുടെ കോണിൽ മുട്ടു കുത്തിനിന്നു പ്രാർഥിക്കുന്ന സമയം മാത്രമായിരുന്നു അവന്റെ ദുഃഖം നിറഞ്ഞ യൗവനത്തിലെ സന്തോഷത്തിന്റെ നിമിഷങ്ങൾ. മെഴുകിന്റെ നനഞ്ഞ മണം ശ്വസിച്ച് ഏതെങ്കിലും തുണിന്റെ മറവിൽ ഉരുകിവീഴുന്ന മെഴുകുതിരികളുടെയും താഴ്ന്നസ്ഥായിയിലുള്ള പ്രാർഥനകളുടെയും ശബ്ദം കേട്ടുകൊണ്ട് ജുവാൻ ഇരിക്കും. അതിക്രൂരമായി തന്നെ പീഡി പ്പിക്കുന്ന ഈ ലോകത്തുനിന്നും അവന്റെ നിഷ്കളങ്കമനസ്സ് ദൈവവും വിശുദ്ധമാതാവുമായി സംവദിക്കാനായി അപ്പോൾ പറന്നുയരും. കന്യാ മറിയത്തോട് ചെറുപ്പം മുതൽ അവന് കടുത്ത ഭക്തിയായിരുന്നു. സ്വന്തം അമ്മയെപ്പറ്റി ഓർമകൾപോലും ഇല്ലാത്ത അവൻ ദൈവത്തിന്റെ അമ്മ യോട് ഒരു സ്ത്രീക്കുമാത്രം നൽകാൻ കഴിയുന്ന വാത്സല്യവും സ്നേഹവും യാചിച്ചിരുന്നു. വിശുദ്ധമാതാവിനു വേണ്ടി അവൻ ചില പ്രാർഥനകളും ചിട്ടപ്പെടുത്തിയിരുന്നു.

പക്ഷേ, ഭൂമിയും സ്വർഗവും അവനെ ഉപേക്ഷിച്ചു. കഴിക്കാൻ ഒരു കഷ്ണം റൊട്ടിയോ തണുപ്പത്തു പുതയ്ക്കാൻ ഒരു തുണിയോ ഇല്ലാതായപ്പോൾ, യാചിക്കാനുള്ള സമയം അടുത്തെത്തിയെന്ന് ജുവാന് മനസിലായി. വേദനയും നാണക്കേടും ഒരുവശത്തും ആവശ്യം മറു വശത്തും പരസ്പരം ഇടഞ്ഞു. അവന്റെ മനസിന്റെ സംഘർഷങ്ങൾ അവനെ ചുഴ്ന്നുനിന്ന ഇരുട്ടുകൂടിയായപ്പോൾ ഇരട്ടിയായി. ഒടുവിൽ പ്രതീക്ഷിച്ചതുപോലെ വിശപ്പു വിജയിച്ചു. മണിക്കുറുകൾ നീണ്ട പ്രാർഥനയ്ക്കും കരച്ചിലിനും ശേഷം യാചിക്കാൻ തന്നെ അവൻ തീരു മാനിച്ചു. എങ്കിലും അപമാനം പുറത്ത് അറിയിക്കരുതെന്നായിരുന്നു അവന്റെ ആഗ്രഹം. രാത്രിയിൽ മാത്രം തെരുവിൽ നടന്നു പാടാനായി രുന്നു അവന്റെ തീരുമാനം. അവനു നല്ല ശബ്ദവും പാടാനുള്ള കഴിവും ഉണ്ടായിരുന്നു. പക്ഷേ, പാട്ടിനൊപ്പം വായിക്കാൻ അവന്റെ കൈയിൽ സംഗീതോപകരണങ്ങൾ ഒന്നും ഉണ്ടായിരുന്നില്ല എന്നൊരു കുറവ് ഉണ്ടാ യിരുന്നു. ഒടുവിൽ അവനെക്കാൾ അല്പംകൂടി ഭേദപ്പെട്ട ഒരു തെണ്ടി അവന് കേടായ ഒരു പഴയ ഗിറ്റാർ കൊടുത്തു. ആവുന്ന രീതിയിലെല്ലാം ആ ഗിറ്റാർ ശരിയാക്കി ഒരു ഡിസംബർ രാത്രിയിൽ അവൻ തെരുവി ലേക്കിറങ്ങി. അവന്റെ ഹൃദയം ശക്തമായി മിടിക്കുന്നുണ്ടായിരുന്നു. കാലു കൾ വിറച്ചു. പ്രധാനപ്പെട്ട ഒരു വഴിയിൽ നിന്നു പാടാൻ ശ്രമിച്ചിട്ട് അവൻ പരാജയപ്പെട്ടു. വേദനയും നാണക്കേടുംകൊണ്ട് അവന്റെ തൊണ്ട അട ഞ്ഞുപോയി. കുറച്ചു നിമിഷങ്ങൾ ഒരു വീടിന്റെ മതിലിൽ ചാരി അവൻ വിശ്രമിച്ചു. പിന്നീട് ലാ ഫെവറികായുടെ ആദ്യ ഖണ്ഡികയിലെ പ്രേമ ഗാനങ്ങൾ അവൻ പാടി. വഴിയാത്രക്കാർ അന്ധനായ ഗായകനു ചുറ്റും കൂടി. ഏറ്റവും പ്രയാസമുള്ള ഭാഗങ്ങൾ പോലും അവൻ നന്നായി പാടു ന്നതുകേട്ട് അവരിൽ പലരും അത്ഭുതത്തോടെ കുശുകുശുത്തു. അവന്റെ കൈയിൽ തൂക്കിയിട്ടിരുന്ന തൊപ്പിയിൽ ചിലരെല്ലാം നാണയങ്ങൾ ഇട്ടു

കൊടുത്തു. പ്രേമഗീതങ്ങൾ കഴിഞ്ഞപ്പോൾ അവൻ സോളോ പാടിത്തു ടങ്ങി. അപ്പോഴേക്കും ധാരാളം മനുഷ്യർ അവനുചുറ്റും കൂടിയിരുന്നു. ആൾക്കൂട്ടം കണ്ട് ബഹളം ഉണ്ടാകുമെന്ന് നിയമപാലകർ ഭയന്നു. കണ്ണു പൊട്ടന്റെ പ്രകടനം കാണാൻ അവിടെ കൂടിയവർ, രാജ്യരക്ഷയെ പ്രതി കൂലമായി ബാധിക്കുന്ന നിയമലംഘനത്തിന്റെ വഴി സ്വീകരിക്കുമെന്ന് സമാധാനത്തിന്റെ കാവൽഭടന്മാർ തിരിച്ചറിഞ്ഞു. അതുകൊണ്ട് ഒരു പൊലീസുകാരൻ ജുവാന്റെ കയ്യിൽ കയറിപ്പിടിച്ചു. അയാൾ പറഞ്ഞു. "വഴിയിലെങ്ങാനും തങ്ങാതെ ഉടൻ വീട്ടിൽ പൊയ്ക്കോളണം."

"പക്ഷേ, ഞാൻ ആരേയും ഉപദ്രവിക്കുന്നില്ലല്ലോ?"

"നിങ്ങൾ നടക്കാനുള്ള വഴി തടയുന്നു. ജയിലിലാക്കണ്ട എന്നു ണ്ടെങ്കിൽ ഉടൻ സ്ഥലം വിട്ടോളണം."

ഗവൺമെന്റ് ഉദ്യോഗസ്ഥർ പാട്ടുകാരായ തെണ്ടികളിൽനിന്നും പൊതുവഴികൾ സംരക്ഷിക്കുന്നത് തികച്ചും ആശ്വാസദായകമായ ഒരു കാഴ്ചയാണ്. മറിച്ച് അഭിപ്രായങ്ങൾ ഉണ്ടാകാമെങ്കിലും എന്റെ വിശ്വാസം ഇതേ നിരത്തുകളെ കള്ളന്മാരിൽ നിന്നും കൊലപാതകികളിൽ നിന്നും സ്വതന്ത്രമാക്കാൻ പറഞ്ഞാൽ, പാട്ടുകാരായ തെണ്ടികളെ തെരുവിൽ നിന്ന് ഓടിക്കുന്നത്ര സന്തോഷം പൊലീസുകാർക്ക് ലഭിക്കില്ലെന്നു തന്നെയാണ്.

താൻ കാരണം നിമിഷനേരത്തേക്ക് ആഭ്യന്തരസമാധാനം നശിച്ചതു കാരണം പൊലീസുകാർക്ക് ഇടപെടേണ്ടി വന്നതിൽ ശുദ്ധമനസ്കനായ ജുവാൻ ദുഃഖിതനായി തന്റെ തൊഴുത്തിലേക്ക് മടങ്ങി. അഞ്ചു റിയാലു കളും പത്തു സെന്റെമുകളും അവൻ സമ്പാദിച്ചിരുന്നു. ആ പണം കൊണ്ട് അവൻ അടുത്ത ദിവസം ആഹാരം വാങ്ങി. അവൻ ഉറങ്ങിയി രുന്ന വൃത്തികെട്ട പുല്ലുമെത്തയുടെ വാടകയും കൊടുത്തു. രാത്രിയിൽ അവൻ വീണ്ടും തെരുവിൽ പോയി പാടി. വീണ്ടും അവനു ചുറ്റും ആളു കൾ കൂട്ടംകൂടി. വീണ്ടും അധികാരികൾ ബഹളംകൂട്ടി.

"പോകൂ... പോകൂ."

പക്ഷേ, അവൻ തിരിച്ചു പോയാൽ അവന് ഒന്നും സമ്പാദിക്കാൻ കഴിയില്ലല്ലോ. അതുകൊണ്ട് അവൻ നടത്തം തുടർന്നു. അധികാരിക ളുടെ കൽപ്പനകൾ അനുസരിക്കാതെ നിമിഷനേരത്തേക്കു പോലും രാജ്യ ത്തിന്റെ ആഭ്യന്തര സമാധാനം താറുമാറാക്കുന്നതിൽ ജുവാന് താൽപ്പര്യ മില്ലായിരുന്നു. അയാൾ മരണത്തിൽ നിന്നും ഒഴിഞ്ഞുമാറുന്ന ശ്രദ്ധ യോടെ ബഹളങ്ങളിൽ നിന്നും ഒഴിഞ്ഞുമാറി.

ഓരോ രാത്രി കഴിയുംതോറും അവന്റെ സമ്പാദ്യം കുറഞ്ഞു കൊണ്ടിരുന്നു. ദിവസവും ഒരു സ്ഥലത്തുനിന്ന് പാടാൻ കഴിയാത്തതും പുതുമകൾ സൃഷ്ടിക്കാൻ സ്പെയിനിലെ ചുറ്റുപാടിൽ ധാരാളം പണച്ചെലവ് ഉള്ളതുകൊണ്ടും ദിവസവും അവന്റെ സമ്പാദ്യത്തിൽ ഏതാനും നാണയങ്ങളുടെ കുറവു വരുന്നുണ്ടായിരുന്നു. വിശപ്പുകൊണ്ട് മരിക്കാതിരിക്കാനുള്ളതു മാത്രമാണ് അവനു വീട്ടിൽ കൊണ്ടുപോകാൻ

കഴിഞ്ഞിരുന്നത്. അവന്റെ അവസ്ഥ വളരെ ശോചനീയമായിരുന്നു. അവന്റെ ദയനീയ ചുറ്റുപാടിലെ ഇരുട്ടിൽ തിളങ്ങുന്ന ഒരേയൊരു ബിന്ദു അവൻ കാണുന്നുണ്ടായിരുന്നു. തന്റെ സഹോദരൻ സാന്റിയാഗോയുടെ തിരിച്ചുവരവായിരുന്നു തിളക്കമുള്ള ആ ബിന്ദു. ഓരോ രാത്രിയിലും ഗിറ്റാറും തോളിൽത്തൂക്കി വീടുവിട്ടിറങ്ങുമ്പോൾ അവൻ ഇങ്ങനെ ആലോചിച്ചു. "സാന്റിയാഗോ മാഡ്രിഡിൽ ഉണ്ടായിരുന്നെങ്കിൽ എന്റെ ശബ്ദം തിരിച്ചറിയുമായിരുന്നു." ഈ പ്രതീക്ഷയാണ് ജീവിതഭാരം ചുമക്കാൻ ജുവാന് ശക്തി നൽകിയിരുന്നത്.

അതിരുകളില്ലാത്ത വേദനകളുടെ മറ്റൊരു ദിവസം. തലേന്നു രാത്രി യിൽ ഇരുപതു സെന്റെമിനു താഴെയായിരുന്നു അവന്റെ സമ്പാദ്യം. തണുത്ത പ്രഭാതം. നാലിഞ്ച് കട്ടിയുള്ള മഞ്ഞുപുതപ്പിനുള്ളിലാണ് അന്ന് മാഡ്രിഡ് ഉണർന്നത്. പകൽ മുഴുവൻ നിർത്താതെ മഞ്ഞു പെയ്തു കൊണ്ടിരുന്നു. പലർക്കും അതൊരു ശല്യമായി തോന്നിയില്ല എന്നു മാത്രമല്ല സൗന്ദര്യബോധമുള്ളവർക്ക് സന്തോഷിക്കാൻ കൂടി അത് കാരണമായി. പ്രത്യേകിച്ച് കവികൾ ജനാലകൾക്ക് അരികിലിരുന്ന് മഞ്ഞു വീഴുന്നതുംനോക്കി സമയം ചെലവഴിച്ചു. നാടകം വായിക്കുന്ന വായനക്കാരന്റെ 'ഈ ചെറുപ്പക്കാരന്റെ ബുദ്ധി അപാരം തന്നെ' എന്ന അഭിനന്ദനത്തിനും അല്ലെങ്കിൽ നാടകശാലയിൽ അതേ രംഗത്തിന് കാഴ്ച ക്കാരിൽ നിന്നുയരുന്ന 'ഭേഷ്' വിളികൾക്കും പകരം വയ്ക്കാവുന്ന ചാതുര്യത്തോടെ, ഹിമപടലങ്ങൾ വീഴുന്ന കാഴ്ച കണ്ട് കവികൾ സന്തോഷിച്ചു.

ഒരു കഷ്ണം റൊട്ടിയും ഒരു കപ്പ് കാപ്പിയുമായിരുന്നു ജുവാന്റെ ഭക്ഷണം. മഞ്ഞുവീഴ്ചയുടെ സൗന്ദര്യം മനസിൽ ആവാഹിച്ച ജുവാന് വയറിന്റെ വിശപ്പ് അകറ്റാൻ കഴിഞ്ഞിരുന്നില്ല. ഒന്നാമത് അവന് കണ്ണിന് കാഴ്ചയില്ലല്ലോ. ഇനി ഉണ്ടായിരുന്നെങ്കിൽ കൂടി അവന്റെ മച്ചിൻപുറത്തെ പൊടിമൂടിയ ജനലിൽ കൂടി പുറംലോകം കാണാൻ കഴിയുമായിരുന്നില്ല. ജ്യേഷ്ഠന്റെ തിരിച്ചുവരവിനെ മനസിൽ താലോലിച്ച് സ്വന്തം കുട്ടിക്കാല ത്തിന്റെ മാധുര്യം നുണഞ്ഞ് ജുവാൻ മെത്തയിൽ ചുരുണ്ടുകൂടി കിട ന്നു. പിന്നീട് രാത്രിയായപ്പോൾ നിവൃത്തികേടുകൊണ്ട് അവൻ വീണ്ടും ഭിക്ഷക്കിറങ്ങി. മറ്റൊരത്യാവശ്യത്തിന് മൂന്നു പെസറ്റയ്ക്ക് അവൻ ഗിറ്റാർ വിറ്റിരുന്നു. അതുകാരണം അവനു കൂട്ടിന് ഇപ്പോൾ ഗിറ്റാറും ഇല്ലാ യിരുന്നു.

മഞ്ഞ് അതേപോലെതന്നെ പെയ്തുകൊണ്ടിരുന്നു. നമുക്ക് വേണമെങ്കിൽ അതേ ക്രൂരതയോടെ എന്നു പറയാം. അവന്റെ കാലുകൾ പാടാനിറങ്ങിയ ആദ്യ ദിവസത്തെപ്പോലെ വിറയ്ക്കുന്നുണ്ടായിരുന്നു. പക്ഷേ, ഇത്തവണ കാലുകൾ വിറച്ചത് നാണക്കേടുകൊണ്ടായിരുന്നില്ല. വിശപ്പുകൊണ്ടായിരുന്നു. മുട്ടുവരെ പൊതിയുന്ന മഞ്ഞിൽ അവൻ തെരുവിലൂടെ അലഞ്ഞു. തെരുവിൽ കാൽനടക്കാർ കുറവാണെന്ന് അവന്റെ ചെവികൾ അവനോടു പറഞ്ഞു. കുതിരവണ്ടികൾക്ക് മഞ്ഞിൽ

ശബ്ദം കുറവായിരുന്നു. ഒരു വണ്ടിയിടിച്ച് അവൻ വീഴേണ്ടതായിരുന്നു. ഒടുവിൽ ഒരു പ്രധാന തെരുവിൽ വച്ച് ചുണ്ടിലെത്തിയ ഒരു ഗാനം അവൻ പാടാൻ തുടങ്ങി. ക്ഷീണിച്ച പരുക്കൻ സ്വരത്തിലായിരുന്നു അവന്റെ പാട്ട്. ജിജ്ഞാസകൊണ്ടുപോലും ഒരാളും അവന്റെ അടുത്ത് എത്തിയില്ല. മറ്റെ വിടെയെങ്കിലും പോകാം അവൻ സ്വയം പിറുപിറുത്തു. 'കറീറ ഡി സാൻജറോമിനോ' യിലൂടെ അവൻ നടന്നു. മഞ്ഞിൽ തണുത്തുപോയ അവന്റെ കാലുകൾ കൂട്ടിയിടിച്ചു. തണുപ്പ് അവന്റെ അസ്ഥികൾക്കു ള്ളിൽവരെ എത്തുന്നുണ്ടായിരുന്നു. വിശപ്പ് അവന് വയറുവേദന സമ്മാ നിച്ചിരുന്നു. വേദനയും തണുപ്പും താങ്ങാൻ കഴിയാതെ അവൻ മോഹാ ലസ്യപ്പെടുമെന്ന് തോന്നി. താൻ മരിക്കാൻ പോവുകയാണെന്നുപോലും അവൻ ചിന്തിച്ചുപോയി. അവന്റെ സംരക്ഷകയായ കന്യാമറിയത്തെ വിളിച്ച് അടഞ്ഞ ശബ്ദത്തിൽ അവൻ പ്രാർഥിച്ചു. "അമ്മേ... എന്നെ രക്ഷി ക്കണേ..." പ്രാർഥന കഴിഞ്ഞപ്പോൾ തന്റെ അവസ്ഥ അല്പം മെച്ചപ്പെട്ട തായി അവനു തോന്നി. ലാസ്കോർട്ട്സ് മൈതാനത്തിലേക്ക് അവൻ നടന്നു എന്നു പറയുന്നതിലും ശരി അവൻ അവനെത്തന്നെ വലിച്ചുകൊ ണ്ടുപോയി എന്നു പറയുന്നതാണ്. അവിടെ ഒരു വിളക്കുകാലിൽ ചാരി നിന്ന് അവന് എന്നും പ്രിയങ്കരമായിരുന്ന 'ആവേ മരിയ' പാടാൻ തുട ങ്ങി. എന്നിട്ടും ആരും അവന്റെ അടുത്ത് എത്തിയില്ല. നഗരവാസികൾ ഹോട്ടലുകളിലും നാടകശാലകളിലും കൂട്ടാംകൂടി. അല്ലെങ്കിൽ നെരിപ്പോ ടുകൾക്ക് അടുത്തിരുന്ന് അവരുടെ കുട്ടികളെ കളിപ്പിച്ചു. പത്ര റിപ്പോർട്ട ർമാർക്ക് അടുത്ത ദിവസം മനോഹരമായ ശൈലിയിൽ വർണിക്കാൻ വാർത്തകൾ നൽകും എന്ന വാശിയോടെ നിരന്തരമായി മഞ്ഞുവീണു കൊണ്ടിരുന്നു. എപ്പോഴെങ്കിലും അവന്റെ അടുത്തുകൂടെ കടന്നുപോയ കാൽനടക്കാർ അവരവരുടെ കുപ്പായങ്ങൾ വരിഞ്ഞുമുറുക്കി കുടക്കീഴി ലൊളിച്ച് ധൃതിയിൽ നടന്നുപോയി. തെരുവുവിളക്കുകൾ രാത്രിയിൽ അണിയുന്ന വെള്ളത്തൊപ്പികൾ ധരിച്ച് വിഷാദം തുളുമ്പുന്ന വെളിച്ചം വിതറിനിന്നു. വിദൂരതയിലെവിടെയോ ഏതോ വാഹനത്തിന്റെ ഇരമ്പലും നിർത്താതെ വീണുകൊണ്ടിരുന്ന മഞ്ഞുതുള്ളികളുടെ മർമരവും ഒഴിച്ചാൽ മറ്റൊരു ശബ്ദവും കേൾക്കാനുണ്ടായിരുന്നില്ല. ബഹിഷ്കൃതരുടെ മാതാ വിന് പ്രണാമം അർപ്പിച്ചുകൊണ്ടുള്ള ജുവാന്റെ വിറയ്ക്കുന്ന ശബ്ദം മാത്രം നിശ്ശബ്ദത ഭഞ്ജിച്ചു. ചില സമയം അവന്റെ പാട്ടിൽ ഭക്തിയെ ക്കാൾ വേദന മുറ്റിനിന്നു. മറ്റുചിലപ്പോൾ അവന്റെ പാട്ട്, മഞ്ഞിനെക്കാളും ഹൃദയത്തെ മരവിപ്പിക്കുന്ന നിരാശ കലർന്ന കരച്ചിലായി തോന്നി. പ്രയോ ജനമില്ലാതെ അവൻ സഹായത്തിനുവേണ്ടി ദൈവത്തെ വിളിച്ചുകരഞ്ഞു. പ്രയോജനമില്ലാതെ മേരിയുടെ പേർ നിർത്താതെ പലവട്ടം തന്റെ പാട്ടിന്റെ ഈണത്തിനൊപ്പം അവൻ കൂട്ടിച്ചേർത്തു. സ്വർഗവും മാതാവും വളരെ അകലെ ആയിരുന്നതുകൊണ്ട് അത് കേട്ടിട്ടുണ്ടാകില്ല. മൈതാനത്തിന് അടുത്തു താമസിച്ചിരുന്നവർ അതു കേട്ടെങ്കിലും അവർ അതു കേൾക്കാൻ ആഗ്രഹിച്ചിരുന്നില്ല. ആരും അവനെ വീട്ടിലേക്ക് കൂട്ടിക്കൊ

ണ്ടുപോകാൻ എത്തിയില്ല. ഒരു നാണയം അവന് എറിഞ്ഞു കൊടുക്കാൻ വേണ്ടി ഒരു മട്ടുപ്പാവിലെ ജനാലയും തുറന്നില്ല. അവനെ കടന്നുപോയവർ അവർക്കു പിന്നാലെ അവരെ കടന്നുപിടിക്കാൻ ന്യൂമോണിയ വരുന്നുണ്ടെന്ന മട്ടിൽ അതിവേഗം നടന്നു. നടത്തം നിർത്തി ഒന്നു തിരിഞ്ഞു നോക്കാൻപോലും അവർ ഭയന്നു.

ഒടുവിൽ അവനു പാടാൻ കഴിയാതായി. അവന്റെ ശബ്ദം തൊണ്ടയിൽത്തന്നെ മരിച്ചുവീണു. കാലുകൾ തളർന്നു. കൈകളുടെ ചലനം നിലച്ചു. ഏതാനും ചുവടുകൾ കൂടിവച്ച്, ഒരു തോട്ടത്തിനു ചുറ്റുമുള്ള കൈവരിയിൽ അവൻ ഇരുന്നു. കാൽമുട്ടുകളിൽ കൈയൂന്നി കൈവെള്ളയിൽ അവൻ മുഖം ഒളിപ്പിച്ചു. തന്റെ ജീവിതത്തിന്റെ അവസാന നിമിഷങ്ങൾ എത്തിക്കഴിഞ്ഞെന്ന ചിന്തയ്ക്ക് വ്യക്തതയില്ലാതായി. വീണ്ടും ദൈവത്തിന്റെ ദയയ്ക്കു വേണ്ടി ഭ്രാന്തമായി അവൻ പ്രാർഥിച്ചു തുടങ്ങി.

കുറച്ചുസമയത്തിനുശേഷം ഒരു യാത്രക്കാരൻ അടുത്തെത്തി തന്റെ കൈയിൽ കയറി പിടിച്ചതായി അവനു തോന്നി. അവൻ തലയുയർത്തി ഭയത്തോടെ ചോദിച്ചു.

"നിങ്ങൾ പൊലീസുകാരനാണോ?"

"അല്ല" അയാൾ പറഞ്ഞു. "എഴുന്നേറ്റു വരൂ."

"എനിക്കതിനു കഴിയില്ല സർ."

"നിനക്ക് അത്രയ്ക്ക് തണുക്കുന്നുണ്ടോ?"

"ഉണ്ട്. കൂടാതെ ഞാനിന്നൊന്നും കഴിച്ചിട്ടില്ല."

"ശരി. എഴുന്നേൽക്കൂ. ഞാൻ സഹായിക്കാം."

അയാൾ ജുവാന്റെ കൈപിടിച്ച് എഴുന്നേൽപ്പിച്ചു നിർത്തി. അയാൾ ശക്തനായിരുന്നു.

"എന്റെ പുറത്തുചാരിക്കോ. നമുക്കൊരു വണ്ടി പിടിക്കാം."

"എന്നെ നിങ്ങൾ എവിടെയാണ് കൊണ്ടുപോകുന്നത്?"

"മോശപ്പെട്ട സ്ഥലത്തേക്കല്ലെ. നിനക്ക് ഭയം ഉണ്ടോ?"

"ഇല്ല. നിങ്ങൾ നല്ലവനാണെന്ന് എന്റെ മനസ്സ് പറയുന്നു."

"നടക്കൂ. എത്രയും വേഗം നമുക്ക് വീട്ടിലെത്താം. നിനക്ക് നിന്റെ വസ്ത്രങ്ങൾ മാറിയശേഷം ചുടായിട്ട് എന്തെങ്കിലും കഴിക്കാം."

"ദൈവം നിങ്ങളെ സഹായിക്കും. മാതാവും നിങ്ങളെ സഹായിക്കും. ഇവിടെ കിടന്ന് മരിക്കുമെന്നാണ് ഞാൻ വിചാരിച്ചത്."

"വിഡ്ഢിത്തം പറയാതെ. ഇപ്പോൾ അതൊന്നും സംസാരിക്കേണ്ട. പെട്ടെന്ന് ഒരു വണ്ടി കിട്ടണം. അതാണ് ഇപ്പോൾ വേണ്ടത്. നിന്റെ കാലിടറുന്നോ?"

"എന്റെ കാൽ ഒരു വിളക്കുകാലിൽ തട്ടിയെന്നു തോന്നുന്നു. എനിക്ക് കണ്ണുകാണില്ല."

"കണ്ണുകാണില്ലേ? അപരിചിതന്റെ ചോദ്യം തീക്ഷ്ണമായിരുന്നു.

"അതെ."

"എന്നുതൊട്ട്?"

"ജനിച്ചതു മുതൽ"

തന്റെ രക്ഷകന്റെ കൈകൾ വിറയ്ക്കുന്നത് ജുവാൻ അറിയുന്നുണ്ടാ യിരുന്നു. അവർ നിശ്ശബ്ദരായി നടത്തം തുടർന്നു. ഒടുവിൽ അപരിചിതൻ നടത്തം നിർത്തി അവനോടു ചോദിച്ചു. അയാളുടെ ശബ്ദത്തിന് മാറ്റം ഉണ്ടായിരുന്നു.

"നിന്റെ പേരെന്താണ്?"

"ജുവാൻ."

"എന്തു ജുവാൻ?"

"ജുവാൻ മാർട്ടിനസ്."

"നിന്റെ അച്ഛന്റെ പേര് മാനുവൽ എന്നായിരുന്നോ? മൂന്നാം പീരങ്കി പ്പടയിലെ ബാൻഡ് വായനക്കാരൻ."

"അതേ. ശരിയാണ്."

അതേ നിമിഷത്തിൽത്തന്നെ രണ്ട് ശക്തമായ കൈകൾ തന്നെ പിടിച്ചുവലിച്ച് വരിഞ്ഞുമുറുക്കുന്നതായി അവൻ അറിഞ്ഞു. വിറയ്ക്കുന്ന ശബ്ദവും അവൻ കേട്ടു.

"ദൈവത്തിനു നന്ദി. എനിക്കു നിന്നെ കണ്ടെത്താൻ കഴിഞ്ഞല്ലോ. എന്തൊരത്ഭുതം. എത്ര ദയനീയം. ഞാൻ എന്തൊരു തെണ്ടിയാണ്. ഞാൻ നിന്റെ ചേട്ടൻ സാന്റിയാഗോയാണ്."

കുറെസമയം റോഡിന്റെ മധ്യത്തിൽ അവർ കെട്ടിപ്പിടിച്ച് കരഞ്ഞു കൊണ്ടുനിന്നു. അവരുടെ പുറത്ത് മഞ്ഞ് സാവധാനം വീണുകൊണ്ടി രുന്നു.

സാന്റിയാഗോ പെട്ടെന്ന് പിടിവിട്ട് കോപത്തിൽ വിളിച്ചുകൂവി. "ഒരു വണ്ടി കിട്ടാനില്ലേ? ഇതെന്തൊരു ഭാഗ്യദോഷമാണ്. ഇതെല്ലാം എവിടെ പോയിക്കിടക്കുന്നു. ഒരെണ്ണംപോലും കാണാനില്ല. ജുവാനില്ലോ... വാ നമുക്ക് നോക്കാം. ദൂരെ ഒരെണ്ണം വരുന്നുണ്ട്. ദൈവത്തിനു നന്ദി. ആ വിഡ്ഢി പോയി. വേറൊന്നു വരുന്നു. അതു നമുക്കുള്ളതാണ്. വണ്ടി ക്കാരാ... കോസ്റ്റലാ. നമ്പർ 10ലേയ്ക്ക്... വായുവേഗത്തിൽ പറക്കാമെ ങ്കിൽ അഞ്ചു ഡോളർ..."

അനിയനെ ഒരു കൊച്ചുകുട്ടിയെപ്പോലെ അയാൾ പൊക്കിയെടുത്ത് വണ്ടിയിൽ വച്ചതിനുശേഷം അയാളും കയറി. വണ്ടിക്കാരൻ കുതിരകളെ തെളിച്ചു. മഞ്ഞിനു മുകളിലൂടെ ശബ്ദമില്ലാതെ വേഗത്തിൽ വണ്ടി കുതിച്ചുപോയി. വണ്ടി ഓടുന്നതിനിടയിൽ സാന്റിയാഗോ അയാളുടെ കഥ പറഞ്ഞുകൊണ്ടിരുന്നു. അയാൾ ക്യൂബയിലായിരുന്നില്ല. കോസ്റ്ററി ക്കയിലായിരുന്നു. അവിടെ അയാൾ ഭേദപ്പെട്ട സമ്പാദ്യം ഉണ്ടാക്കി. യൂറോ പ്പുമായി ഒരു ബന്ധവുമില്ലാതെ വളരെ വർഷങ്ങൾ അയാൾ അവിടെ കഴിഞ്ഞു. ഓരോ വർഷവും അടുത്ത വർഷം സ്പെയിനിലേക്ക് മടങ്ങു മെന്ന് അയാൾ പ്രതീക്ഷിച്ചിരുന്നതുകൊണ്ട് നാട്ടിലേക്ക് കൂടുതൽ അന്വേ ഷണങ്ങൾ അയാൾ നടത്തിയിരുന്നില്ല. തന്റെ തിരിച്ചുവരവ് എല്ലാവർക്കും ഒരു ആശ്ചര്യമായിക്കോട്ടെ എന്ന് അയാൾ വിചാരിച്ചു. പിന്നീട് അയാൾ

വിവാഹം കഴിച്ചു. അതിനുശേഷം അയാളുടെ സ്പെയിനിലേക്കുള്ള വരവ് വളരെ നീണ്ടുപോയി. പക്ഷേ, കഴിഞ്ഞ നാലുവർഷമായി അയാൾ മാഡ്രിഡിൽ തന്നെ ഉണ്ടായിരുന്നു. ഇടവകയിലെ രജിസ്റ്ററിൽ നിന്നും അച്ഛന്റെ മരണം അയാൾ അറിഞ്ഞിരുന്നു. ജുവാനെപ്പറ്റി വ്യക്തമല്ലാത്ത പരസ്പര വിരുദ്ധമായ വിവരങ്ങളാണ് അവർ പറഞ്ഞത്. ചിലർ അവൻ മരിച്ചുപോയി എന്നു പറഞ്ഞു. മറ്റുചിലർ അവൻ ദാരിദ്ര്യംകൊണ്ട് ഒരു ഗിറ്റാറും വായിച്ച് പാട്ടുംപാടി തെരുവിൽ അലയുകയാണെന്ന് പറഞ്ഞു. അവനെ കണ്ടു പിടിക്കാനുള്ള എല്ലാ ശ്രമങ്ങളും പരാജയപ്പെടുകയായിരുന്നു. ഭാഗ്യത്തിന് വിധി അയാൾക്കു വഴികാട്ടിയായി. സ്വന്തം കുട്ടിക്കാലത്തിന്റെ നിഷ്ക്കളങ്കതയും ഔദാര്യവും ആഹ്ലാദവും മനസിൽ നിറച്ച്, സാന്റിയാഗോ ചില പ്പോൾ ചിരിച്ചു. ചിലപ്പോൾ കരഞ്ഞു.

ഒടുവിൽ കുതിരവണ്ടി നിന്നു, കതകു തുറക്കാൻ ഒരു ജോലിക്കാരൻ ഉണ്ടായിരുന്നു. മറ്റുള്ളവർ ശ്രദ്ധയോടെ ജുവാനെ വീട്ടിനുള്ളിൽ കൂട്ടി ക്കൊണ്ടുപോയി. അവന്റെ കാലുകൾ മൃദുലമായ പരവതാനിയിൽ പുതഞ്ഞുപോയി. വീട്ടിലേക്കു കയറിയപ്പോൾത്തന്നെ സമ്പത്തിന്റെ ഒരു സുഗന്ധം അവന് അനുഭവപ്പെട്ടു. സാന്റിയാഗോ പറഞ്ഞത് അനുസരിച്ച് രണ്ടു ജോലിക്കാർ ഉടൻതന്നെ അവന്റെ നനഞ്ഞ വസ്ത്രങ്ങൾ മാറ്റി പുതിയ വസ്ത്രങ്ങൾ ധരിപ്പിച്ചു. സുഖകരമായ നെരിപ്പോടു കത്തിയി രുന്ന സ്വീകരണമുറിയിൽ വച്ചുതന്നെ അവനു സൂപ്പും പലതരം ഇറച്ചി ക്കറികളും കൊടുത്തു. അവൻ ക്ഷീണിതനായിരുന്നതുകൊണ്ട് അവർ യുക്തിയോടെ അവനെ സഹായിച്ചുകൊണ്ടിരുന്നു. നിലവറയിൽ നിന്നും ഏറ്റവും പാകമായ വീഞ്ഞും അവർ അവനുവേണ്ടി പുറത്തെടുത്തു. അവനോട് കാര്യങ്ങൾ അന്വേഷിച്ചുകൊണ്ട് സാന്റിയാഗോ ആവശ്യമായ നിർദേശങ്ങൾ കൊടുത്തുകൊണ്ടിരുന്നു.

"നിനക്ക് എങ്ങനെയുണ്ട്? ക്ഷീണം കുറവുണ്ടോ? ജുവാൻ, നിനക്ക് കുറച്ചുകൂടി വീഞ്ഞു വേണോ? ആവശ്യത്തിന് ചൂടുണ്ടോ?"

അത്താഴം കഴിഞ്ഞ് ചൂട് കിട്ടാൻവേണ്ടി അവർ രണ്ടുപേരും നെരി പ്പോടിനരികിൽ കുറച്ചുസമയം ഇരുന്നു. ഭാര്യയും കുട്ടികളും ഉറങ്ങാൻ പോയിട്ടില്ലെന്നു ജോലിക്കാരനോടു ചോദിച്ചു മനസിലാക്കിയശേഷം സാന്റിയാഗോ പറഞ്ഞു.

"നീ പിയാനോ വായിക്കാറില്ലേ?"

"ഉണ്ട്."

"എങ്കിൽ എന്റെ ഭാര്യയും മക്കളും ഒന്നു ഞെട്ടട്ടെ. നമുക്ക് സ്വീകരണ മുറിയിലേക്ക് പോകാം. ജുവാനില്ലോ... കഴിയുന്നത്ര ശക്തിയായിത്തന്നെ നീ പിയാനോ വായിക്ക്."

അവൻ പടപ്പുറപ്പാടിനിണങ്ങുന്ന സംഗീതം വായിച്ചു. നിശ്ശബ്ദ മായിരുന്ന വീട് കാറ്റു നിറഞ്ഞ് തൊട്ടാൽ സംഗീതം പൊഴിയുന്ന ഒരു സംഗീതോപകരണം പോലെ വിറച്ചു. സ്വരങ്ങൾ ഒന്നൊന്നായി പിയാനോയിൽ നിന്ന് പുറത്തുവന്നു. പക്ഷേ, എല്ലാം ഒരു പടപ്പുറപ്പാടിന്റെ താളത്തിലായിരുന്നു.

"കൂടുതൽ ശക്തിയായി വായിക്കൂ; ജുവാനില്ലോ."

അവന്റെ വിരലുകൾ കൂടുതൽ ശക്തിയായി പിയാനോയുടെ കട്ടകളിൽ അമർന്നു.

"എന്റെ ഭാര്യ കർട്ടനു പിറകിൽ വന്നു നിൽക്കുന്നുണ്ട്. ജുവാനില്ലോ. നീ വായിക്ക്. അവൾ ഉറങ്ങാനുള്ള വസ്ത്രങ്ങളാണ് ധരിച്ചിരിക്കുന്നത്. ഞാൻ അവളെ കണ്ടിട്ടില്ലെന്ന നാട്യത്തിലാണ് ഇവിടെ ഇരിക്കുന്നത്. അവളു വിചാരിക്കും എനിക്ക് ഭ്രാന്താണെന്ന്. ജുവാനില്ലോ. നീ പിയാനോ വായിക്ക്."

ജുവാൻ ജ്യേഷ്ഠത്തിയെയും മക്കളെയും പരിചയപ്പെടണമായിരുന്നു. അതുകൊണ്ട് ഇഷ്ടപ്പെട്ടില്ലെങ്കിലും ജ്യേഷ്ഠൻ പറയുന്നത് അവൻ അനുസരിച്ചു.

"എനിക്കിപ്പോൾ എന്റെ മകൾ മനോലിറ്റയെ കാണാം. അവളും ഉറങ്ങാനുള്ള വേഷത്തിലാണ്. പാക്വിറ്റോയും ഉണർന്നിട്ടുണ്ട്. അവരെല്ലാം അത്ഭുതപ്പെടുമെന്ന് ഞാൻ പറഞ്ഞില്ലേ? പക്ഷേ, കൂടുതൽ സമയം ഇങ്ങനെ കറങ്ങിനടന്നാൽ അവർക്ക് ജലദോഷം പിടിക്കും. പിയാനോ വായന നീ നിർത്തിക്കൊള്ളൂ."

"അഡില, മനോലിറ്റ, പാക്വിറ്റ നിങ്ങൾ മൂന്നുപേരും വേഷം മാറി വന്ന് ജുവാനെ പരിചയപ്പെടൂ. ഇതാണ് ഞാൻ നിങ്ങളോട് ധാരാളം പറ ഞ്ഞിട്ടുള്ള ജുവാൻ. തെരുവിൽ വച്ച് ഞാൻ ഇവനെ ഇപ്പോൾ കണ്ടില്ലാ യിരുന്നെങ്കിൽ ഇവൻ മഞ്ഞുകൊണ്ട് മരിക്കുമായിരുന്നു. പെട്ടെന്ന് വസ്ത്രം മാറിവരൂ."

സാന്റിയാഗോയുടെ നല്ലവരായ വീട്ടുകാർ അന്ധനായ അവനെ ആലിംഗനം ചെയ്യാൻ ഉടൻതന്നെ തയ്യാറായി. സാന്റിയാഗോയുടെ ഭാര്യ യുടെ ശബ്ദം സംഗീതംപോലെ മധുരമുള്ളതായിരുന്നു. ജുവാൻ കന്യാ മറിയം അവനോടു സംസാരിക്കുന്നതായി തോന്നി. അവനുവേണ്ടി സാന്റി യാഗോ ചെയ്യുന്നതിലും കൂടുതൽ കാര്യങ്ങൾ ചെയ്യാൻ അവൾ ആഗ്ര ഹിച്ചു. അവന്റെ കാലിൽ അവൾ തന്നെ തുണി ചുറ്റിക്കൊടുത്തു. അവന്റെ തലയിൽ മൃദുവായ ഒരു തൊപ്പി വച്ചു. കുട്ടികൾ അവരുടെ ഇളയച്ഛനെ തൊട്ടും തഴുകിയും അവന്റെ ചുറ്റും വട്ടംകറങ്ങി. അവന്റെ ഭാഗ്യദോഷ ങ്ങളുടെ വിവരണം നിശ്ശബ്ദരായി അവർ കേട്ടിരുന്നു. സാന്റിയാഗോയുടെ ഭാര്യ അവന്റെ കഥകേട്ട് കരഞ്ഞുപോയി. കുട്ടികൾ അവന്റെ കൈപി ടിച്ച് സന്തോഷത്തോടെ പറഞ്ഞു.

"ഇനി ഇളയച്ഛനു വിശക്കില്ല. കുടയില്ലാതെ തെരുവിൽ ഇറങ്ങി നട ക്കേണ്ടിവരില്ല. ഞങ്ങൾ അതിനു സമ്മതിക്കില്ല. ഞാൻ സമ്മതിക്കില്ല. മനോലിറ്റ സമ്മതിക്കില്ല. അമ്മ സമ്മതിക്കില്ല. അച്ഛനും സമ്മതിക്കില്ല."

സാന്റിയാഗോ പെട്ടെന്നു വീണ്ടും സന്തോഷവാനായി. അയാൾ പാക്വിറ്റോയെ പറ്റിക്കാനായി പറഞ്ഞു. "പാക്വിറ്റോ. നിന്റെ മെത്ത ഞാൻ ജുവാനു കൊടുക്കുകയാണ്."

"അതു ചെറുതാണച്ഛാ. മുകളിലത്തെ നിലയിൽ ഒരു വലിയ മെത്ത

ഇരിപ്പുണ്ട്. ജുവാൻ ഇടയ്ക്കു കയറിപ്പറഞ്ഞു. "എനിക്കു മെത്ത വേണ്ട. ഇപ്പോൾത്തന്നെ എല്ലാം ലഭിച്ചുകഴിഞ്ഞു."

മനോലിറ്റ അവനെ കെട്ടിപ്പിടിച്ച് ഉമ്മവച്ചുകൊണ്ട് ചോദിച്ചു. "നേരത്തെപ്പോലെ ഇളയച്ഛന് ഇപ്പോഴും വയറുവേദനയുണ്ടോ?"

"ഇല്ല മോളേ ഇല്ല. ഇപ്പോൾ ഒട്ടും വേദനയില്ല. എനിക്കിപ്പോൾ സന്തോഷം മാത്രമാണ് ഉള്ളത്. പിന്നെ ഒരേയൊരു കാര്യം... എനിക്ക് ഭയങ്കരമായി ഉറക്കം വരുന്നു. എന്റെ കണ്ണുകൾ തനിയെ അടഞ്ഞുപോകുന്നു."

സാന്റിയാഗോ പറഞ്ഞു. "ഇനി നീ ഞങ്ങൾക്കു വേണ്ടി ഉണർന്നിരിക്കണ്ട."

മനോലിറ്റയും പാക്വിറ്റോയും അവന്റെ കഴുത്തിൽ കൈചുറ്റി ഉമ്മ വച്ചുകൊണ്ട് ഒരേ സ്വരത്തിൽ പറഞ്ഞു. "ശരിയാണ്. ചിറ്റപ്പൻ ഉറങ്ങിക്കോ."

*   *   *   *

അങ്ങനെ അവൻ ഉറങ്ങി. പിന്നീട് അവൻ ഉണർന്നത് സ്വർഗത്തിലായിരുന്നു.

അടുത്ത ദിവസം വെളുപ്പിന് മഞ്ഞിൽ പുതഞ്ഞുകിടന്ന അവന്റെ ശരീരത്തിൽ ഒരു പൊലീസുകാരന്റെ കാൽതട്ടി. ആംബുലൻസിൽ വന്ന ഡോക്ടർ കൊടുംതണുപ്പാണ് മരണകാരണമെന്ന് സ്ഥിരീകരിച്ചു.

അവനെ ചുമന്നുകൊണ്ടുപോയ രണ്ടു പോലീസുകാരിൽ ഒരാൾ മറ്റേയാളോടു ചോദിച്ചു. "ജമിനസ്. നീ ഇതുകണ്ടോ? ഇവന്റെ മുഖത്തെ പുഞ്ചിരി."

(19-ാം നൂറ്റാണ്ട്)

8

ജുവാൻ ഡി അർവാലോയുടെ പാലം
അന്റോണിയോ ഡി ട്രൂബ

പതിനാലാം നൂറ്റാണ്ടിന്റെ മധ്യകാലത്ത് ഡോൺ എൻറിക് ഡി ട്രസ്റ്റമാറയുടെ ഉപരോധത്തിലായിരുന്നു ടോളഡോ നഗരം. പക്ഷേ, 'ക്രൂരൻ' എന്ന് ഇരട്ടപ്പേരുള്ള രാജാവിനോട് വിശ്വസ്തത പുലർത്തിയി രുന്ന ടോളഡോക്കാർ ഡോൺ എൻറിക് ഡി ട്രസ്റ്റമാറയെ ധൈര്യപൂർവം എതിർത്തിരുന്നു.

നഗരത്തിലെ മനോഹരമായ നിർമിതികളിലൊന്നായ സാൻ മാർട്ടിൻ പാലം മുറിച്ചുകടന്ന്, ധീരരും രാജഭക്തിയുള്ളവരുമായ ടോളഡോക്കാർ പലപ്പോഴും ഡോൺ എൻറിക്കിന്റെ പട്ടാളത്താവളങ്ങളിൽ എത്താറുണ്ടാ യിരുന്നു.

ഈ ആക്രമണങ്ങൾ തടയുന്നതിനായി ഡോൺ എൻറിക് സാൻ മാർട്ടിൻ പാലം നശിപ്പിച്ചുകളയാൻ തീരുമാനമെടുത്തു.

പട്ടാളം താവളമടിച്ചിരുന്ന സിഗറാലസ് പഴത്തോട്ടങ്ങളും പൂന്തോട്ട ങ്ങളും വേനൽക്കാലവസതികളും നിറഞ്ഞ അതിമനോഹരമായ ഒരു ഭൂപ്രദേശമായിരുന്നു. ടിർസോ ഉൾപ്പെടെയുള്ള സ്പെയിനിലെ പല കവി കൾക്കും ഈ പ്രദേശത്തിന്റെ സൗന്ദര്യം കവിതകൾക്ക് പ്രചോദനമായി ട്ടുണ്ട്.

ഒരു രാത്രിയിൽ ഡോൺ എൻറിക്കിന്റെ പട്ടാളക്കാർ സിഗറാലസിലെ പടർന്നു പന്തലിച്ചുനിന്ന മരങ്ങളെല്ലാം വെട്ടിമുറിച്ചു. പിന്നീട് അവർ അതെല്ലാം പാലത്തിൽ കൂട്ടിയിട്ടു. രാത്രിയായപ്പോഴേക്കും സാൻ മാർട്ടിൻ

പാലത്തിൽ തീ പടർന്നുപിടിച്ചു. തിളങ്ങുന്ന തീനാളങ്ങൾ ഡോൺ റിഗോ യുടെ കൊട്ടാരവും അറബിഗോപുരവും ഉൾപ്പെടെ എല്ലാം നശിപ്പിച്ചു. ടാഗൂസ് നദിയിലൂടെ കുത്തിയൊഴുകുന്ന വെള്ളം കലങ്ങിമറിഞ്ഞു. അലാം ബ്രയിലെ അത്ഭുതസൃഷ്ടികൾ നടത്തിയ ശിൽപ്പികളുടെ കഴിവിന് ഉദാഹരണങ്ങളായ പാലത്തിന്റെ ഭാരിച്ച തുണുകൾ പൊട്ടിത്തെറിക്കു ന്നതിന്റെ ശബ്ദം, പ്രാകൃതരുടെ കൈയിൽ ഞെരിഞ്ഞമരുന്ന കലയുടെ ദയനീയ രോദനം പോലെ തോന്നി.

ഈ ഭീകരമായ കാഴ്ച കണ്ട് ഉണർന്ന ടോളഡോക്കാർ മനോഹര മായ പാലം സംരക്ഷിക്കാൻ വേണ്ടി ഓടിയടുത്തു. പക്ഷേ, അവരുടെ പരിശ്രമങ്ങൾ ഒന്നുംതന്നെ ഫലം കണ്ടില്ല. ടാഗൂസ് നദിയുടെ നനവു പടർന്ന താഴ്‌വാരങ്ങളിൽ അത്യുഗ്രമായ ഒരു സ്ഫോടനത്തിന്റെ ശബ്ദം മുഴങ്ങിക്കേട്ടു. ആ ശബ്ദം സാൻമാർട്ടിൻപാലം ഇല്ലാതായിരിക്കുന്നു എന്ന് ടോളഡോക്കാരെ അറിയിച്ചു. അതെ. അതു സത്യമായിരുന്നു.

രാജകീയ നഗരത്തിലെ താഴികക്കുടങ്ങളിൽ ഉദയസൂര്യൻ സ്വർണം പുശിയപ്പോൾ, നദിയിൽ നിന്നും വെള്ളംകോരാൻ വന്ന ടോളഡോയിലെ സുന്ദരികൾ ദുഃഖത്തോടെ കാലിക്കുടങ്ങളുമായി തിരിച്ചുപോയി. സ്ഫടികംപോലെ തെളിഞ്ഞ നദിയിലെ വെള്ളം കലങ്ങിമറിഞ്ഞ് ചെളി വെള്ളമായി മാറിയിരുന്നു. ഇരമ്പിയൊഴുകുന്ന നദിയുടെ ഒഴുക്കിൽപ്പെട്ട് പാലത്തിന്റെ പുകയുന്ന അവശിഷ്ടങ്ങൾ അപ്പോഴും നദിയിലൂടെ ഒഴുകി വരുന്നുണ്ടായിരുന്നു.

സാൻ മാർട്ടിൻ പാലം നശിപ്പിച്ചതിനെതിരെ ജനരോഷം എല്ലാ അതിരുകളും ലംഘിച്ച് ആളിക്കത്തി.

II

പാലം നശിപ്പിച്ചതിനുശേഷം പല വർഷങ്ങൾ കടന്നുപോയി. രാജാ ക്കന്മാരും ആർച്ച് ബിഷപ്പുമാരും അത്രത്തോളം തന്നെ ഭംഗിയും ബലമുള്ള മറ്റൊരു പാലം പണിയുന്നതിന്റെ രൂപരേഖകൾ തയ്യാറാക്കി. പക്ഷേ, പ്രശസ്തരായ വാസ്തുവിദഗ്ധരുടെ പ്രതിഭയ്ക്കും പ്രയത്ന ത്തിനും ഒരു പുതിയ പാലം നിർമിക്കാൻ കഴിയാതെപോയി. ഭീമാകാര മായ കമാനങ്ങളുടെ നിർമാണം പൂർത്തിയാകുന്നതിനു മുമ്പുതന്നെ കമാ നങ്ങളെ താങ്ങിനിർത്തുന്ന തട്ടുപലകകളും മരംകൊണ്ടുള്ള ചട്ടക്കൂടു കളും ശക്തമായ ഒഴുക്കിൽപ്പെട്ട് ഒലിച്ചുപോയി. ടോളഡോയിലെ കർദി നാൾ ആർച്ച് ബിഷപ്പ് ഡോൺ പെഡ്രോ ടനോറിയോ, നഗരത്തിന്റെ പെരുമയ്ക്ക്, രാജാവിനോളം തന്നെ കാരണക്കാരനായിരുന്നു. അദ്ദേഹം സ്പെയിനിലെ എല്ലാ നഗരങ്ങളിലേക്കും വിളംബരക്കാരെ പറഞ്ഞുവിട്ടു. ക്രിസ്ത്യാനികളും മൂർമതക്കാരുമായ വാസ്തുവിദ്യാവിദഗ്ധരെ സാൻമാർട്ടിൻ പാലം പുതുക്കിപ്പണിയാൻ ക്ഷണിച്ചുകൊണ്ട് അവർ സ്പെയിനിലെ നഗരങ്ങളിലൂടെ അലഞ്ഞു. പാലം പണിയുമ്പോൾ അഭിമുഖീകരിക്കേണ്ടിവരുന്ന വൈഷമ്യങ്ങൾ മറികടക്കാൻ പറ്റില്ലെന്നാ യിരുന്നു വാസ്തുവിദഗ്ധരുടെ മൊത്തത്തിലുള്ള നിഗമനം.

ഒടുവിൽ കാംബ്രോൺ ഗേറ്റുവഴി അപരിചിതരായ ഒരു പുരുഷനും സ്ത്രീയും ടോളഡോയിൽ എത്തി. നശിച്ചുപോയ പാലം അവർ ശ്രദ്ധാ പൂർവം നിരീക്ഷിച്ചു. പാലത്തിന്റെ അവശിഷ്ടങ്ങൾക്ക് അടുത്തുതന്നെ അവർ ഒരു ചെറിയ വീടു കണ്ടെത്തി അവിടെ താമസമായി.

അടുത്ത ദിവസം അയാൾ ആർച്ച് ബിഷപ്പിന്റെ കൊട്ടാരത്തിലേക്ക് യാത്രതിരിച്ചു.

ആർച്ച് ബിഷപ്പിന്റെ അറിവിലും നീതിനിഷ്ഠയിലും താൽപ്പര്യമുള്ള പണ്ഡിതന്മാരും പ്രധാനികളും പങ്കെടുക്കുന്ന ഒരു സമ്മേളനം നടത്തു ന്നതിന്റെ തിരക്കിലായിരുന്നു അദ്ദേഹം.

സമ്മേളനത്തിൽ പങ്കെടുക്കുന്നവരുടെ ബഹുമാനാർഥം കുറച്ചകലെ യുള്ള മറ്റൊരു സ്ഥലത്തുനിന്നും ഒരു വാസ്തുവിദ്യാവിദഗ്ധൻ പങ്കെടുക്കാ നെത്തിയിട്ടുണ്ടെന്ന്, ബിഷപ്പിന്റെ ഒരു പരിചാരകൻ സഭയെ അറിയിച്ചു. സമ്മേളനത്തിൽ പങ്കെടുക്കാൻ എത്തിയവർക്കെല്ലാം സന്തോഷം ഉണ്ടാ ക്കുന്ന ഒരു വാർത്തയായിരുന്നു വാസ്തുവിദ്യാവിദഗ്ധന്റെ വരവ്.

കർദിനാൾ ആർച്ച് ബിഷപ്പ് അപരിചിതനെ സ്വീകരിച്ചു. അഭിവാദന ങ്ങൾക്കു ശേഷം അദ്ദേഹം അയാളെ സഭയിലേക്ക് ആനയിച്ചു.

അപരിചിതൻ സംസാരം തുടങ്ങി. "ബഹുമാനപ്പെട്ട ആർച്ച് ബിഷ പ്പിന് എന്റെ നമസ്കാരം. എന്റെ പേർ ജുവാൻ ഡി അർവാലോ എന്നാണ്. തൊഴിലുകൊണ്ട് ഞാൻ ഒരു വാസ്തുവിദ്യാവിദഗ്ധനാണ്. പണ്ട് ഈ നഗരവും സിഗറാലസും തമ്മിൽ യോജിപ്പിച്ചിരുന്ന സാൻമാർട്ടിൻ പാലം പുനർനിർമിക്കാൻ കഴിവുള്ള വാസ്തുവിദഗ്ധരെ ക്ഷണിച്ചിരുന്നു."

"ആ ക്ഷണം സ്വീകരിച്ചാണോ നിങ്ങൾ ഇവിടെ എത്തിയിരി ക്കുന്നത്?"

"തീർച്ചയായും ആ ക്ഷണം തന്നെയാണ് ടോളഡോയിലേക്ക് ഞാൻ വരാൻ കാരണമായത്."

"അതിന്റെ നിർമാണത്തിലുള്ള വൈഷമ്യങ്ങളെപ്പറ്റി നിങ്ങൾക്ക് അറി വുണ്ടോ?"

"എനിക്ക് അത് അറിവുള്ള കാര്യമാണ്. പക്ഷേ, ആ വൈഷമ്യങ്ങൾ മറികടക്കാൻ എനിക്ക് കഴിയും."

"നിങ്ങൾ എവിടെയാണ് വാസ്തുവിദ്യ പഠിച്ചത്?"

"സലമൻകായിലാണ് ഞാൻ പഠിച്ചത്."

"നിങ്ങളുടെ വൈദഗ്ധ്യത്തിന്റെ തെളിവായി എന്നെ ബോധ്യപ്പെടു ത്താൻ ഏതു നിർമിതിയാണ് നിങ്ങൾ നടത്തിയിട്ടുള്ളത്?"

"അങ്ങനെ പ്രത്യേകിച്ച് എടുത്തുകാണിക്കാൻ ഒന്നുമില്ല."

ആർച്ച് ബിഷപ്പിന്റെ മുഖത്ത് അക്ഷമയും അവിശ്വാസവും കലർന്ന ഒരു ഭാവം നിഴലിച്ചു. അപരിചിതൻ അതു ശ്രദ്ധിക്കുകയും ചെയ്തു. അയാൾ സംസാരം തുടർന്നു:

"ചെറുപ്പത്തിൽ ഞാനൊരു പട്ടാളക്കാരനായിരുന്നു. പക്ഷേ, അനാ രോഗ്യം കാരണം ആയുധങ്ങൾക്കൊപ്പം ഉള്ള ആവേശകരമായ ആ

തൊഴിൽ ഉപേക്ഷിച്ച് എന്റെ ജന്മനാടായ കാസ്റ്റൈലിലേക്ക് എനിക്ക് തിരിച്ചുപോരേണ്ടിവന്നു. പിന്നീട് താത്വികമായും പ്രായോഗികമായും ഉള്ള വാസ്തുവിദ്യാപഠനത്തിന് ഞാൻ എന്നെ തന്നെ സമർപ്പിച്ചു.

ആർച്ച് ബിഷപ്പ് മറുപടി പറഞ്ഞു. "പക്ഷേ, നിങ്ങളുടെ വൈദഗ്ധ്യം തെളിയിക്കാൻ ഒരു നിർമിതിയും ഇല്ലാത്തതിൽ എനിക്ക് ഖേദമുണ്ട്."

"ടോർമസിലും ഡ്യൂറോയിലും ചിലതൊക്കെയുണ്ട്. പക്ഷേ, അവ യുടെ നിർമാണത്തിൽ നിന്നും നിങ്ങളുടെ മുന്നിൽ നിൽക്കുന്ന എനിക്ക് കിട്ടേണ്ടിയിരുന്ന പ്രശസ്തി മറ്റുചിലർ തട്ടിയെടുത്തു."

"നിങ്ങൾ പറയുന്നത് എനിക്ക് മനസിലാകുന്നില്ല."

ജുവാൻ ഡി അർലോവ കാര്യം വിശദീകരിച്ചു.

"ഞാൻ അപ്രശസ്തനും ദരിദ്രനുമായിരുന്നു. എനിക്ക് വേണ്ടിയിരു ന്നത് ഭക്ഷണവും താമസിക്കാനൊരു സ്ഥലവുമായിരുന്നു. പ്രശസ്തി ഞാൻ മറ്റുള്ളവർക്ക് വിട്ടുകൊടുത്തു."

ആർച്ച് ബിഷപ്പ് പറഞ്ഞു. "എനിക്ക് ഇങ്ങനെ പറയേണ്ടിവരുന്നതിൽ വിഷമം ഉണ്ട്. വെറുതെ നിങ്ങളെ വിശ്വസിക്കണം എന്നു പറയാൻ മാത്രമേ നിങ്ങൾക്ക് കഴിയുന്നുള്ളൂ. ഞങ്ങൾക്ക് ഉറപ്പു തരാനുള്ള കാര്യ ങ്ങളൊന്നും നിങ്ങൾക്ക് തെളിവായി കാണിക്കാനില്ല."

"അങ്ങയ്ക്ക് വിശ്വാസം വരുന്ന തരത്തിൽ ഒരുറപ്പ് എനിക്ക് തരാൻ കഴിയും എന്നാണ് എന്റെ വിശ്വാസം."

"അതെന്താണ്?"

"എന്റെ ജീവൻ."

"നിങ്ങൾ ഉദ്ദേശിക്കുന്നത് എന്താണെന്ന് വിശദീകരിച്ച് പറയണം."

"ഏറ്റവും പ്രധാനപ്പെട്ട കേന്ദ്രകമാനത്തിന്റെ ചട്ടക്കൂട് നീക്കം ചെയ്യു മ്പോൾ ആണിക്കല്ലിൽ ഞാൻ നിൽക്കുന്നുണ്ടാകും. പാലം വീഴുകയാ ണെങ്കിൽ ഞാനും അതോടൊപ്പം അവസാനിച്ചിരിക്കും."

"ഈ ഉറപ്പ് ഞാൻ സമ്മതിക്കുന്നു."

"അങ്ങ് എന്നെ വിശ്വസിക്കണം. ഞാൻ ഈ ജോലി പൂർത്തിയാക്കി യിരിക്കും."

ആർച്ച് ബിഷപ്പ് അയാളുടെ കൈയിൽ അമർത്തിപ്പിടിച്ചു. മനസ്സു നിറയെ പ്രതീക്ഷകളുമായി ജുവാൻ ഡി അർവാലോ അവിടെ നിന്നും വീട്ടിലേക്ക് തിരിച്ചുപോയി. വീട്ടിൽ അയാളുടെ ഭാര്യ അയാളുടെ തിരിച്ചു വരവും കാത്ത് ഇരിപ്പുണ്ടായിരുന്നു. ദാരിദ്ര്യവും കഷ്ടപ്പാടുംകൊണ്ട് തകർന്നിരുന്നെങ്കിലും അവർ ചെറുപ്പമായിരുന്നു, സുന്ദരിയായിരുന്നു.

"കാതറീൻ, എന്റെ കാതറീൻ" ഭാര്യയെ കെട്ടിപ്പിടിച്ചുകൊണ്ട് അയാൾ പറഞ്ഞു. "ടോളഡോയെ അലങ്കരിക്കുന്ന സ്മാരകങ്ങൾക്കൊപ്പം ജുവാൻ ഡി അർവാലോയുടെ പേര് വരും തലമുറകളിലേക്ക് കൈ മാറാൻ ഒരു സ്മാരകം കൂടി ഉണ്ടായിരിക്കും."

III

കാലം കടന്നുപോയി. ഒരു കാലത്ത് ഫ്ളോറിൻഡയിലെ തോട്ടം ഉണ്ടായിരുന്ന സ്ഥലത്ത് ഇന്നു കാണുന്നത് കുന്നിൻചരിവുകളാണ്. ആ കുന്നിൻചരിവുകളിലൂടെ ടാഗൂസ്നദിയുടെ അടുത്തെത്തുമ്പോൾ ടോളഡോക്കാർക്ക് 'സാൻമാർട്ടിൻ പാലം' ഇവിടെയായിരുന്നു എന്നു പറയാൻ കഴിയാതെയായി. കാരണം പുതിയ പാലം ഉറപ്പുള്ള ചട്ടക്കൂടു കളിൽ ഉയർന്നുതുടങ്ങിയിരുന്നു. കേന്ദ്രകമാനവും കാണാൻ കഴിയുന്ന ഉയരത്തിലേക്ക് ഉയർന്നു കഴിഞ്ഞിരുന്നു. പഴയപാലത്തിന്റെ അവശിഷ്ട ങ്ങൾക്കിടയിലാണ് പുതിയപാലത്തിന്റെ പണി നടന്നുകൊണ്ടിരുന്നത്.

ആർച്ചു ബിഷപ്പും ടോളഡോക്കാരും അതിശക്തമായ ഒഴുക്കിനിട യിൽ കേന്ദ്രകമാനം ഉറപ്പിച്ചു നിർത്തിയ വാസ്തുവിദ്യാവിദഗ്ധനെ വാനോളം പ്രശംസിച്ചു. അവർ അയാളെ സമ്മാനങ്ങൾകൊണ്ട് പൊതിഞ്ഞു.

ടോളഡോനഗരത്തിന്റെ പുണ്യവാളനായ സാൻ ഇൽഡഫോൺസോ യുടെ ഉത്സവം അടുത്തുവരുന്നുണ്ടായിരുന്നു. പാലത്തിന്റെ പണിപൂർത്തി യാക്കാൻ കമാനങ്ങളുടെയും ചട്ടക്കൂടുകളുടെയും തടിപ്പണികൾ അഴി ച്ചുമാറ്റുന്ന ജോലി മാത്രമാണ് ബാക്കിയുണ്ടായിരുന്നത്. ജുവാൻ ഡി അർവാലോ ഈ വിവരം കർദിനാൾ ആർച്ച് ബിഷപ്പിനെ ഔദ്യോഗിക മായി അറിയിച്ചു. കർദിനാളിന്റെയും പൗരാവലിയുടെയും സന്തോഷത്തിന് അതിരില്ലായിരുന്നു. ചട്ടക്കൂടുകളും കൽപ്പണിയുടെ താങ്ങുപലകകളും നീക്കം ചെയ്യുന്നത് അപകടകരമായ ജോലിയായിരുന്നു. പക്ഷേ, ആണി ക്കല്ലിൽ താനുണ്ടാകും എന്നു പറഞ്ഞ വാസ്തുവിദ്യാവിദഗ്ധന്റെ ആത്മ വിശ്വാസത്തിൽ നാട്ടുകാർക്കെല്ലാം പൂർണവിശ്വാസമായിരുന്നു.

സാൻമാർട്ടിൻ പാലത്തിന്റെ ആശീർവദിക്കൽ ചടങ്ങും ഉൽഘാട നവും അടുത്ത ദിവസം നടത്താൻ തീരുമാനിച്ചു. നാളത്തെ ഗംഭീരചടങ്ങ് അറിയിച്ചുകൊണ്ട് ടോളഡോയിലെ എല്ലാ പള്ളികളിലും മണി മുഴങ്ങി. ടാഗൂസ് നദിയുടെ മറുകരയിലുള്ള മനോഹരമായ സിഗറാലസിനെപ്പറ്റി യുള്ള ചിന്തയിലായിരുന്നു ടോളഡോക്കാർ. വർഷങ്ങളായി ആ പ്രദേശം അവരിൽ നിന്ന് ഒറ്റപ്പെട്ടുപോയിരുന്നു. അടുത്ത ദിവസം സിഗറാലസ് അവരുടെ ജീവിതത്തിന്റെ ഭാഗമായി മാറാൻ പോകുന്നതിന്റെ സന്തോ ഷത്തിലായിരുന്നു അവർ.

നേരം ഇരുട്ടിക്കഴിഞ്ഞപ്പോൾ ഉൽഘാടനത്തിനു മുമ്പുള്ള അവസാന പരിശോധനകൾക്കായി ജുവാൻ ഡി അർവാലോ കേന്ദ്രകമാനത്തിനു മുകളിൽ കയറി. മൂളിപ്പാട്ടു പാടിക്കൊണ്ട് അയാൾ എല്ലായിടവും സൂക്ഷ്മമായി പരിശോധിച്ചു. പെട്ടെന്ന് അയാളുടെ മുഖത്ത് ആശങ്ക പടർന്നു. സ്വന്തം രക്തം കട്ടപിടിച്ചുപോകുന്ന തരത്തിലുള്ള ഒരു ചിന്ത അയാളുടെ ഉള്ളിൽ മുളച്ചുപൊന്തി. അയാൾ പാലത്തിൽ നിന്നും താഴെ യിറങ്ങി വീട്ടിലേക്കു നടന്നു.

അഭിനന്ദനങ്ങളോടെ അയാളെ സ്വീകരിക്കാൻ ഭാര്യ വാതിലിൽ ത്തന്നെ ഉണ്ടായിരുന്നു. പക്ഷേ, അയാളുടെ മുഖത്തെ അസ്വസ്ഥത കണ്ട പ്പോൾ അവർ ആകെ വിളർത്തുപോയി.

അവർ കരഞ്ഞുകൊണ്ട് ചോദിച്ചു. "നിങ്ങൾക്കു സുഖമില്ലേ?"

വികാരം നിയന്ത്രിക്കാൻ പണിപ്പെട്ടുകൊണ്ട് അയാൾ പറഞ്ഞു. "ഇല്ല."

"എന്നോട് കള്ളം പറയരുത്. എന്തോ പ്രശ്നമുണ്ടെന്ന് നിങ്ങളുടെ മുഖം കണ്ടാൽ അറിയാം."

"വൈകുന്നേരം ഭയങ്കര ജോലിയായിരുന്നു. പോരാത്തതിന് തണുപ്പും."

"ഈ നെരിപ്പോടിനടുത്തു വന്നിരിക്ക്. ഞാൻ അത്താഴം കൊണ്ടുവ രാം. എന്തെങ്കിലും കഴിച്ചിട്ട് വിശ്രമിച്ചാൽ എല്ലാം ശരിയാകും."

"ഒന്നും ശരിയാകില്ല." മനോവേദനയോടെ ജുവാൻ സ്വയം പിറു പിറുത്തു. അയാളുടെ ഭാര്യ ധൃതിയിൽ അത്താഴം ഉണ്ടാക്കാൻ തുടങ്ങി. അവർ മേശ പിടിച്ച് നെരിപ്പോടിനടുത്തിട്ടു. പിന്നീട് അവർ ഒരു കെട്ട് വിറക് നെരിപ്പോടിനുള്ളിലേക്ക് വലിച്ചെറിഞ്ഞു.

ജുവാൻ ദുഃഖം മറച്ചുവയ്ക്കാൻ അങ്ങേയറ്റം പരിശ്രമിക്കുന്നുണ്ടാ യിരുന്നു. പക്ഷേ, അയാളുടെ ഒരു ശ്രമവും വിജയിച്ചില്ല. ഭാര്യയെ കബളി പ്പിക്കാൻ അയാൾക്ക് കഴിഞ്ഞില്ല.

അവൾ പറഞ്ഞു. "നമ്മുടെ വിവാഹത്തിനുശേഷം ആദ്യമായാണ് നിങ്ങളുടെ വിഷമം എന്നോട് പറയാതിരിക്കുന്നത്. നിങ്ങളുടെ സ്നേഹ ത്തിനും വിശ്വാസത്തിനും എനിക്ക് അർഹത ഇല്ലാതായിരിക്കുന്നു."

അയാൾ പറഞ്ഞു. "കാതറിൻ, ദൈവത്തെയോർത്ത് എന്നെ കൂടുതൽ വിഷമിപ്പിക്കരുത്."

കാതറിനിന്റെ ശബ്ദത്തിൽ ദുഃഖം ഉണ്ടായിരുന്നു. "വിശ്വാസം നഷ്ട പ്പെട്ടിടത്ത് യഥാർഥ സ്നേഹം ഉണ്ടാകില്ല."

"എന്റെയും നിന്റെയും നന്മയ്ക്കു വേണ്ടിയാണ് ഞാൻ ആ രഹസ്യം ഒളിപ്പിച്ചുവച്ചത്."

"നിങ്ങളുടെ രഹസ്യം നിങ്ങളെ വിഷമിപ്പിക്കുന്നുണ്ട്. എനിക്ക് അത് അറിയാൻ ആഗ്രഹമുണ്ട്. ഒരുപക്ഷേ നിങ്ങളുടെ വിഷമം കുറയ്ക്കാൻ എനിക്ക് കഴിഞ്ഞേക്കും."

"എന്റെ വിഷമം കുറക്കാൻ ഒരിക്കലും കഴിയുകയില്ല."

കാതറിൻ വാദിച്ചു. "എന്റെ സ്നേഹത്തിന് സാധിക്കാത്തതായി ഒന്നും ഇല്ല."

"ശരി. എങ്കിൽ പറയാം. എന്റെ ജീവനും അന്തസ്സും നാളെ അവ സാനിക്കും. നാളെ പാലം നദിയിൽ വീഴും. വളരെ പ്രതീക്ഷയോടെ ഞാൻ നിർമിച്ച പാലത്തിന്റെ പതനത്തോടെ, അതിന്റെ ആണിക്കല്ലിൽ നിന്ന് ഞാനും അപ്രത്യക്ഷനാകും."

സ്നേഹത്തോടെ ഭർത്താവിനെ കെട്ടിപ്പിടിക്കുന്നതിനിടയിൽ കാത റിൻ കരഞ്ഞുകൊണ്ടു പറഞ്ഞു. "ഇല്ല. ഒരിക്കലും ഇല്ല."

"അതു സംഭവിക്കും. ഞാൻ വിജയിച്ചു എന്ന പൂർണവിശ്വാസത്തി ലായിരുന്നു. എന്റെ കണക്കുകൂട്ടലിൽ പറ്റിയ ഒരു തെറ്റ്. ഇപ്പോഴാണ് എന്റെ ശ്രദ്ധയിൽ പെട്ടത്. നാളെ താങ്ങുപലകകൾ നീക്കംചെയ്യുമ്പോൾ പാലം വീഴും. അതു പണിഞ്ഞ ശിൽപ്പിയും അതോടെ അവസാനിക്കും."

"പാലം നദിയിൽ വീഴുമായിരിക്കും. പക്ഷേ, നിങ്ങൾ വീഴില്ല. നിങ്ങളെ ആ പരീക്ഷണത്തിന് ഉപയോഗിക്കരുതെന്ന് മഹാനായ കർദിനാളിന്റെ കാലുപിടിച്ച് ഞാൻ അപേക്ഷിക്കും."

"നിന്റെ അപേക്ഷ കൊണ്ടൊന്നും പ്രയോജനം ഉണ്ടാകില്ല. കർദി നാൾ ഒരുപക്ഷേ അതിനു സമ്മതിച്ചാലും അന്തസ്സ് നഷ്ടപ്പെട്ട ഒരു ജീവിതം എനിക്കു വേണ്ട."

കാതറിൻ മറുപടി പറഞ്ഞു. "നിങ്ങൾക്ക് ജീവിതവും അന്തസ്സും രണ്ടും നഷ്ടപ്പെടുകയില്ല."

IV

അർധരാത്രിയായി. ജോലികൊണ്ടും ദുഃഖംകൊണ്ടും തളർന്ന ജുവാന് അപ്പോഴാണ് ഒന്ന് ഉറങ്ങാൻ കഴിഞ്ഞത്. ഒരു ദുഃസ്വപ്നം പോലുള്ള ഉറക്കം.

അയാളുടെ ഭാര്യ ഈ സമയമെല്ലാം ഉറങ്ങുന്നതായി നടിച്ചു കിട ക്കുകയായിരുന്നു. സത്യത്തിൽ ഭർത്താവിനെ ആകാംക്ഷയോടെ അവൾ ശ്രദ്ധിക്കുകയായിരുന്നു. ഒടുവിൽ അയാൾ ഉറങ്ങി എന്ന് ബോധ്യമായി ക്കഴിഞ്ഞപ്പോൾ ശ്വാസംപോലും വിടാതെ അവൾ എഴുന്നേറ്റ് അടുക്കള യിലേക്ക് പോയി. ശബ്ദം ഉണ്ടാക്കാതെ ജനൽ തുറന്ന് അവൾ പുറ ത്തേക്ക് നോക്കി.

ഇരുണ്ട രാത്രിയായിരുന്നു. ഇടയ്ക്ക് എപ്പോഴെങ്കിലും ഒരു മിന്നൽ ആകാശത്തിൽ വെളിച്ചം വിതറി. ടാഗൂസ് നദിയിലെ തിരമാലകളുടെ ഇരമ്പവും പാലത്തിന്റെ സങ്കീർണമായ ചട്ടക്കൂടുകൾക്കിടയിലൂടെ വീശി യടിക്കുന്ന കാറ്റിന്റെ കിതപ്പും ഒഴിച്ചാൽ മറ്റൊരു ശബ്ദവും കേൾക്കുന്നു ണ്ടായിരുന്നില്ല.

കാതറിൻ ശബ്ദം ഉണ്ടാക്കാതെ ജനൽ അടച്ചു. പിന്നീട് അവൾ ഒരു പുറംകുപ്പായം എടുത്ത് തോളിലിട്ടു. നെരിപ്പോടിൽ നിന്നും പകുതി എരിഞ്ഞുപുകയുന്ന ഒരു വിറകുകൊള്ളി കയ്യിൽ എടുത്ത് അവൾ തെരുവിന്റെ നിശ്ശബ്ദതയിലൂടെ നടന്നു. അവളുടെ ഹൃദയം വല്ലാതെ മിടിക്കുന്നുണ്ടായിരുന്നു.

അവൾ എവിടേക്കാണ് പോകുന്നത്? വഴിവെളിച്ചത്തിനുവേണ്ടി യാണോ അവൾ ആ കത്തുന്ന വിറകുകൊള്ളി കയ്യിൽ കരുതിയിരിക്കു ന്നത്? കുണ്ടും കുഴിയും നിറഞ്ഞ അപകടം പതിയിരിക്കുന്ന വഴിയിലൂടെ നടന്നുനീങ്ങിയ അവൾ, കത്തുന്ന വിറകുകൊള്ളി തന്റെ പുറംകുപ്പായ ത്തിന്റെ മറവിൽ ഒളിപ്പിക്കാൻ ശ്രമിച്ചുകൊണ്ടിരുന്നു.

ഒടുവിൽ അവൾ പാലത്തിനടുത്ത് എത്തിച്ചേർന്നു. കാറ്റ് അപ്പോഴും

ചുളം വിളിക്കുന്നുണ്ടായിരുന്നു. നദിയിലെ തിരകൾ തങ്ങളുടെ വഴി മുട ക്കുന്നതിൽ ക്ഷുഭിതരായതുപോലെ പാലത്തിന്റെ തൂണുകളിൽ തട്ടി ചിന്നിച്ചിതറി.

കാതറിൻ പാലത്തിന്റെ അടിത്തറയുടെ അടുത്തെത്തി. അവളുടെ നഖം മുതൽ മുടിവരെ അവൾ അറിയാതെ തന്നെ ഒരു വിറയൽ അനുഭവ പ്പെട്ടു. ഇരമ്പുന്ന നദിയുടെ അരികത്തു നിന്നതാണോ അവൾ വിറയ്ക്കാൻ കാരണമായത്? അതോ ഇത്രയുംകാലം നന്മ മാത്രം ചെയ്തു ശീലിച്ചി ട്ടുള്ള അവളുടെ കൈയിൽ നാശത്തിന്റെ പന്തം ഇപ്പോൾ എരിയാൻ തുടങ്ങിയതുകൊണ്ടാണോ? അല്ലെങ്കിൽ ആ നിമിഷത്തിൽ ആകാശം വിറപ്പിച്ച ഇടിമിന്നലിന്റെ ആഘാതത്തിലാണോ അവൾ വിറച്ചത്?

അവൾ വിറകുകൊള്ളി ആളിക്കത്താൻ വേണ്ടി ഒന്നുകൂടി വീശി. എന്നിട്ട് ചട്ടക്കൂടിന്റെ മരക്കറ ഉണങ്ങിപ്പറ്റിന പലകകളിലേക്ക് പന്തം അടു പ്പിച്ചു. പെട്ടെന്നുതന്നെ പലകകൾക്ക് തീ പിടിച്ചു. കാറ്റിൽ ഭയാനകമായി തീ ആളിപ്പടർന്നു. പാലത്തിന്റെ എല്ലാ മുക്കിലും മൂലയിലും തീ പടർന്നു പിടിച്ചു.

പെട്ടെന്നുതന്നെ അവൾ അവിടെനിന്നും തിരിച്ചുപോന്നു. ഭീകരമായ അഗ്നിബാധയുടെയും ആകാശത്തെ മിന്നലിന്റെയും വെളിച്ചത്തിൽ അവൾ ഉടൻതന്നെ വീട്ടിൽ തിരിച്ചെത്തി. പോയതുപോലെ തന്നെ ശബ്ദ മില്ലാതെ വീടിനകത്തു കയറി അവൾ കതകടച്ചു. അവളുടെ ഭർത്താവ് അപ്പോഴും നല്ല ഉറക്കത്തിലായിരുന്നു. അവൾ പോയതൊന്നും അയാൾ അറിഞ്ഞിരുന്നില്ല. അവൾ കിടക്കയിൽ നിന്നും എഴുന്നേറ്റിട്ടേയില്ല എന്ന മട്ടിൽ ഉറക്കം നടിച്ചുകിടന്നു.

കുറച്ചു നിമിഷങ്ങൾക്കകം മനുഷ്യർ ഓടുന്ന ശബ്ദം കേൾക്കാൻ തുടങ്ങി. എല്ലാ പള്ളിമണികളും അപകടസൂചന നൽകിക്കൊണ്ട് ഒരേ സമയം മുഴങ്ങി. പിന്നീട് ഭയങ്കരമായ ഒരു സ്ഫോടനം നടന്നു. അതിനു ശേഷം വർഷങ്ങൾക്കു മുമ്പ് പട്ടാളക്കാർ പഴയപാലം തകർത്തപ്പോൾ ഉയർന്നപോലെ ഒരു കൂട്ടനിലവിളി ഉയർന്നു.

ജുവാൻ ഞെട്ടി ഉണർന്നു. കാതറിൻ ഉറക്കത്തിലായിരുന്നു. വസ്ത്രം മാറി പെട്ടെന്നുതന്നെ അയാൾ ബഹളത്തിന്റെ കാരണം അറിയാൻ വേണ്ടി പുറത്തുകടന്നു. പാലം കത്തിനശിക്കുന്ന കാഴ്ചകണ്ട് മനസിൽ തോന്നിയ സന്തോഷം അയാൾ രഹസ്യമാക്കിവച്ചു.

കർദിനാൾ ആർച്ച് ബിഷപ്പും ടോളഡോക്കാരും കേന്ദ്രകമാനത്തിൽ ഏശിയ മിന്നൽ പടർന്നുപിടിച്ചാണ് പാലം കത്തിനശിച്ചതെന്ന നിഗമന ത്തിലെത്തി. അവരുടെ ദുഃഖം വളരെ തീവ്രമായിരുന്നു. ഒരു വൻവിജയ ത്തിന്റെ വക്കിലെത്തി നിൽക്കുമ്പോൾ അത്യാഹിതംമൂലം വാസ്തു ശിൽപ്പിക്കുണ്ടായ നൈരാശ്യത്തിൽ എല്ലാവർക്കും ജുവാനോട് കടുത്ത അനുകമ്പ തോന്നി. മിന്നൽ ഏറ്റിട്ടാണോ അതോ മറ്റെന്തെങ്കിലും കാരണം കൊണ്ടാണോ പാലം നശിച്ചതെന്ന് ടോളഡോക്കാർക്ക് വ്യക്തമല്ലായി രുന്നു. എന്നാൽ ദൈവവിശ്വാസിയയ ജുവാൻ ഡി അർവാലോവിന്, ഇടി

മിന്നലേറ്റുതന്നെയാണ് പാലം തകർന്നതെന്ന് ഉറപ്പുണ്ടായിരുന്നു. ദൈവ
ത്തിന്റെ സംരക്ഷണം തനിക്ക് എപ്പോഴും ഉണ്ടെന്ന് അയാൾ അടിയുറച്ച്
വിശ്വസിച്ചിരുന്നു.

പാലം തകർന്നു പോയതുകൊണ്ട് ജുവാനിന്റെ വിജയം പന്ത്രണ്ട്
മാസം കൂടി നീണ്ടുപോയി. അടുത്തവർഷം സാൻ ഇൽഡഫോൺസോ
യുടെ ഉത്സവദിവസം തന്നെ കർദിനാൾ പുതിയപാലത്തിന്റെ ഉൽഘാടനം
നിർവഹിച്ചു. ടോളഡോക്കാർ സന്തോഷത്തോടെ ടാഗൂസ് നദി കുറുകെ
കടന്ന് സിഗറാലസിലെ മനോഹരമായ ഭൂപ്രദേശങ്ങൾ വീണ്ടും സന്ദർ
ശിച്ചു. വളരെ വർഷങ്ങളായി അവർക്ക് ഇതിനു കഴിഞ്ഞിരുന്നില്ലല്ലോ.
പാലം ഉൽഘാടനം ചെയ്ത ദിവസം ആഘോഷത്തിന്റെ ഭാഗമായി കർദി
നാൾ നാട്ടുകാർക്കെല്ലാം ഒരു വലിയ വിരുന്ന് നൽകി. വിരുന്നിൽ കർദി
നാളുടെ വലതുവശത്തായി വാസ്തുവിദ്യാവിദഗ്ധനും അദ്ദേഹത്തിന്റെ
ഭാര്യയുമാണ് ഇരുന്നിരുന്നത്. ജുവാനെ വാനോളം പുകഴ്ത്തിയ കർദി
നാളിന്റെ പ്രസംഗത്തിനുശേഷം ടോളഡോക്കാർ ജുവാനും ഭാര്യക്കും
ഒപ്പം വീടുവരെ അവരെ അനുഗമിച്ചു.

ഇതെല്ലാം നടന്നിട്ട് ഇപ്പോൾ അഞ്ഞൂറ് വർഷം കഴിഞ്ഞിരിക്കുന്നു.
ടാഗൂസ് നദിയിലൂടെ കുത്തിയൊഴുകുന്ന വെള്ളത്തിനു മുകളിൽ ജുവാൻ
ഡി അർവാലോയുടെ പാലം ഇപ്പോഴും തലയുയർത്തി നിൽക്കുന്നു.
അയാളുടെ രണ്ടാമത്തെ കണക്കുകൂട്ടലിൽ അയാൾക്ക് ഒരു തെറ്റും
പറ്റിയിരുന്നില്ല.

(19-ാം നൂറ്റാണ്ട്)

9

അവൾ

പെദ്രോ എ ഡി അലർകോൺ

"**ന**മുക്ക് എന്തറിയാമെന്നാണ് നിങ്ങൾ കരുതുന്നത്?" പ്രശസ്ത നായ മൈനിങ് എൻജിനീയർ ഗബ്രിയേൽ ആശ്ചര്യപ്പെട്ടു. എസ്കൂറി യൻ കൊട്ടാരത്തിൽ നിന്നും ആറുമൈൽ അകലെയുള്ള ഗാഢരാമ ഇറ ക്കത്തിൽ ഒരു ജലധാരയുണ്ട്. അതിനടുത്തായി ഒരു ദേവതാരുമരവും. ദേവതാരു മരത്തിന്റെ തണലിൽ ഇരിക്കുകയായിരുന്നു ഗബ്രിയൽ. മാഡ്രി ഡ്, സെഗോവിയ എന്നീ പ്രവിശ്യകളുടെ അതിർത്തി രേഖയിലായിരുന്നു എസ്കൂറിയൻ കൊട്ടാരം. ആ കൊട്ടാരവും ജലധാരയും ദേവതാരു മരവും ഞാൻ കണ്ടിട്ടുണ്ട്. എനിക്ക് അതെല്ലാം ഇപ്പോഴും കാണാൻ കഴിയു ന്നുണ്ട്. പക്ഷേ, പേര് ഓർത്തെടുക്കാൻ കഴിയുന്നില്ല.

"നമുക്ക് ഇവിടെ ഇരുന്ന് അൽപ്പം വിശ്രമിക്കാം." ഗബ്രിയേൽ പറ ഞ്ഞു. "ഈ മനോഹരമായ സ്ഥലത്ത് അൽപ്പസമയം ഇരുന്ന് ഇവിടത്തെ സുന്ദരമായ കാലാവസ്ഥ ആസ്വദിക്കാമെന്ന് എല്ലാവരും സമ്മതിച്ചിരുന്ന താണ്. ഈ തിളങ്ങുന്ന ജലധാരയുടെ ഔഷധഗുണങ്ങൾ വളരെ പ്രശ സ്തമാണ്. വലിയ വലിയ ശാസ്ത്രജ്ഞന്മാർ പ്രകൃതിയിൽ നിന്നും ഊർജം ഉൾക്കൊള്ളാൻ ഇടക്കിടയ്ക്ക് ഇവിടെ വരാറുണ്ട്. ഇവിടെ ഇരു ന്നാൽ ഞാനൊരു കഥ പറയാം. എന്റെ സിദ്ധാന്തത്തെ ന്യായീകരിക്കുന്ന ശരിക്കും നടന്ന ഒരു കഥ."

"നിങ്ങൾ എന്നെ ഒരു ഭൗതികവാദിയായിട്ടാണ് കരുതുന്നത് എന്ന് എനിക്കറിയാം. പക്ഷേ, നമ്മുടെ ഈ ലോകത്ത് വളരെ വിചിത്രമായ

കാര്യങ്ങൾ സംഭവിക്കാറുണ്ട്. കാരണങ്ങൾ കണ്ടുപിടിക്കാൻ കഴിയാത്ത, ശാസ്ത്രത്തിനും തത്വശാസ്ത്രത്തിനും വിശദീകരിക്കാൻ കഴിയാത്ത വിചിത്രസംഭവങ്ങൾ. ഹാംലറ്റിന്റെ വാക്കുകളിൽ അൽപ്പം മാറ്റം വരുത്തി യാൽ നമ്മുടെ എല്ലാ തത്വശാസ്ത്രങ്ങൾക്കും വിശദീകരിക്കാൻ കഴിയു ന്നതിലും കൂടുതൽ നിഗൂഢരഹസ്യങ്ങൾ ഈ ഭൂമിയിലുണ്ട്. സ്വർഗത്തി ലുമുണ്ട്."

മധ്യവയസ്കരായ അഞ്ചു സുഹൃത്തുക്കളോടായിരുന്നു ഗബ്രിയേ ലിന്റെ ഈ പ്രഭാഷണം. അവരിൽ ഒരാൾക്ക് അൽപ്പം പ്രായം കൂടുതൽ ഉണ്ടായിരുന്നു. മൂന്നുപേർ ഗബ്രിയേലിനെപ്പോലെ മൈനിങ് എൻജിനീ യർമാർ ആയിരുന്നു. നാലാമൻ ഒരു കലാകാരനും. അഞ്ചാമനെ വേണമെ ങ്കിൽ ഒരു എഴുത്തുകാരൻ എന്നു പറയാം. എല്ലാവരും സാൻലൊറൻസോ ഗ്രാമത്തിൽ നിന്നും കോവർ കഴുതകളെ വാടകയ്ക്കെടുത്ത്, അവയുടെ പുറത്തു കയറിയാണ് ഇവിടെ എത്തിയിരുന്നത്. അവർക്കിടയിൽ ഏറ്റവും പ്രായക്കുറവ് ഗബ്രിയേലിനായിരുന്നു.

പെഗ്ഗിറിനോസ് വനത്തിൽ നിന്നും ദേവതാരുമരങ്ങളുടെ തണലിൽ കിളിർത്തു വരുന്ന കാട്ടുചെടികളുടെ സാംപിൾ ശേഖരിക്കാനും ചിത്രശ ലഭങ്ങളെ വലയിൽ കുടുക്കാനും ദ്രവിച്ച തടിക്ഷണങ്ങൾക്കടിയിൽ ഒളി ച്ചിരിക്കുന്ന ചീവിടുകളെ കാണാനും മറ്റുമായാണ് അവർ ഈ മലമ്പ്ര ദേശത്ത് എത്തിയത്. അവർ കൈയിൽ കരുതിയിരുന്ന വീഞ്ഞും തണുത്ത ഭക്ഷണവും കാരണം അവരുടെ എല്ലാ ജോലികളും ഇടക്കിടയ്ക്ക് തടസ്സ പ്പെടുന്നുണ്ടായിരുന്നു. അടിവാരത്തുനിന്ന് വീഞ്ഞും ഭക്ഷണവും എല്ലാ വരും തുല്യമായി പങ്കുചേർന്നു വാങ്ങിയതായിരുന്നു.

അപ്പോൾ ആയിരത്തിഎണ്ണൂറ്റി എഴുപത്തിഅഞ്ചിലെ വേനൽക്കാല മായിരുന്നു. സാന്റിയാഗോയുടെ ഉത്സവമായിരുന്നോ സാൻലുയിസിന്റെ ഉത്സവമായിരുന്നോ എന്ന് എനിക്ക് ഉറപ്പില്ല. എന്തായാലും അന്നൊരു അവധി ദിവസമായിരുന്നു. സാൻ ലുയിസിന്റെ ഉത്സവമായിരുന്നെന്നാണ് എനിക്കു തോന്നുന്നത്. എന്തുതന്നെ ആയാലും പകൽ ഭയങ്കര ചൂടായി രുന്നു. ജലധാരയുടെ അടക്കം പറച്ചിലും ദേവതാരുവിന്റെ തണലും മല കയറി വരുന്നവർക്ക് സുഖകരമായ അനുഭവമായിരുന്നു. അത്രയും ഉയ രത്തിലെത്തുമ്പോൾ അവിടത്തെ ശുദ്ധവായുവും ശാന്തതയും കൊണ്ട് മനസിനും ശരീരത്തിനും പുതിയ ഒരുന്മേഷം അനുഭവപ്പെടും. വളരെ താഴെ നിരപ്പായ അടിവാരത്ത് ഞങ്ങൾ നയിച്ചിരുന്ന തിരക്കിട്ട ജീവിതം ഉപേക്ഷിച്ചതിന്റെ മാധുര്യം ഞങ്ങൾക്ക് അറിയാൻകഴിഞ്ഞിരുന്നു.

ദേവതാരു മരങ്ങളുടെ തണലിൽ എല്ലാവരും ഇരുന്നുകഴിഞ്ഞപ്പോൾ ഗബ്രിയേൽ കഥ തുടർന്നു.

"നിങ്ങൾക്കു വേണമെങ്കിൽ എന്നെ സ്വപ്നജീവി എന്ന് വിളിക്കാം. പക്ഷേ, എന്റെ ഭാഗ്യമാണോ ദൗർഭാഗ്യമാണോ എന്നറിയില്ല ജീവിത കാലം മുഴുവൻ എന്നെ ഒരു ഭൗതികവാദിയായിട്ടാണ് ആളുകൾ കരുതിയി ട്ടുള്ളത്. കാണാത്ത കാര്യങ്ങൾ വിശ്വസിക്കാത്ത ഒരു പുരോഗമന ചിന്താ

ഗതിക്കാരനായാണ് ഞാൻ വിലയിരുത്തപ്പെട്ടിട്ടുള്ളത്. ഞാൻ അങ്ങനെ ആയിരിക്കാം. പക്ഷേ, എന്റെ പുരോഗമനചിന്തയിൽ പ്രകൃതിയുടെ നിഗൂഢമായ സ്വാധീനങ്ങളും ഉൾപ്പെടുന്നുണ്ട്. വിശദീകരണങ്ങൾ ഇല്ലാത്ത വിചിത്രമായ വസ്തുതകൾ ഞാൻ അംഗീകരിക്കുന്നുണ്ട്. അത്തരം സംഭവങ്ങൾ സംഭവിക്കുന്നതുകൊണ്ടുതന്നെ അവ വസ്തുത കളാണ്. ഞാനിതിലൊക്കെ വിശ്വസിക്കുന്നത് അവ ഭൗതികവും സ്വാഭാവി കവുമായതുകൊണ്ടാണ്. വിശദീകരിക്കാൻ കഴിയുന്നില്ലെങ്കിലും അവ സംഭവിക്കുന്നുണ്ട്. അലൗകികമാണോ അസ്വാഭാവികമാണോ എന്നൊക്കെ ഞാൻ പറയുന്നതു കേട്ടതിനുശേഷം നിങ്ങൾക്ക് സ്വയം വിലയിരുത്താം. പറയാൻ പോകുന്ന വിചിത്ര സംഭവത്തിലെ നായകൻ ഞാനല്ല. പക്ഷേ, നിങ്ങളിതു കേൾക്കണം. കേട്ടതിനുശേഷം നിങ്ങൾക്കു തോന്നുന്ന ഭൗതി കമോ ശാസ്ത്രീയമോ ആയ വിശദീകരണം നിങ്ങൾ എന്നോട് പറയണം. നിങ്ങൾക്ക് തോന്നുന്ന കാര്യങ്ങൾ ഒരുപക്ഷേ ഞാൻ പറയാൻ പോകുന്ന സംഭവത്തിന്റെ ശരിയായ വിശദീകരണങ്ങളാകാൻ സാധ്യതയുണ്ട്."

"ഇനിയും നിങ്ങൾ വളരെ ശ്രദ്ധയോടെ കേൾക്കണം. ഞാൻ പറയാൻ തുടങ്ങുന്നതിനുമുമ്പ് എനിക്ക് കുറച്ച് വീഞ്ഞുതരണം. നമ്മൾ വന്നപ്പോൾ മുതൽ വീഞ്ഞുകുപ്പി ജലധാരയുടെ അടിയിൽ വിശ്രമിക്കു കയാണ്. അതിപ്പോൾ ആവശ്യത്തിന് തണുത്തിട്ടുണ്ടാകും. ശാസ്ത്രത്തെ അനുധാവനം ചെയ്ത് ഇവിടെ എത്തുന്നവരുടെ ദാഹിക്കുന്ന ആത്മാവു കൾക്ക് ക്ഷീണം അകറ്റാൻ വിധാതാവ് തന്നെയാണ് വീഞ്ഞു സൃഷ്ടിച്ച തെന്ന കാര്യത്തിൽ സംശയമില്ല."

II

"ആയിരത്തി എണ്ണൂറ്റി അറുപതിൽ മരിച്ചുപോയ ടെലസ്ഫോറൊ ഡി റൂയിസ് എന്ന എൻജിനീയറെപ്പറ്റി ഒരുപക്ഷേ നിങ്ങൾ കേട്ടിട്ടു ണ്ടാകും. അദ്ദേഹം പൊതുമരാമത്തു വകുപ്പിലായിരുന്നു."

"ഇല്ല. ഞാൻ അയാളെപ്പറ്റി കേട്ടിട്ടില്ല."

"ഞാൻ കേട്ടിട്ടുണ്ട്. അയാൾ അൻധലൂസ്യക്കാരനായിരുന്നു. നല്ല കറുപ്പനായിരുന്നെങ്കിലും സുന്ദരനായിരുന്നു. മൊറിഡയിലെ മാർക്വിസിന്റെ മകളുമായി അയാളുടെ വിവാഹം ഉറപ്പിച്ചതായിരുന്നു. പക്ഷേ, വയറ്റിൽ എന്തോ അസുഖം വന്ന് അയാൾ മരിച്ചുപോയി."

ഗബ്രിയേൽ മറുപടി പറഞ്ഞു: "അതുതന്നെയാണ് ആള്. എന്റെ സുഹൃത്തായതുകൊണ്ട് പറയുകയല്ല. എല്ലാവരും പറയുന്നതുപോലെ ടെലസ്ഫൊറൊ അതിബുദ്ധിമാനായിരുന്നു. സ്കൂൾ ഓഫ് മൈൻസിൽ നിന്നും ഒന്നാംസ്ഥാനത്തോടെയാണ് അയാൾ ഡിപ്ലോമ നേടിയത്. ഒത്ത ഉയരമുള്ള അയാൾക്ക് നല്ല സൗന്ദര്യവും ആരോഗ്യവും ഉണ്ടായിരുന്നു. പൊതുമേഖലയിലും സ്വകാര്യമേഖലയിലുമുള്ള പല സ്ഥാപനങ്ങളും സേവനം പ്രതീക്ഷിച്ച് അയാളുടെ പിറകെ നടന്നു. വിവാഹപ്രായമായ പെൺകുട്ടികളും, അസന്തുഷ്ടമായ വിവാഹജീവിതം നയിക്കുന്ന

സ്ത്രീകളും എപ്പോഴും അയാളെ പിൻതുടർന്നിരുന്നു. ദൈവത്തെപ്പോലും പ്രലോഭിപ്പിക്കാൻ കഴിവുള്ള ചില വിധവകളും ആ കൂട്ടത്തിൽ ഉണ്ടായി രുന്നു. അതിൽ ഒരു സ്ത്രീയുമായുള്ള ബന്ധം ടെലസ്ഫൊറൊയുടെ പ്രശസ്തമായ ഒരു വിജയകഥയാണ്. അവൾ സന്തോഷത്തോടെ അയാൾക്കൊപ്പം അൾത്താരയിലേക്ക് കടന്നുവരുമായിരുന്നു. എന്താ യാലും അവൾ ഈ കഥയിലേക്ക് കടന്നുവരുന്നില്ല. ടെലസ്ഫൊറൊയിക്ക് അവളോടുള്ള പ്രേമം സ്വന്തം സന്തോഷത്തിനു വേണ്ടി മാത്രം ഉള്ളതാ യിരുന്നു. വിവാഹം കഴിക്കാൻ പോകുന്ന പെൺകുട്ടിയോട് അവൻ തുടക്കം മുതൽ കടുത്ത പ്രണയത്തിലായിരുന്നു. ജൊവാകിന ഡി മൊറിഡ എന്ന പാവം വിധവയ്ക്ക് ഒരു താൽക്കാലിക വിടവ് നികത്താൻ മാത്രമാണ് യോഗം ഉണ്ടായിരുന്നത്."

"ഡോൺ ഗബ്രിയേൽ. അപവാദങ്ങൾ അനുവദിക്കുന്നതല്ല."

"ഞാൻ അപവാദം ഒന്നും പറഞ്ഞില്ല. ഞാൻ പറയാനും ചോദി ക്കാനും പോകുന്ന എല്ലാ കാര്യങ്ങളും വളരെ ഗൗരവമുള്ളതാണ്. ജുവാൻ, എനിക്ക് ഒരു ഗ്ലാസ് വീഞ്ഞുകൂടി വേണം. ഒന്നാംതരം വീഞ്ഞ്. ശരി. ഇനിയും നിങ്ങൾ വളരെ ശ്രദ്ധിച്ചു കേൾക്കണം. ഞാൻ ശരിക്കും നടന്ന കഥ പറയാൻ തുടങ്ങുകയാണ്. ആയിരത്തി എണ്ണൂറി അൻപത്തി ഒൻപതിലെ വേനൽക്കാലം അവസാനിക്കാറായപ്പോഴാണ് ജൊവാകിന മരിച്ചതെന്ന് പലരും ഓർക്കുന്നുണ്ടാകും. സാന്റാ അഗ്ലിഡയിലെ തടാക ത്തിൽ വച്ച് പെട്ടെന്നായിരുന്നു അവളുടെ മരണം. ആ ദുഃഖവാർത്ത അറി ഞ്ഞപ്പോൾ ഞാൻ പെരുവിലായിരുന്നു. ടെലസ്ഫൊറൊയുമായുള്ള അടുപ്പം കാരണം എനിക്കും പ്രയാസം തോന്നി. ജനറൽ ലോപ്പസിന്റെ വിധവ ജൊവാകിനയുടെ അമ്മാവിയാണ്. അവരുടെ വീട്ടിൽ വച്ച് ഒരു തവണ ഞാൻ അവളെ കണ്ടിട്ടുണ്ട്. വിളറിയ മുഖത്തെ ഇളംനീലനിറം അവളുടെ ആരോഗ്യക്കുറവിന്റെ സൂചനയായി അന്ന് എനിക്ക് തോന്നി യിരുന്നു. പക്ഷേ, അവൾ സുന്ദരിയും പരിഷ്കാരിയുമായിരുന്നു. സ്വന്തം ആകർഷണീയത മാത്രമല്ല അച്ഛന്റെ പേരും പെരുമയും കൂടി അവൾക്ക് പിൻതുടർച്ചയായി കിട്ടിയിരുന്നു. ഒറ്റമകൾ ആയതുകൊണ്ട് ധാരാളം സമ്പത്തിനും അവൾ അവകാശിയായിരുന്നു. അവളുടെ മരണവാർത്ത അറിഞ്ഞപ്പോൾത്തന്നെ, ടെലസ്ഫൊറൊയെ ആശ്വസിപ്പിക്കാൻ ആർക്കും കഴിയില്ലെന്ന് എനിക്കറിയാമായിരുന്നു. മൂന്നാഴ്ചകൾക്കുശേഷം ഞാൻ മാഡ്രിഡിൽ എത്തിയപ്പോൾ അതിരാവിലെ ഒരു ദിവസം ഞാൻ ടെലസ്ഫൊറൊയെ കാണാൻ പോയി. പ്ലാസ സാൻ ജറോനിമോയുടെ അടുത്ത് അയാൾക്ക് മനോഹരമായ ഒരു ഫ്ളാറ്റ് ഉണ്ടായിരുന്നു. അയാ ളുടെ ഓഫീസും അവിടെത്തന്നെയായിരുന്നു പ്രവർത്തിച്ചിരുന്നത്.

അയാൾ വളരെ ദുഃഖിതനായിരുന്നു. എന്നാൽ അയാൾ തികച്ചും ശാന്തനായിരുന്നു. സ്വന്തം ദുഃഖത്തെ അയാൾ വരുതിയിലാക്കി ക്കഴിഞ്ഞെന്ന് ആർക്കും ഒറ്റനോട്ടത്തിൽത്തന്നെ മനസിലാകും. തന്റെ സഹായികളോടൊപ്പം അയാൾ റെയിൽവേയുടെ രൂപരേഖ തയാറാക്കുന്ന

ജോലിയിലായിരുന്നു. ഞാൻ കടന്നുചെന്നപ്പോൾ അയാൾ നിശ്ശബ്ദനായി എന്നെ ആലിംഗനം ചെയ്തു. പിന്നീട് ജോലിക്കാർക്ക് ചെയ്തുകൊണ്ടി രിക്കുന്ന ജോലിയെപ്പറ്റി എന്തൊക്കെയോ നിർദേശങ്ങൾ കൊടുത്തു. വീടിന്റെ മറ്റൊരു കോണിലുള്ള സ്വന്തം മുറിയിലേക്ക് എന്നെ കൈക്കു പിടിച്ച് കൊണ്ടുപോകുന്നതുവരെ ഞാൻ അവിടെ കാത്തുനിന്നു. ഞങ്ങൾ നടന്നു തുടങ്ങിയപ്പോൾ അയാൾ പറഞ്ഞു.

"നിങ്ങൾ വന്നതിൽ എനിക്ക് വളരെ സന്തോഷമുണ്ട്. എന്റെ ഇപ്പോ ഴത്തെ മാനസികാവസ്ഥയിൽ നിങ്ങളെ കാണാൻ ഞാൻ എന്തുമാത്രം ആഗ്രഹിച്ചിരുന്നെന്ന് പറയാൻപോലും എനിക്ക് ഇപ്പോൾ കഴിയുന്നില്ല. വളരെ വിചിത്രമായ ചില സംഗതികൾ എനിക്ക് അനുഭവപ്പെട്ടിരുന്നു. നിങ്ങളുമായി ആ കാര്യങ്ങൾ സംസാരിക്കണമെന്ന് ഞാൻ ആഗ്രഹിച്ചി രിക്കുകയായിരുന്നു. നിങ്ങളെപ്പോലെ എന്നെ അടുത്തറിയാവുന്ന ഒരാൾക്കു മാത്രമേ ഞാൻ ഒരു വിഡ്ഢിയാണോ, അതോ എനിക്കു ഭ്രാന്താണോ, എന്നു തിരിച്ചറിയാൻ കഴിയുകയുള്ളൂ. വളരെ യുക്തിപൂർവ മായ ഒരഭിപ്രായം അക്കാര്യത്തിൽ എനിക്ക് അറിയണം. നിങ്ങൾക്ക് അതിനു കഴിയുമെന്ന് എനിക്കറിയാം. നമുക്ക് ഇവിടെ ഇരിക്കാം." ഞങ്ങൾ മുറിയിൽ എത്തിക്കഴിഞ്ഞിട്ടും അയാൾ സംസാരം തുടർന്നു കൊണ്ടിരുന്നു. "ഞാൻ അനുഭവിക്കുന്ന ദുഃഖം വിവരിച്ച് നിങ്ങളെ മുഷിപ്പിക്കുമെന്ന് ഭയപ്പെടേണ്ട. അത് എന്റെ മരണത്തോടുകൂടി മാത്രമേ അവസാനിക്കുകയയുള്ളൂ. സ്വന്തം ജീവിതത്തിൽ ദുഃഖങ്ങൾ ഇല്ലെങ്കിലും, ഞാൻ അനുഭവിക്കുന്ന ദുഃഖം നിങ്ങൾക്ക് സങ്കൽപ്പിക്കാൻ കഴിയും. ഞാൻ എന്റെ ദുഃഖങ്ങൾക്ക് ആശ്വാസം അന്വേഷിക്കുകയല്ല. ആശ്വാസ ത്തിനുവേണ്ടി ഞാൻ ആരോടും യാചിക്കാനും തയാറല്ല. ആ വിഷയം അവസാനിച്ചുകഴിഞ്ഞു. ഞാൻ നിങ്ങളോട് പറയാൻ ആഗ്രഹിച്ച കാര്യം വളരെ വിചിത്രവും ഭയാനകവുമാണ്. ശാന്തമായി തീരുമാനങ്ങൾ എടു ക്കാൻ കഴിവുള്ള ആരോടെങ്കിലും എനിക്കിതു പറയണം. കേട്ടതിനു ശേഷം എനിക്കുവേണ്ട ഉപദേശം തരാൻ അയാൾക്ക് കഴിവുണ്ടാകണം. എന്റെ ഇപ്പോഴത്തെ ദുഃഖത്തിനു മുകളിൽപതിഞ്ഞ ഒരു മുദ്ര പോലെ യാണ് ഞാൻ പറയാൻ പോകുന്ന കാര്യം എനിക്ക് അനുഭവപ്പെട്ടത്. നൈരാശ്യത്തിന്റെ വക്കിൽ എത്തപ്പെട്ട അവസ്ഥയിൽ ആ അനുഭവം എന്നെ പീഡിപ്പിച്ചുകൊണ്ടിരിക്കുന്നു. വളരെ ഭയാനകമായ ഒരു രഹസ്യം അതിനു പിന്നിലുണ്ടാവാം. അതു കേൾക്കുമ്പോൾ നിങ്ങളും അത്ഭുത പ്പെടുമെന്നാണ് എനിക്കു തോന്നുന്നത്."

സുഹൃത്തിന്റെ ദുഃഖത്തിൽ പങ്കുചേരാൻ വരേണ്ടിയിരുന്നില്ല എന്ന് എനിക്ക് തോന്നിത്തുടങ്ങിയിരുന്നു. അയാളുടെ മുഖത്തെ ഭയം എന്റെ ഉള്ളിലേക്കും തുളച്ചുകയറി. അതേ ഭയം എനിക്കും അനുഭവപ്പെട്ടു തുടങ്ങി. അയാളുടെ ഭയത്തിന്റെ കാരണം അറിയണമെന്ന് എനിക്ക് ഒട്ടും ആഗ്രഹം തോന്നിയില്ല. എന്നിട്ടും വിചിത്രമെന്ന് അയാൾ വിശേഷിപ്പിച്ച അനുഭവം വിവരിക്കാൻ ഞാൻ ആവശ്യപ്പെടുകയായിരുന്നു.

നെറ്റിയിലെ വിയർപ്പു തുടച്ചുകൊണ്ട് ടെലസ്ഫൊറൊ പറഞ്ഞു. "ഞാൻ പറയുന്നത് ശ്രദ്ധിച്ചു കേൾക്കണം."

III

"പലപ്പോഴും ഞാൻ അനുഭവിക്കുന്ന മനസിന്റെ വിഭ്രാന്തികൊണ്ടാ ണോ, അതോ കുട്ടികളെ ഭയപ്പെടുത്തി വരുതിയിലാക്കാൻ വൃദ്ധരായ ആയമാർ പറയുന്ന കെട്ടുകഥകളുടെ സ്വാധീനം കൊണ്ടാണോ ഞാൻ ഭയപ്പെട്ടതെന്ന് എനിക്ക് അറിയില്ല. പക്ഷേ, ഒരു കാര്യം എനിക്ക് വ്യക്ത മായി അറിയാം. ആ സ്ത്രീയെ കണ്ടതിനെപ്പറ്റി ചിന്തിക്കുമ്പോൾപ്പോലും എനിക്ക് ഭയം തോന്നുന്നു. രാത്രി ഇരുട്ടിയതിനുശേഷം തെരുവിൽ ഒറ്റയ്ക്കു നിൽക്കുന്ന ഒരു സ്ത്രീരൂപം ഒരു കാലത്തും എന്നെ ഇത്രയ ധികം ഭയപ്പെടുത്തിയിട്ടില്ല.

ഞാൻ ഒരിക്കലും ഒരു ഭീരു ആയിരുന്നില്ലെന്ന് നിങ്ങൾക്ക് ഉറപ്പു തരാം. ആവശ്യമായി വന്നാൽ ഒരടിപിടിക്കുപോലും ഞാൻ എപ്പോഴും തയാറായിരുന്നു. 'സ്കൂൾ ഓഫ് മൈൻസിൽ' നിന്നും പുറത്തുവന്ന കാലത്തെ ഒരു കഥ പറയാം. ഞാൻ ഏറ്റെടുത്ത ആദ്യത്തെ പ്രധാന പ്പെട്ട ജോലി നടക്കുന്ന സമയം. എന്റെ ജോലിക്കാർ അന്ന് നടത്തിയ അപകടകരമായ ഒരു ലഹള ഒതുക്കാൻ ഞാൻ ഒറ്റയ്ക്ക് ഇടപെട്ടിട്ടുണ്ട്. അടികൊടുത്തും വെടിവച്ചും ഞാൻ ഒറ്റയ്ക്ക് അവരെ എന്റെ വരുതിയി ലാക്കിയിട്ടുണ്ട്. ആയുധങ്ങളൊന്നുമില്ലാതെ ഏതു രാത്രിയിലും ഏതു തെരുവിലൂടെയും നടന്ന് എനിക്ക് നല്ല പരിചയമാണ്. മാഡ്രിഡിലെ തെരു വിൽ മാത്രമല്ല ലോകത്തെ മറ്റ് ഏതു തെരുവിലും രാത്രിയിൽ ഒറ്റയ്ക്ക് സഞ്ചരിക്കുന്നതിന് ജീവിതത്തിൽ ഇന്നുവരെ എനിക്ക് യാതൊരു ഭയവും തോന്നിയിട്ടില്ല. സംശയകരമായ രീതിയിൽ രാത്രിയിൽ അലയുന്നവർ വെറും കള്ളന്മാരോ, ഇരുട്ടിന്റെ മറവിൽ ഇരതേടി നിരങ്ങുന്നവരോ ആയി രിക്കുമെന്ന് എനിക്കറിയാം. പക്ഷേ, ആളൊഴിഞ്ഞ ഒരു തെരുവിൽ രാത്രി യിൽ ഒറ്റയ്ക്കു നിൽക്കുന്ന ഒരു സ്ത്രീയുടെ രൂപം കണ്ടാൽ എനിക്കു ണ്ടാവുന്ന ഭയം നിങ്ങൾക്ക് സങ്കൽപ്പിക്കാൻ കഴിയുന്നതിന്റെ പരമാവധി യായിരിക്കും. ചിരിക്കാൻ തോന്നുന്നുണ്ടെങ്കിൽ നിങ്ങൾക്ക് ചിരിക്കാം. പക്ഷേ, എന്റെ മനസിന്റെ അപ്പോഴത്തെ വേദന ഭയാനകമാണ്. പ്രേത ങ്ങളെപ്പറ്റിയും അലയുന്ന ആത്മാവുകളെപ്പറ്റിയും ചിന്തിച്ച് ഞാൻ അടിമുടി വിറയ്ക്കാൻ തുടങ്ങും. മറ്റൊരു ലോകത്തു നിന്നുള്ള അദൃശ്യകാഴ്ചകൾ ഞാൻ കാണും. ചുരുക്കത്തിൽ എന്തും വിശ്വസിക്കുന്നവരെ പീഡിപ്പി ക്കാൻ അനാദികാലം മുതൽ കണ്ടുപിടിച്ചിട്ടുള്ള എല്ലാ അന്ധവിശ്വാസ ങ്ങൾക്കും ഞാൻ അടിമപ്പെടും. അപ്പോൾ ഒന്നുകിൽ ഞാൻ എന്റെ നടത്തത്തിന്റെ വേഗം കൂട്ടും. അല്ലെങ്കിൽ തിരിഞ്ഞുനടക്കും. രാത്രിയിൽ ഒറ്റയ്ക്കു നിൽക്കുന്ന ആ സ്ത്രീ എന്നെ കാണാതിരിക്കാൻ വേണ്ടി ഞാൻ അപ്പോൾത്തന്നെ വഴിമാറി സഞ്ചരിച്ചുതുടങ്ങും. പിന്നീട് വീട്ടി ലെത്തി കതക് പൂട്ടുന്നതുവരെ തിരിഞ്ഞുനോക്കാതെ ഓടാറാണ് പതിവ്.

സ്വന്തം വീടിന്റെ തണലിൽ എത്തിക്കഴിഞ്ഞാൽ എന്റെ വിഡ്ഢിത്തം നിറഞ്ഞ ഭയത്തെപ്പറ്റി ചിന്തിച്ച് ഞാൻ ചിരിക്കും. എന്റെ പരിചയക്കാരാരും ഈ മണ്ടത്തരം അറിഞ്ഞില്ലല്ലോ എന്ന് ഞാൻ സ്വയം സമാധാനിക്കും. ഒരുപക്ഷേ എന്തെങ്കിലും അത്യാവശ്യം കൊണ്ടായിരിക്കും ആ സ്ത്രീ തെരുവിൽ വന്നത്. അല്ലെങ്കിൽ അവളുടെ സ്വഭാവദുഷ്യംകൊണ്ടോ മറ്റാരു ടെയെങ്കിലും പ്രേരണകൊണ്ടോ ആകാനും സാധ്യതയുണ്ട്. മാലാഖ മാരിലോ മന്ത്രവാദിനികളിലോ വിശ്വാസമില്ലാത്ത എനിക്ക് ഒറ്റപ്പെട്ട ഒരു സ്ത്രീയെക്കണ്ട് ഭയം തോന്നേണ്ട ഒരു കാര്യവുമില്ലെന്ന് അറിയാമാ യിരുന്നു. അവൾക്ക് എന്തെങ്കിലും സഹായം ആവശ്യമായിരുന്നെങ്കിൽ അതു ചെയ്തുകൊടുക്കുകയായിരുന്നു വേണ്ടതെന്ന് എനിക്ക് പിന്നീട് തോന്നാറുണ്ടായിരുന്നു. അതല്ല അവൾ യാചിക്കാൻ നിൽക്കുകയായിരു ന്നെങ്കിൽ ഭിക്ഷ ചോദിക്കുന്നതുവരെ എനിക്ക് കാത്തുനിൽക്കാമായിരുന്നു. പക്ഷേ, ഇത്തരം യുക്തിചിന്തകളൊന്നും എന്റെ പെരുമാറ്റത്തിൽ ഒരു വ്യത്യാസവും വരുത്തിയില്ല. അടുത്ത തവണ ഏകയായ സ്ത്രീയെ ഇരു ട്ടിൽ കണ്ടുമുട്ടിയപ്പോഴും ഞാൻ ഓടിരക്ഷപ്പെടുകയായിരുന്നു. എന്റെ ഇരുപത്തിയഞ്ചാം വയസിൽപ്പോലും ഞാൻ ഇത്തരം രാത്രിയിൽ ഒറ്റയ്ക്ക് അലയുന്ന സ്ത്രീകളെ കണ്ടിട്ടുണ്ട്. രാത്രി ഇരുട്ടിയതിനുശേഷം തെരു വിൽ കണ്ട ഒറ്റപ്പെട്ട ഒരു പെണ്ണുമായിപ്പോലും പറയത്തക്ക ഒരു സാഹസ ത്തിനും ഞാൻ മുതിർന്നിട്ടില്ല. അപ്പോഴെല്ലാം അവളിൽ നിന്ന് ഞാൻ ഓടിരക്ഷപ്പെടുകയായിരുന്നു. അവൾക്ക് എന്നെ ഉപദ്രവിക്കാനുള്ള ഉദ്ദേ ശ്യമുണ്ടെന്നു വിചാരിക്കാൻ ഒരു കാരണവും ഇല്ലാതിരുന്നിട്ടും ഞാൻ അതുതന്നെ ആവർത്തിച്ചു. എന്റെ ഭയം ഒരിക്കലും വിട്ടുമാറിയില്ല. വീട്ടി ലെത്തി രക്ഷപ്പെട്ടെന്ന് ഉറപ്പായതിനുശേഷം സാമാന്യബുദ്ധിക്കു നിര ക്കാത്ത പെരുമാറ്റത്തിന് ഞാൻ സ്വയം പരിതപിക്കുകയും പരിഹസി ക്കുകയും ചെയ്തു. ഇരുട്ടിൽ കൂട്ടുകാർ കൂടെയുണ്ടെങ്കിൽ, കുട്ടികൾ അവരുടെ ഭയം മറക്കുന്നതുപോലെ ഞാനും എന്റെ ഭീതി മറന്നുകഴിഞ്ഞി രിക്കും. മറ്റാർക്കുംതന്നെ ഈ കാര്യങ്ങൾ അറിവുണ്ടായിരുന്നില്ല.

മൂന്നുവർഷങ്ങൾക്കു മുമ്പുള്ള ഒരു രാത്രിയാണ് എന്റെ ഓർമയിൽ വരുന്നത്. തീയതിവരെ ഓർത്തിരിക്കുന്നതിന് എനിക്ക് തക്കതായ കാരണ ങ്ങളുണ്ട്. നവംബർ പതിനാറിന് വെളുപ്പിന് മൂന്നുമണിക്കാണ് സംഭവം നടക്കുന്നത്. കാൾ ഡി ജാർഡൈൻസിലെ ചെറിയ ഫ്ലാറ്റിലാണ് ഞാൻ അന്ന് താമസിച്ചിരുന്നത്. നനഞ്ഞ രാത്രിയിൽ ഭയങ്കര തണുപ്പായിരുന്നു. ഞാൻ ഒറ്റയ്ക്കായിരുന്നു താമസം. നവംബരിലെ ആ തണുത്ത വെളുപ്പാൻകാലത്ത് ഞാൻ തെരുവിൽ എന്തു ചെയ്യുകയായിരുന്നെന്ന് നിങ്ങൾ ചോദിക്കും. പറയാം. പൊലീസിന്റെ ശ്രദ്ധയിൽ പെട്ടിട്ടില്ലാത്ത ഒരു ചൂതാട്ടകേന്ദ്രത്തിൽ നിന്നും ഞാൻ ഒറ്റയ്ക്ക് തിരിച്ചുവരുകയായി രുന്നു. നിങ്ങൾക്ക് അത്ഭുതം തോന്നുന്നുണ്ടാകാം. ചൂതാട്ടം എന്റെ ഒരു ദുശ്ശീലം ആയിരുന്നില്ല. തെമ്മാടിയായ ഒരു സുഹൃത്തിന്റെ നിർബന്ധ ത്തിനു വഴങ്ങിയാണ് ഞാൻ അവിടെ പോയത്. നഗരത്തിലെ രാത്രി

ജീവിതത്തെപ്പറ്റി അറിയാനും എനിക്ക് മോഹം ഉണ്ടായിരുന്നു. റൗളറ്റിൽ കുറച്ചു പണം കളയുകയോ നേടുകയോ ചെയ്യാൻവേണ്ടി വെറുതെ വന്നു പോകുന്ന പുതുമയുള്ള വേഷങ്ങൾ അണിഞ്ഞെത്തുന്ന സുന്ദരിമാരുമായി ചെറിയ പരിചയം സ്ഥാപിക്കാമെന്നും ഞാൻ മനസിൽ കരുതിയിരുന്നു. ബൊഹീമിയൻ സമൂഹത്തിൽ ചില രസമുള്ള വ്യക്തികളെ കണ്ടുമുട്ടാ മെന്നും എനിക്ക് പ്രതീക്ഷയുണ്ടായിരുന്നു.

അർധരാത്രി ആയപ്പോഴേക്കും ചുതാട്ടകേന്ദ്രത്തിൽ ബഹളം പതി ന്മടങ്ങു വർധിച്ചു. നാടകശാലകളിൽ നിന്നും മറ്റുമായി ധാരാളം മനുഷ്യർ അവിടെ എത്തിത്തുടങ്ങി. കളി ചൂടുപിടിച്ചു. ഞാൻ എല്ലാ പുതിയ കളിക്കാരെയുംപോലെ ബുദ്ധി നശിച്ചവനെപ്പോലെ സൂചി എറിഞ്ഞു കൊണ്ടിരുന്നു. തുടക്കത്തിലെ വിജയം പിന്നീട് സ്ഥിരമായ പരാജയത്തി ലേക്കായിരുന്നു. അവിടെനിന്ന് പുറത്തിറങ്ങുമ്പോൾ എന്റെ പോക്കറ്റ് കാലിയായിരുന്നു എന്നുമാത്രമല്ല എന്റെ സുഹൃത്തിന്റെ കൈയിൽ നിന്നും എത്ര പണം കടം വാങ്ങി എന്ന് വ്യക്തമായി എനിക്ക് അറിയി ല്ലായിരുന്നു. പക്ഷേ, കൊടുത്തുതീർക്കാൻ കഴിയുന്നതിലും കൂടുതൽ ഞാൻ കടം വാങ്ങിയിരുന്നെന്ന് എനിക്ക് ഉറപ്പായിരുന്നു.

എന്റെ മണ്ടത്തരവും ക്ഷീണവും കൊണ്ട് ഏതാണ്ട് പകുതി ജീവ നോടെയാണ് ഞാൻ അവിടെനിന്നും വീട്ടിലേക്ക് തിരിച്ചുപോന്നത്. കോച്ചി വിറയ്ക്കുന്ന തണുപ്പിൽ എനിക്ക് നന്നായി വിശക്കുന്നുണ്ടായിരുന്നു. എന്തു ചെയ്യണമെന്ന് എനിക്ക് ഒരു രൂപവും ഇല്ലായിരുന്നു. പണത്തിനു വേണ്ടി എന്റെ രോഗിയായ അച്ഛന് എഴുതുകയല്ലാതെ എന്റെ മുന്നിൽ മറ്റു വഴികളൊന്നും തെളിഞ്ഞില്ല. എന്റെ എഴുത്ത് അച്ഛനെ ദുഃഖിപ്പിക്കുക മാത്രമല്ല, അത്ഭുതപ്പെടുത്തുമെന്നും എനിക്ക് അറിയാമായിരുന്നു. കാരണം അച്ഛൻ ധരിച്ചിരുന്നത് ഞാൻ ജോലിയിൽ ഒരു ഉയർന്ന പദവി യിൽ എത്തിച്ചേർന്നിരുന്നു എന്നാണ്. ഈ ചിന്തകളുമായി ഞാൻ കാൾ ഡി ലോസ് പെലിഗ്രോസിലെ കവല മുറിച്ചുകടന്ന് എന്റെ റോഡിലേക്ക് പ്രവേശിക്കാൻ തുടങ്ങുകയായിരുന്നു. അവിടെ പുതുതായി പണിയുന്ന കെട്ടിടം കഴിഞ്ഞുപോകുന്നതിനു മുമ്പുതന്നെ അവളെ കണ്ടു. അവൾക്ക് ഏതാണ്ട് അറുപത് വയസ്സ് പ്രായം തോന്നുന്നുണ്ടായിരുന്നു. നല്ല പൊക്കവും തടിയുമുള്ള അവൾ അനക്കമില്ലാതെ ഒരു ദേവതാരുമരം പോലെ അവിടെ ഉറച്ചുപോയതായി എനിക്കുതോന്നി. അവളുടെ കൺപീലികളില്ലാത്ത ദുഷ്ടത നിഴലിക്കുന്ന കണ്ണുകൾ എന്നെത്തന്നെ നോക്കുന്നുണ്ടായിരുന്നു. രണ്ടു കഠാരകൾപോലെ ആ കണ്ണുകൾ എന്റെ ശരീരത്തിൽ തുളച്ചുകയറി. വിശദീകരിക്കാൻ കഴിയാത്ത വൈരാഗ്യ ത്തോടെ പല്ലില്ലാത്ത വായ തുറന്ന് അവൾ എന്നെനോക്കി ഇളിച്ചുകാട്ടി.

ഞാൻ അന്നുവരെ അനുഭവിച്ചിരുന്ന ഭ്രാന്തമായ സംഭ്രമത്തെ എല്ലാം പിൻതള്ളുന്ന തീവ്രമായ ഭയത്തിന് അടിമപ്പെട്ടു. ആ ഭയങ്കര രൂപം നോക്കി ഞാൻ അവിടെത്തന്നെ നിന്നുപോയി. അവളുടെ രൂപം മാത്ര മല്ല, അവൾ ധരിച്ചിരുന്ന വസ്ത്രത്തിന്റെ സൂക്ഷ്മമായ വിശദാംശങ്ങൾ

പോലും എന്റെ ഓർമയിൽ എവിടെയോ പതിഞ്ഞുകിടന്നിരുന്നതായി എനിക്ക് അനുഭവപ്പെട്ടു. തെരുവുവിളക്കിന്റെ പ്രകാശം സത്യമോ മിഥ്യയോ ആയ അവളുടെ രൂപത്തിലും ചിതറിവീണിരുന്നു. ഞാൻ മാത്ര മായിരുന്നു തെരുവിൽ അവശേഷിച്ചിരുന്നത്. എന്റെ പണം നഷ്ടപ്പെട്ട തെല്ലാം ഞാൻ മറന്നു. ചിന്തയെന്നു പറയാൻ കഴിയുമെങ്കിൽ എന്റെ തലച്ചോറിൽ ഒരു ചിന്ത മാത്രമാണുണ്ടായിരുന്നത്. തൊട്ടടുത്ത് ഉണ്ടാ യിരുന്ന പടിപ്പുര വാതിലിനോളംതന്നെ ഉയരവും വണ്ണവുമുള്ള ആ സ്ത്രീയെപ്പറ്റിയുള്ള ഭ്രാന്തമായ ഭയം.

നിങ്ങൾ ഭയപ്പെടേണ്ട. എനിക്ക് അന്നും ഇന്നും ഭ്രാന്തില്ല. പക്ഷേ, മനസ്സ് ശാന്തമായില്ലെങ്കിൽ ഭ്രാന്ത് പിടിക്കാൻ സാധ്യതയുണ്ട്. എന്റെ ദുഃഖത്തിന് പരിഹാരം പ്രതീക്ഷിച്ചാണ് ഞാൻ നിങ്ങളോട് ശ്രദ്ധിച്ചു കേൾക്കണമെന്ന് ആവശ്യപ്പെടുന്നത്.

അവൾ ഒരു സ്ത്രീയാണെന്ന് സമ്മതിക്കുകയാണെങ്കിൽ, അവളുടെ അസാധാരണ ഉയരവും എല്ലുറപ്പുള്ള തോളുകളുടെ അമിതവലിപ്പവും ആരേയും ആശ്ചര്യപ്പെടുത്തും. രണ്ടാമത് മൂങ്ങയെപ്പോലുള്ള ഉരുണ്ട വലിയ കണ്ണുകൾ. പിന്നീട് അവളുടെ വലിയ മൂക്കും ചുണ്ടുകൾക്കു പകരമുള്ള ബീഭത്സമായ വിടവും. ഇതിനെല്ലാം പുറമെ വൈരാഗ്യത്തോ ടെയുള്ള അവളുടെ ഇളിച്ചുകാട്ടൽ ലോകത്തിലെ ഏറ്റവും സുന്ദരമായ ചുണ്ടുകളെപ്പോലും വികൃതമാക്കും. അവളുടെ വസ്ത്രങ്ങളുടെ അശ്ലീല ച്ചുവയും നെറ്റിയിൽ ചുറ്റിയെടുത്ത് താടിക്കുതാഴെ മുറുക്കിക്കെട്ടിവച്ചി രുന്ന തിളങ്ങുന്ന തൂവാലയും കണ്ടാൽ ആരും അത്ഭുതപ്പെട്ടുപോകും. അവളുടെ കൈയിൽ വിടർത്തിപ്പിടിച്ച ഒരു ചെറിയ വിശറി ഉണ്ടായിരു ന്നു. കപടമായ ശാലീനതയുടെ ലക്ഷണംപോലെ അവൾ അത് ഇടയ്ക്കിടക്ക് മുഖത്തോടു ചേർത്ത് വീശിക്കൊണ്ടിരുന്നു.

അവളുടെ വലിയ കൈപ്പത്തിക്കുള്ളിലെ ആ ചെറിയ വിശറിയെ ക്കാൾ അവലക്ഷണമായി ഈ ലോകത്ത് ഒന്നും തന്നെയില്ല. വൃത്തി കെട്ട ആ കിഴവിയുടെ ബലഹീനതകളുടെ ചെങ്കോൽ പോലെ തോന്നി അവളുടെ കൈയിലെ ചെറിയ വിശറി. അവളുടെ പരുക്കൻ മുഖത്തു ചുറ്റിയിരുന്ന നിറപ്പകിട്ടുള്ള തൂവാലയും ഇതേ തോന്നൽ തന്നെ മറ്റുള്ള വരിൽ ഉളവാക്കി. അവളുടെ മൂക്കും മുഖവും ആദ്യം എന്റെ ശ്രദ്ധയിൽ പെട്ടപ്പോൾ ഒരു പുരുഷൻ സ്ത്രീവേഷം കെട്ടി നിൽക്കുകയാണെന്ന് ഒരു നിമിഷം ഞാൻ സംശയിച്ചിരുന്നു. പക്ഷേ, അതു ശരിയായിരുന്നില്ല. അവൾക്ക് ഒരു മന്ത്രവാദിനിയുടെ അല്ലെങ്കിൽ ഒരു ദുഷ്ടയുടെ മുഖ ഭാവമായിരുന്നു. ഞാൻ അപ്പോൾ ചിന്തിച്ചതൊന്നും എനിക്ക് വിശദീക രിക്കാൻ കഴിയുന്നില്ല. രാത്രിയിൽ തെരുവിലെവിടെയെങ്കിലും ഒറ്റയ്ക്കു നിൽക്കുന്ന സ്ത്രീയെ കണ്ടാൽ അകാരണമായി എന്നെ പിടികൂടിയിരുന്ന ഭയത്തിന്റെ കാര്യവും കാരണവും ഈ സ്ത്രീയാണെന്ന് ആ നിമിഷത്തിൽ ഞാൻ തിരിച്ചറിഞ്ഞു. എന്റെ ജനനം മുതൽ ഈ കണ്ടുമുട്ട ലിന്റെ ഭീതി ഞാൻ മുൻകൂട്ടി കണ്ടിരുന്നു. എല്ലാ ജീവജാലങ്ങൾക്കും

നൈസർഗികമായിത്തന്നെ അതിന്റെ ശത്രുക്കളെ മനസിലാക്കാൻ കഴിയും. ശത്രുവിൽ നിന്ന് എന്തെങ്കിലും പരിക്കുകൾ ഉണ്ടാകുന്നതിനു മുമ്പുതന്നെ എല്ലാ ജീവികളും രക്ഷപ്പെടാൻ ശ്രമിക്കുന്നതുപോലെ ഞാൻ ആ സ്ത്രീയെ ജന്മവാസനകൊണ്ടുതന്നെ ഭയപ്പെടാൻ തുടങ്ങി.

എന്റെ ജീവിതത്തിന്റെ ഭാഗമായ ഈ രക്ഷസിയിൽ നിന്നും ഞാൻ ഓടി അകന്നില്ല. നാണക്കേടുകൊണ്ടോ അഭിമാനംകൊണ്ടോ അല്ല ഞാൻ ഓടിപ്പോകാതിരുന്നത്. ഞാൻ ഭയന്നോടിയാൽ ആ ജന്തു അതിന്റെ ഇര യായി എന്നെ തിരിച്ചറിയും എന്നുള്ള ഭയമായിരുന്നു എന്റെ ഉള്ളിൽ. ഞാൻ ഭയപ്പെട്ട് ഓടാൻ തുടങ്ങിയാൽ എന്നെ പിൻതുടരാൻ വേണ്ടി ആ ജന്തുവിന് ചിറകുകൾ മുളയ്ക്കുമെന്നും എന്നെ പിടികൂടുമെന്നും ഞാൻ ഭയന്നെന്ന് തോന്നുന്നു. എന്തായിരുന്നു എന്റെ ഭയമെന്ന് വ്യക്തമാക്കാൻ എനിക്കു കഴിയുന്നില്ല. ഭയം ചിന്തയ്ക്കും അപ്പുറത്താണ്. ഭയപ്പെടുന്ന വസ്തുവിന്റെ രൂപംപോലും ഭയപ്പെടുന്നവൻ അറിയുന്നില്ല. ഭ്രാന്തമായ ഭയം പറഞ്ഞറിയിക്കാൻ കഴിയുന്നില്ല.

ഇടുങ്ങിയ ആ വഴിയുടെ അറ്റത്തായിരുന്നു ഞാൻ താമസിച്ചിരുന്ന വീട്. വൃത്തികെട്ട പ്രതിമപോലെ വഴിയരികിൽ കണ്ട ആ രൂപത്തിന്റെ കൂടെ മറ്റാരും ഉണ്ടായിരുന്നില്ല. ഒരു വാക്ക് കൊണ്ടുപോലും അതിന് എന്നെ ഇല്ലാതാക്കാൻ കഴിയുമെന്ന് ഞാൻ ഭയപ്പെടാൻ തുടങ്ങി. വഴി വിളക്കുകൾ തെളിഞ്ഞിരുന്ന കാൽ ഡി ലാ മൊൺടാറാ റോഡിലേക്ക് ഞാൻ തിരിഞ്ഞുനോക്കി. രാത്രി മുഴുവൻ പൊലീസുകാരും കാവൽക്കാരും അവടെ കവാത്തിനുണ്ടാകും.

എന്നെ ചുഴ്ന്നുനിന്ന ഭയാനകമായ പ്രേതബാധയിൽ നിന്നും ഒടുവിൽ ഞാൻ എങ്ങനെ രക്ഷപ്പെട്ടെന്ന് സത്യത്തിൽ എനിക്ക് ഓർമയില്ല. വീട്ടിൽ എത്തുന്നതിനുമുമ്പ് മരിച്ചുവീഴും എന്ന ഭയപ്പാടോടെ ഞാൻ എന്റെ എല്ലാ ശക്തിയുമെടുത്ത് ഇഴയുകയായിരുന്നു.

പെട്ടെന്ന് മറ്റൊരു ഭയം എന്നെ പിടികൂടി. എനിക്ക് നിൽക്കാനുള്ള ധൈര്യം ഉണ്ടായിരുന്നില്ല. ചുറ്റും നോക്കാൻപോലും ഞാൻ ഭയപ്പെടു ന്നുണ്ടായിരുന്നു. എന്റെ ശത്രു എന്നെ പിൻതുടരുന്നുണ്ടെങ്കിൽ എനിക്ക് എന്തുചെയ്യാൻ കഴിയും. ഞാൻ നടത്തം നിർത്തി സമാധാനമായി ചിന്തി ക്കാൻ തുടങ്ങി.

എന്റെ ചിന്തകൾക്ക് മിന്നലിന്റെ വേഗത കൈവന്നിരുന്നു. ഒരു കാര്യം ഉറപ്പാണ്. ഒന്നുകിൽ എന്റെ ഭയത്തിന് ശരിയായ കാരണം ഉണ്ട്. അല്ലെ ങ്കിൽ എന്റെ ഭയം ശരിക്കും ഭ്രാന്താണ്. ആദ്യം പറഞ്ഞത് ശരിയാണെ ങ്കിൽ ആ ഭയങ്കര മന്ത്രവാദിനി എന്നെ പിൻതുടരുന്നുണ്ടാകും. അവൾ എങ്ങനെയും എന്റെ മുന്നിൽ എത്തും. ഈ ലോകത്ത് ഒന്നിനും എന്നെ രക്ഷിക്കാനാകില്ല. മറിച്ച് ഇതെല്ലാം എന്റെ ഭ്രാന്തമായ തോന്നലുകൾ ആണെങ്കിൽ ഞാൻ സ്വയം അത് തിരിച്ചറിയണം. ഇനിയും ഇത്തരം ഭയത്തിന് ഞാൻ അടിമപ്പെടാൻ പാടില്ല. എന്നെ പിടികൂടിയ ഭയത്തിൽ നിന്നും രക്ഷപ്പെടുന്നതിന് പടിവാതിലിനടുത്ത് കതക് തുറക്കുന്നതും

പ്രതീക്ഷിച്ച് ആ പാവപ്പെട്ട കിഴവി തണുത്തുവിറച്ച് നിൽക്കുന്നുണ്ടോ എന്ന് ഒന്നു തിരിഞ്ഞുനോക്കി ഉറപ്പുവരുത്തിയാൽ മതി. പിന്നീട് എനിക്ക് ധൈര്യമായി വീട്ടിൽ പോകാം. ഇത്തരം അടിസ്ഥാനമില്ലാത്ത ഭയം അതോടെ അവസാനിക്കും.

ഞാൻ നടത്തം നിർത്തി സാവധാനം തിരിഞ്ഞുനോക്കി.

എന്റെ ദൈവമേ! ഞാൻ കണ്ടകാര്യം നിങ്ങളോട് എങ്ങനെയാണ് പറയുക? ആ പൊക്കമുള്ള സ്ത്രീ ശബ്ദമുണ്ടാക്കാതെ എന്നെ പിൻ തുടരുകയായിരുന്നു. എന്റെ തൊട്ടുപിന്നിൽ അവളുടെ വിശറി എന്റെ പുറത്തുതട്ടുന്ന അകലത്തിൽ അവൾ ഉണ്ടായിരുന്നു. അവളുടെ താടി എന്റെ തോളത്ത് മുട്ടുന്ന രൂപത്തിൽ മുഖം കുനിച്ചാണ് അവൾ നിന്നിരുന്നത്.

എന്തിനാണ് അവൾ ഇങ്ങനെ എന്നോടൊപ്പം കൂടിയിരിക്കുന്നത്? അവൾ ഒരു പോക്കറ്റടിക്കാരിയാണോ? ഒരു പുരുഷന്റെ വേഷം മാറി വന്നതാണോ? എന്റെ ഭയം മനസിലാക്കി എന്നെ കൂടുതൽ ഭയപ്പെടു ത്താമെന്നു കരുതിയ ഏതെങ്കിലും നീചയായ കിഴവിയാണോ? അതോ എന്റെ സ്വന്തം ഭീരുത്വത്തിന്റെ പ്രതിബിംബമാണോ? മനുഷ്യമനസിന്റെ കാപട്യങ്ങളുടെയും കുറവുകളുടെയും മൊത്തം ഫലമാണോ ഞാൻ ഇപ്പോൾ അനുഭവിക്കുന്നത്?

എന്റെ മനസിലൂടെ കടന്നുപോയ വിചാരങ്ങൾ നിങ്ങളോട് വിവരി ക്കാൻ എനിക്കു കഴിയുന്നില്ല. ഞാൻപോലും അറിയാതെ ഞാൻ വളരെ ഉച്ചത്തിൽ നിലവിളിച്ചു. ഒരു ദുഃസ്വപ്നത്തിൽ നിന്നും ഞെട്ടിയുണർന്ന പോലെ ഞാൻ പകച്ചുനോക്കി. ഒടുവിൽ കാൾഡിലാ മൊണ്ടെറായിൽ എത്തിക്കഴിഞ്ഞാണ് ഞാൻ ഓട്ടം നിർത്തിയത്.

അവിടെ എത്തിക്കഴിഞ്ഞപ്പോൾ ഭയം വിട്ടുമാറിക്കഴിഞ്ഞിരുന്നു. മൊണ്ടെറായിലും മനുഷ്യർ ആരും ഉണ്ടായിരുന്നില്ല. കാൾ ഡി പെലി ഗ്രോസിൽ നിന്നുള്ള വെളിച്ചവും വിളക്കുകാലുകളിൽ നിന്നുള്ള പ്രകാശവും കൊണ്ട് ആ പ്രദേശം മുഴുവൻ എനിക്കു കാണാൻ കഴിയു ന്നുണ്ടായിരുന്നു. ഈ ഭാഗത്തേക്കു വന്നാൽ ആ സ്ത്രീക്ക് തീർച്ചയായും ഒളിച്ച് നിൽക്കാൻ കഴിയില്ല. ആ തെരുവ് മൊത്തം ഞാൻ അരിച്ചുപെറു ക്കിനോക്കി. അവിടെ ഒരിടത്തും പൂച്ചപോയിട്ട് ഒരു എലിയുടെ നിഴൽപോലും കാണാൻ ഉണ്ടായിരുന്നില്ല. എന്നെ ഭയപ്പെടുത്തിയ ആ സ്ത്രീയുടെ കാര്യം അപ്പോൾപ്പിന്നെ എന്തു പറയാൻ?

അവൾ മറ്റേതോ പടിപ്പുര വഴി ഏതെങ്കിലും വീടിനുള്ളിൽ കടന്നിട്ടു ണ്ടാകുമെന്നാണ് ഞാൻ കരുതിയത്. അവൾക്ക് എന്റെ കണ്ണിൽപ്പെടാതെ ഈ വെളിച്ചത്തിലൂടെ മറ്റ് എവിടേക്കെങ്കിലും പോകാൻ തീർച്ചയായും കഴിയുമായിരുന്നില്ല.

ദൂരെ ഒരു കാവൽക്കാരൻ നടന്നുവരുന്നത് ഞാൻ കണ്ടു. ഞാൻ അയാളെ വിളിച്ചു. കാൾഡിജാർഡെൻസിൽ സ്ത്രീവേഷം കെട്ടിയ ഒരു പുരുഷനെ കണ്ടെന്ന് ഞാൻ അയാളോടു പറഞ്ഞു. അയാൾ തെരുവിന്റെ

മറ്റേ അറ്റംവരെ പരിശോധിക്കാമെങ്കിൽ ഞാൻ അവിടെത്തന്നെ നിൽക്കാ
മെന്ന് അയാൾക്ക് ഉറപ്പുകൊടുത്തു. ഞാൻ അവിടെ നിൽക്കുമ്പോൾ
എന്റെ കണ്ണിൽപ്പെടാതെ ആർക്കും അതുവഴി രക്ഷപെടാൻ കഴിയില്ലെന്ന്
ഞാൻ കാവൽക്കാരനെ പറഞ്ഞുമനസിലാക്കിച്ചു. രാത്രിയിൽ ഈ സമ
യത്ത് വേഷം മാറിനടക്കുന്നവൻ കൊള്ളക്കാരനോ മറ്റേതെങ്കിലും തരത്തിൽ
വൃത്തികെട്ടവനോ ആയിരിക്കുമെന്നും ഞാൻ അയാളെ ഓർമിപ്പിച്ചു.

അയാൾ ഞാൻ പറഞ്ഞതുപോലെ അനുസരിച്ചു. അയാൾ കാൽ
ഡി അദ്ധാനയിലൂടെ നടന്നു. കാൽ ഡി ജാർഡെൻസിന്റെ മറ്റേ അറ്റത്ത്
അയാളുടെ വിളക്കിന്റെ തിളക്കം കണ്ടപ്പോൾ അടുത്ത തെരുവിൽക്കുടി
ഞാൻ അയാളുടെ അടുത്തേക്ക് നടന്നു.

എല്ലാ പടിപ്പുരകളും പരതിനോക്കിയെങ്കിലും ഞങ്ങൾക്ക് ഒന്നും
കണ്ടെത്താൻ കഴിഞ്ഞില്ല.

അവൻ ഏതെങ്കിലും വീട്ടിനുള്ളിൽ കയറിയിട്ടുണ്ടാകുമെന്ന് കാവൽ
ക്കാരൻ പറഞ്ഞു.

എന്റെ വാതിൽ തള്ളിത്തുറന്നുകൊണ്ട് ഞാൻ കാവൽക്കാരൻ
പറഞ്ഞതു ശരിവച്ചു. അടുത്തദിവസം വീട്ടിലേക്കു മടങ്ങുന്നത് മറ്റൊരു
വഴിയിൽ കൂടിയായിരിക്കുമെന്ന് ഉറച്ച തീരുമാനം ഞാൻ എടുത്തു കഴി
ഞ്ഞിരുന്നു.

എന്റെ ജോലിക്കാരൻ ജോസിനോട് എന്നെ കാത്തിരിക്കാൻ ഞാൻ
ഒരിക്കലും പറയാറില്ല. എന്തായാലും അന്ന് അവൻ എന്നെ പ്രതീക്ഷിച്ച്
ഉണർന്നിരിക്കുകയായിരുന്നു. മൂന്നാംനിലയിലുള്ള എന്റെ ഫ്ളാറ്റിലെത്തി
യപ്പോൾ അവൻ ഉണർന്നിരിക്കുന്നതുകണ്ട് അത്ഭുതത്തോടെ ഞാൻ
ചോദിച്ചു. "എന്തെങ്കിലും കുഴപ്പം ഉണ്ടായോ?"

അവൻ ആകെ പരിഭ്രമിച്ചിരുന്നു. അവൻ പറഞ്ഞു. "സാർ, പതി
നൊന്നു മണി മുതൽ രണ്ടര മണിവരെ ക്യാപ്റ്റൻ ഫാൽകോൺ ഇവി
ടെയുണ്ടായിരുന്നു. നേരം വെളുത്തിട്ട് തിരിച്ചുവരാമെന്നു പറഞ്ഞാണ്
അദ്ദേഹം പോയിരിക്കുന്നത്. സാറിനെ കാണേണ്ട അത്യാവശ്യം ഉള്ള
തുകൊണ്ട് സാർ ഇവിടെത്തന്നെ ഉണ്ടാകണമെന്ന് അദ്ദേഹം പ്രത്യേകം
പറഞ്ഞു."

അവന്റെ സംസാരം എന്റെ ഉള്ളിൽ പുതിയ ഭയങ്ങൾ നിറച്ചു. എന്റെ
മരണം അടുത്തുവരുന്നതായി തോന്നി. വളരെ ഗൗരവമുള്ള എന്തോ സംഭ
വിച്ചു എന്ന് എനിക്ക് ഉറപ്പായിരുന്നു. ഈ ലോകത്ത് ഞാൻ ഏറ്റവും
ഇഷ്ടപ്പെടുന്ന അച്ഛൻ വളരെക്കാലമായി സുഖമില്ലാതിരിക്കുകയാണ്.
അച്ഛന്റെ നില വഷളാവുകയാണെങ്കിൽ എന്റെ സുഹൃത്ത് ക്യാപ്റ്റൻ
ഫാൽകോണിന് കമ്പിയടിക്കണമെന്ന് ജിയന്നിൽ താമസിക്കുന്ന എന്റെ
സഹോദരങ്ങളോട് ഞാൻ ആവശ്യപ്പെട്ടിരുന്നു. എന്റെ ബന്ധുക്കൾ
ജിയന്നിലായിരുന്നു താമസം. എന്റെ അച്ഛൻ മരിച്ചു എന്ന് അപ്പോൾ
ത്തന്നെ എനിക്ക് ഉറപ്പായിക്കഴിഞ്ഞിരുന്നു.

മരണവാർത്തയുമായി വരുന്ന എന്റെ സുഹൃത്തിനെ പ്രതീക്ഷിച്ച്

നേരം വെളുക്കുന്നതുവരെ ഞാൻ ഒരു കസേരയിൽ ചടഞ്ഞുകൂടി. കാത്തി
രിപ്പിന്റെ സമയത്ത് ഞാൻ അനുഭവിച്ച വിഷമം എങ്ങനെ .പറഞ്ഞറിയി
ക്കും. വേദനിപ്പിക്കുന്ന മൂന്നുകാര്യങ്ങൾ എന്റെ മനസിൽ ആ രാത്രിയിൽ
തികട്ടി വന്നുകൊണ്ടിരുന്നു. ലോകത്ത് സംഭവിച്ച മറ്റ് എല്ലാ കാര്യങ്ങ
ളിൽ നിന്നും വേറിട്ട് ഈ മൂന്നുകാര്യങ്ങളും തമ്മിൽ ഭയാനകമായ ഒരു
സമാനത എനിക്ക് അനുഭവപ്പെട്ടു. ചൂതുകളിയിലൂടെ വന്ന എന്റെ നഷ്ടം,
ഉയരം കൂടിയ ആ സ്ത്രീയുമായുള്ള എന്റെ കണ്ടുമുട്ടൽ, എന്റെ അച്ഛന്റെ
മരണം.

ആറുമണിക്കു തന്നെ ക്യാപ്റ്റൻ ഫാൽകോൺ എന്റെ മുറിയിൽ വന്നു.
അയാൾ നിശ്ശബ്ദനായി എന്നെത്തന്നെ നോക്കിനിന്നു. അപസ്മാരബാധി
തനെപ്പോലെ ഞാൻ അയാളുടെ കൈകളിലേക്ക് വീണു. എന്റെ ദുഃഖം
ശമിപ്പിക്കാൻ പാടുപെട്ടുകൊണ്ട് അയാൾ പറഞ്ഞു:

"നിനക്ക് കരയാനുള്ള കാരണങ്ങൾ ഉണ്ട്. ഇത്തരത്തിൽ ഒരു നഷ്ടം
ജീവിതത്തിൽ ഒരിക്കൽ മാത്രം സംഭവിക്കുന്നതാണ്."

IV

ഒരു കവിൾ വീഞ്ഞുകൂടി വിഴുങ്ങിയിട്ട് ഗബ്രിയേൽ സംസാരം
തുടർന്നു. "കഥയുടെ ഈ ഭാഗത്തുവച്ച് എന്റെ സുഹൃത്ത് ടെലസ്
ഫൊറൊ അൽപ്പസമയം നിശ്ശബ്ദനായി. കുറച്ചു സമയം കഴിഞ്ഞാണ്
അയാൾ കഥ തുടർന്നത്:"

"എനിക്ക് ഇതാണ് പറയാനുള്ളതെങ്കിൽ ഗബ്രിയേലിന് ഈ സംഭ
വങ്ങളിൽ ഒന്നുംതന്നെ വിചിത്രമായി തോന്നുന്നുണ്ടാവില്ല. ആവശ്യത്തിന്
ബുദ്ധിയും അസാമാന്യ ഭാവനയുമുള്ള പലരുമായി ഞാൻ ഈ
സംഭവത്തെപ്പറ്റി സംസാരിച്ചു. പലർക്കും അകാരണമായ ഭയം വളരെ
ഇഷ്ടപ്പെട്ട വിഷയമായിരുന്നു. രാത്രിയിൽ ഏകയായി അലയുന്ന
സ്ത്രീയെയാണ് ഞാൻ ഭയപ്പെട്ടത്. ജാർഡെൻസിൽ ഞാൻ കണ്ട
കിഴവി ഒരുപക്ഷേ ഭിക്ഷയാചിക്കാനുള്ള ശ്രമത്തിലായിരുന്നിരിക്കാം.
എന്റെ വിചിത്രമായ പെരുമാറ്റം കണ്ട് അവൾ ഭന്നുപോയിട്ടുണ്ടാവ
ണം. ഒരുപക്ഷേ അവൾ ഒരു കള്ളന്റെയോ മറ്റ് ഏതെങ്കിലും വൃത്തി
കെട്ടവന്റെയോ സഹായി ആയിരിക്കാനുള്ള സാധ്യതയുണ്ട്. കാവൽക്കാ
രുടെ കണ്ണിൽ പെടുമോ എന്ന ഭയത്തോടെ ആയിരിക്കാം അവൾ അവിടെ
കൂട്ടുകാരെ പ്രതീക്ഷിച്ചുനിന്നത്.

എനിക്കും അങ്ങനെയൊക്കെ വിശ്വസിക്കാനായിരുന്നു ഇഷ്ടം.
ഏതാനും മാസങ്ങൾ കഴിഞ്ഞപ്പോഴേക്കും ഞാനും അങ്ങനെതന്നെ വിശ്വ
സിച്ചു തുടങ്ങിയിരുന്നു. എങ്കിലും ആ സ്ത്രീയെ പിന്നീടൊരിക്കലും കണ്ടു
മുട്ടരുതെന്നു തന്നെയായിരുന്നു എന്റെ ആഗ്രഹം. എന്നാൽ ഇപ്പോൾ
അവളെ ഒരിക്കൽക്കൂടി കാണുന്നതിനുവേണ്ടി എനിക്കുള്ളതെല്ലാം നഷ്ട
പ്പെടുത്താൻ പോലും ഞാൻ തയാറാണ്."

"എന്തിനാണ് അവളെ കാണുന്നത്?"

"അവളുടെ കഴുത്ത് ഞെരിച്ചുകൊല്ലാൻ."

"എനിക്ക് മനസിലായില്ല."

"പറയാം. മൂന്നാഴ്ച മുമ്പ് ഞാൻ അവളെ വീണ്ടും കണ്ടിരുന്നു. ഞാൻ അവളെ കണ്ട കാര്യം പറയാം. അപ്പോൾ നിങ്ങൾക്ക് എല്ലാം മനസിലാകും. എന്റെ ജോവാക്വിനയുടെ മരണവാർത്ത അറിയുന്നതിന് തൊട്ടുമുമ്പാണ് ഞാൻ അവളെ വീണ്ടും കണ്ടത്. കൂടുതലൊന്നും പറ യാനില്ല. അപ്പോൾ സമയം വെളുപ്പിന് അഞ്ചുമണി ആയിക്കാണണം. ഞാൻ അപ്പോൾ എനിക്ക് അടുപ്പമുള്ള ഒരു വിധവയുടെ വീട്ടിലായിരുന്നു. എന്റെ വിവാഹത്തെപ്പറ്റി അവരെ അറിയിക്കാനുള്ള വിഷമത്തിലായിരുന്നു ഞാൻ. എന്റെ തീരുമാനം അനുസരിച്ചാണ് വിവാഹം നിശ്ചയിച്ചതെന്ന് പറഞ്ഞപ്പോൾ അവൾ കരഞ്ഞു. പിന്നീട് എന്നെ ശകാരിച്ചു. പക്ഷേ, ആ സമയത്ത് സാന്റാ അഗ്വഡയിൽ എന്റെ ജോവാക്വിനയുടെ ശവസം സ്കാരം നടക്കുകയാണെന്ന് ഞാൻ അറിഞ്ഞിരുന്നില്ല.

അപ്പോൾ നേരം പുലർന്നിരുന്നില്ല. രാത്രിയുടെ പ്രഭാവം കുറഞ്ഞ തിനു തെളിവായി അരണ്ടവെളിച്ചം ആകാശത്തു പരന്നിരുന്നു. തെരുവു വിളക്കുകൾ കെടുത്തി കാവൽക്കാർ തിരിച്ചുപോയിക്കഴിഞ്ഞിരുന്നു. പ്ലാസ ഡിലാസ് കോർട്ട്സിലെ കാൾ ഡി സാന്റാ അനായുടെ തിരിവിൽ വച്ച് ആ ഭയാനകമായ സംഭവം ഉണ്ടായി. അവിടെ വച്ച് കാൾ ഡി ജാർ ഡൈൻസിൽ വച്ച് ഞാൻ കണ്ട ആ ഉയരം കൂടിയ സ്ത്രീ എനിക്കെ തിരെ നടന്നുവരുന്നുണ്ടായിരുന്നു.

അവൾ എന്നെ നോക്കിയില്ല. എന്നെ കണ്ടിട്ടുണ്ടാവില്ലെന്നാണ് ഞാൻ വിചാരിച്ചത്. മൂന്ന് വർഷങ്ങൾക്കു മുമ്പ് അവൾ ധരിച്ചിരുന്ന അതേ വസ്ത്ര ങ്ങൾ തന്നെയായിരുന്നു അവളുടെ വേഷം. ആ ചെറിയ വിശറി അപ്പോഴും അവളുടെ കൈയിൽ ഉണ്ടായിരുന്നു. അപ്പോൾ എനിക്കു തോന്നിയ ഭയം മുമ്പ് തോന്നിയതിലും രൂക്ഷമായിരുന്നു. അവൾ കടന്നു പോയിക്കഴിഞ്ഞപ്പോൾ അവൾ തിരിഞ്ഞുനോക്കുന്നില്ലെന്ന് ഉറപ്പാക്കാൻ വേണ്ടി ഞാൻ അവളിൽ നിന്ന് കണ്ണെടുത്തില്ല. കാൾ ഡി ലോബോ യുടെ മറുഭാഗത്ത് എത്തിയപ്പോൾ തീവ്രമായ ഒരു വെള്ളപ്പാച്ചിലിൽ നിന്ന് കരകയറിയതിന്റെ ആശ്വാസം ഞാൻ അനുഭവിക്കുന്നുണ്ടായിരുന്നു. വെറു ക്കപ്പെട്ട ആ മന്ത്രവാദിനിയുടെ കണ്ണിൽനിന്നും പൂർണമായി രക്ഷപ്പെട്ടെന്ന് ഞാൻ വിചാരിച്ചു. അവളുടെ വൃത്തികെട്ട സാന്നിധ്യത്തിൽനിന്ന് ഞാൻ സ്വതന്ത്രനായതായി എനിക്ക് തോന്നി.

പക്ഷേ, വീട്ടിലേക്ക് നടക്കുന്നതിനിടയിൽ ഒരു പുതിയ ഭയം എന്റെ ഉള്ളിൽ കടന്നുകൂടി. എന്നെ രക്ഷപ്പെടാൻ അനുവദിച്ചതായി അവൾ നടിച്ചതാകാൻ സാധ്യതയുണ്ടെന്നായിരുന്നു എന്റെ തോന്നൽ. ഇരുട്ടിന്റെ നിശ്ശബ്ദതയിലൂടെ ഞാൻ താമസിക്കുന്ന സ്ഥലം കൃത്യമായി കണ്ടെ ത്താൻ ഒരുപക്ഷേ അവൾ എന്നെ പിന്തുടർന്നിട്ടുണ്ടാവാം. അതിനു വേണ്ടി ആയിരിക്കാം എന്നെ കണ്ടിട്ടും കാണാത്തതുപോലെ അവൾ നടന്നുപോയത്.

ഞാൻ പെട്ടെന്നു തിരിഞ്ഞുനോക്കി. അവൾ എന്റെ തൊട്ടുപിന്നിൽ ഉണ്ടായിരുന്നു. അവളുടെ വസ്ത്രം എന്റെ ശരീരത്തു തൊടുന്ന അകലത്തിൽ അവൾ നിൽക്കുന്നുണ്ടായിരുന്നു. ദുഷ്ടത നിഴലിക്കുന്ന കണ്ണുകൾകൊണ്ട് അവൾ എന്നെ തുറിച്ചുനോക്കി. വിജയിയുടെ ഭാവത്തിൽ അവൾ എന്നെ നോക്കി വികൃതമായി ഇളിച്ചുകാട്ടി. എന്റെ ഭയം ബാലിശമാണെന്ന് എന്നെ മനസിലാക്കിക്കാനാണെന്നു തോന്നുന്ന രീതിയിൽ ഉദാസീനമായി അവൾ വിശറി വീശിക്കൊണ്ടിരുന്നു.

എന്റെ ഭയം യാതൊരു യുക്തിയുമില്ലാത്ത ഉന്മാദമായി മാറി. നിരാശയിൽ നിന്നും ഉരുത്തിരിയുന്ന കോപത്തോടെ ഞാൻ ആ നികൃഷ്ടജീവിയുടെ പുറത്തു ചാടിവീണു. കൈകൾ കൂട്ടിപ്പിടിച്ച് ഞാൻ അവളുടെ തല ഭിത്തിയിൽ ആഞ്ഞടിച്ചു. എനിക്ക് മതിയാകും വരെ ഞാൻ അവളുടെ കഴുത്തിനു കുത്തിപ്പിടിച്ച് ഇടിച്ചുകൊണ്ടിരുന്നു.

വേദനയും കോപവും കലർന്ന ഒരു പരുക്കൻ ശബ്ദം അവൾ പുറപ്പെടുവിച്ചു. അവൾ കരഞ്ഞെങ്കിലും അതു വെറും അഭിനയമായാണ് എനിക്കു തോന്നിയത്. നിറഞ്ഞ കണ്ണുകൾ തുടച്ചുകൊണ്ട് അവൾ ചോദിച്ചു:

"എന്തിനാണ് എന്നെ ഇങ്ങനെ ഉപദ്രവിക്കുന്നത്?"

എന്റെ ഭയം വിട്ടുമാറിയിരുന്നില്ല. ഞാൻ ചോദിച്ചു.

"എന്നെ ഇതിനുമുമ്പ് കണ്ടിട്ടുള്ളതായി നിനക്ക് ഓർമയുണ്ടോ?"

അവജ്ഞയോടെ അവൾ മറുപടി പറഞ്ഞു. "തീർച്ചയായും ഞാൻ ഓർക്കുന്നുണ്ട്. കാൾ ഡി ജാർഡൈൻസിൽ വച്ച് രാത്രി ഏതാണ്ട് മൂന്നു മണി സമയത്ത്."

ഉള്ളിൽ ഭയം തോന്നുന്നുണ്ടായിരുന്നെങ്കിലും ഞാൻ അതു പുറത്തു കാണിച്ചില്ല. ഞാൻ ചോദിച്ചു:

"നീ ആരാണ്? എന്റെ പിന്നാലെ നീ ഇങ്ങനെ നടക്കുന്നത് എന്തിനാണ്? നിനക്ക് എന്നെക്കൊണ്ട് എന്തു കാര്യമാണുള്ളത്?"

പൈശാചികമായി ഇളിച്ചുകൊണ്ട് അവൾ പറഞ്ഞു. "ഞാൻ ഒരു പാവമാണ്. ഒരു കാരണവുമില്ലാതെ നിങ്ങൾ എന്നെ വെറുക്കുകയും ഭയക്കുകയും ചെയ്യുന്നുണ്ട്. നിങ്ങൾ എന്നെ ആദ്യമായി കണ്ടപ്പോൾ എന്തിനാണ് ഭയന്നത്?"

ഒന്നും ഓർക്കാതെ ഞാൻ വിളിച്ചുകൂവി.

"ജനിച്ച ദിവസം തൊട്ട് എനിക്കു നിന്നെ ഭയമാണ്."

"അതായത് വളരെക്കാലമായി നിങ്ങൾക്ക് എന്നെ അറിയാം. അതു പോലെ എനിക്ക് നിങ്ങളേയും അറിയാം."

"നിനക്ക് എന്നു മുതൽ എന്നെ അറിയാം?"

"നിങ്ങൾ ജനിക്കുന്നതിനു മുമ്പുതന്നെ എനിക്ക് നിങ്ങളെ അറിയാം. മൂന്നുവർഷം മുമ്പ് വെളുപ്പിന് നമ്മൾ തമ്മിൽ ആദ്യം കണ്ടുമുട്ടിയപ്പോൾ, ഒടുവിൽ നിങ്ങളെ ഞാൻ കണ്ടെത്തി എന്ന് സ്വയം പറഞ്ഞുപോയി."

"പക്ഷേ, ഞാൻ നിന്റെ ആരാണ്? നീ എന്റെ ആരാണ്?"

"ഞാൻ ചെകുത്താനാണ്." അവൾ എന്റെ മുഖത്ത് ആഞ്ഞുതുപ്പി. എന്റെ പിടിയിൽ നിന്നും പെട്ടെന്ന് തെന്നിമാറി വസ്ത്രം ഉയർത്തിപ്പിടിച്ച് ഓടിമറഞ്ഞു.

അപ്പോഴേക്കും നേരം പുലർന്നു കഴിഞ്ഞിരുന്നു. സാൻ ജെറോമിനോ സ്ക്വയറിലും കാൽ ഡെൻ പ്രാഡോയിലും ധാരാളം മനുഷ്യർ സഞ്ചരി ക്കാൻ തുടങ്ങിയിരുന്നു. അവളെ പിൻതുടർന്ന് പിടിക്കാൻ ശ്രമിക്കുന്നത് വെറും ഭ്രാന്താണെന്ന് എനിക്കു തോന്നി. അവൾ ഓടുകയായിരുന്നോ പറക്കുകയായിരുന്നോ എന്നുപോലും എനിക്ക് വ്യക്തമായിരുന്നില്ല. ഉദയ സൂര്യന്റെ വെളിച്ചത്തിൽ അവൾ തിളങ്ങുന്നുണ്ടായിരുന്നു. കാൾ ഡി ലാസ് ഹ്യൂർടാസിൽ എത്തിയപ്പോൾ അവൾ ഓട്ടം നിർത്തി എന്നെ തിരിഞ്ഞുനോക്കിയതായി ഞാൻ ഓർക്കുന്നുണ്ട്. അവിടെ നിന്നുകൊണ്ട് കൈയിലിരുന്ന വിശറി ഒരു കഠാരപോലെ ചുരുട്ടിപ്പിടിച്ച് എന്നെ ഭീഷ ണിപ്പെടുത്തുന്ന മട്ടിൽ അവൾ ഉയർത്തിക്കാട്ടി. പിന്നീട് അവസാനത്തെ തെരുവിലൂടെ അവൾ അപ്രത്യക്ഷയായി.

"ഗ്രബിയേൽ, നിന്റെ അഭിപ്രായം കുറച്ചു കഴിഞ്ഞ് പറഞ്ഞാൽ മതി. എന്റെ കഥ അവസാനിച്ചിട്ടില്ല."

ഞാൻ വീട്ടിൽ തിരിച്ചെത്തിയപ്പോൾ എന്നെ പ്രതീക്ഷിച്ച് ആരാണു വീട്ടിലുണ്ടായിരുന്നതെന്ന് അറിയണ്ടേ. ക്യാപ്റ്റൻ ഫാൽകോൺ. എന്റെ ജോവാക്കിനയുടെ മരണവാർത്തയുമായാണ് ക്യാപ്റ്റൻ എന്നെ കാത്തി രുന്നത്. അവളുടെ അച്ഛൻ ഞങ്ങൾ തമ്മിലുള്ള അടുപ്പം അറിഞ്ഞപ്പോൾ ക്യാപ്റ്റന് കമ്പി അടിക്കുകയായിരുന്നു. എന്റെ ജന്മശത്രുവിനെ കണ്ടപ്പോൾ ത്തന്നെ ഏതോ വലിയ ഭാഗ്യദോഷം വരാൻ പോകുന്നെന്ന് ഞാൻ ഊഹി ച്ചുകഴിഞ്ഞിരുന്നു. ആ വൃത്തികെട്ടവളെ കൊല്ലണമെന്ന് ഞാൻ എന്തു കൊണ്ട് ആഗ്രഹിച്ചെന്ന് ഇപ്പോൾ ഗബ്രിയേലിന് മനസിലായിട്ടുണ്ടാകും.

പക്ഷേ, ഞാൻ ഇങ്ങനെയൊന്നും സംസാരിക്കണ്ട കാര്യമില്ല. അവൾ ഒരു സ്ത്രീയാണോ എന്നുതന്നെ അറിയില്ല. കുറഞ്ഞപക്ഷം ഒരു മനു ഷ്യജീവി എങ്കിലുമാണോ? ഞാൻ ജനിച്ചതു മുതൽ അവളുടെ നില നിൽപ്പിന്റെ ഭാരം എന്റെ ചുമലിലായത് എന്തുകൊണ്ടായിരിക്കും? ആദ്യ കാഴ്ചയിൽത്തന്നെ എന്നെ അവൾ എങ്ങനെയാണ് തിരിച്ചറിഞ്ഞത്? എനിക്ക് ഭാഗ്യദോഷങ്ങൾ സംഭവിക്കുമ്പോൾ മാത്രം അവളെ കണ്ടുമു ട്ടുന്നത് എന്തുകൊണ്ട്? അവളുടെ വരവ് ചെകുത്താന്റെ വിസ്മയവിദ്യ യാണോ? അതോ അവൾ മരണം തന്നെയാണോ? അറിയില്ല. എന്റെ ജീവിതത്തിലെ ദുരന്തങ്ങളുടെ പ്രതിഫലനം അവളുടെ രൂപത്തിൽ എനിക്ക് കടന്നുവരികയാണോ? അറിയില്ല. അവൾ എന്താണ്? അവൾ ആരാണ്? അറിയില്ല."

V

"ടെലസ്ഫൊറൊയെ സമാധാനിപ്പിക്കാൻ ഞാൻ എന്തെല്ലാം ശ്രമങ്ങൾ നടത്തി എന്നത് നിങ്ങളുടെ ഭാവനയ്ക്ക് വിടുന്നു. ഞാൻ

പറഞ്ഞ കാര്യങ്ങളാണ് നിങ്ങൾ ഇപ്പോൾ ആലോചിക്കുന്നതെന്ന് എനി
ക്കറിയാം. എന്റെ കഥയിൽ അതിശയിപ്പിക്കുന്ന ഒന്നുംതന്നെ ഇല്ലെന്നു
പറയാൻ നിങ്ങൾ തയാറെടുക്കുകയാണെന്നും എനിക്ക് ഊഹിക്കാൻ
കഴിയും. പാവം ടെലസ്ഫൊറൊയുടെ മനസ്സ് ശരിയല്ല എന്നുവരെ
നിങ്ങൾ പറയാൻ ഇടയുണ്ട്. അയാൾ അടിസ്ഥാനമില്ലാത്ത ഭയത്തിന്
അടിമപ്പെട്ടിരുന്നു എന്ന് വിദഗ്ധർതന്നെ സമ്മതിച്ചിട്ടുണ്ട്. അതെല്ലാം
സത്യം തന്നെയാണ്. പക്ഷേ, ആ സ്ത്രീയെപ്പറ്റി ടെലസ്ഫൊറൊ പറ
ഞ്ഞത് എല്ലാം സത്യം തന്നെയായിരുന്നു. ഒരുപക്ഷേ ആ പാവം
കിഴവിക്കും അൽപ്പം ഭ്രാന്ത് ഉണ്ടായിരുന്നിരിക്കാം. അയാളുടെ ഭയം കൂടി
യായപ്പോൾ അവളുടെ ഭ്രാന്ത് ഇളകിയതാകാനും സാധ്യതയുണ്ട്. ഒരു
പക്ഷേ അവൾ രാത്രിയിൽ ജോലി കണ്ടുപിടിക്കാനിറങ്ങിയ ഒരു പഴയ
വേശ്യയായിരിക്കാം. അല്ലെങ്കിൽ ടെലസ്ഫൊറൊ പറയുന്നതുപോലെ
അവൾ ഒരു ദുർമന്ത്രവാദിനിയാകാനും സാധ്യതയുണ്ട്.

ഗബ്രിയേലിന്റെ കൂട്ടുകാർ പറഞ്ഞു. "ഞങ്ങൾക്കെല്ലാം ഒരേ കാര്യം
തന്നെയാണ് സത്യമായി തോന്നുന്നത്."

ഗബ്രിയേൽ പറഞ്ഞു. "ഞാൻ പറയുന്നത് അൽപ്പസമയം കൂടി
നിങ്ങൾ ശ്രദ്ധിച്ചു കേൾക്കണം. നിങ്ങൾ ഇപ്പോൾ തെറ്റിദ്ധരിച്ചിരിക്കുന്നതു
പോലെ, ടെലസ്ഫൊറൊയുടെ സംസാരം കേട്ടപ്പോൾ എനിക്കും തെറ്റി
ദ്ധാരണ ഉണ്ടായിരുന്നു. ശരിയായി കാര്യങ്ങൾ മനസിലാക്കിയിരുന്നത്
ടെലസ്ഫൊറൊ മാത്രമായിരുന്നെന്ന് പിന്നീട് എനിക്കു മനസിലായി.
ലോകത്തു സംഭവിക്കുന്ന പല കാര്യങ്ങൾക്കും വിശദീകരണം കണ്ടെ
ത്താൻ ശ്രമിക്കുന്നതിലും എളുപ്പം ഭ്രാന്തിനെ പഴിപറഞ്ഞ് രക്ഷപ്പെടു
കയാണ്."

"ശരി. ബാക്കി കഥകൂടി പറയണം."

"ഞാൻ ബാക്കി കഥ പറയാനാണ് പോകുന്നത്. ഈ അധ്യായ
ത്തോടെ കഥ അവസാനിക്കുന്നതുകൊണ്ട്, പതിവുള്ള വീഞ്ഞ്
ഉപേക്ഷിച്ചുകൊണ്ടാണ് ഞാൻ നിങ്ങളോട് കഥ പറയാൻ പോകുന്നത്."

VI

"ടെലസ്ഫൊറൊയെ ഞാൻ വീട്ടിൽ പോയിക്കണ്ട് കുറച്ചുദിവസ
ങ്ങൾ കഴിഞ്ഞപ്പോൾ ജോലി സംബന്ധിച്ച് എനിക്ക് അൽബസെറ്റിലേക്ക്
പോകേണ്ടിവന്നു. അവിടെവെച്ച് പൊതുമരാമത്തിലെ ഒരു കോൺട്രാക്ടർ
ടെലസ്ഫൊറൊയ്ക്ക് മഞ്ഞപ്പിത്തം പിടിപെട്ടതായി എന്നോട് പറഞ്ഞി
രുന്നു. അയാളുടെ അസുഖം സുഖപ്പെടുന്ന കാര്യത്തിൽ ഡോക്ടർമാർ
നിരാശരാണെന്നും അയാൾ പറഞ്ഞു. ടെലസ്ഫൊറൊ എന്റെ എഴുത്തു
കൾക്ക് മറുപടി എഴുതാത്തതിന്റെ കാരണം അപ്പോഴാണ് എനിക്കു മന
സിലായത്. ഞാൻ വിവരങ്ങൾ അറിയാൻ വേണ്ടി ക്യാപ്റ്റൻ ഫാൽകോ
ണിന് എഴുതി. ഫാൽകോണിന്റെ മറുപടി എന്നെ കൂടുതൽ വിഷമിപ്പി
ക്കുന്നതായിരുന്നു.

അഞ്ചു മാസങ്ങൾ കഴിഞ്ഞ് ഞാൻ വീണ്ടും മാഡ്രിഡിൽ തിരിച്ചെത്തി. ടിഡാനിലെ യുദ്ധം തുടങ്ങിയ ദിവസമാണ് ഞാൻ തിരിച്ചെത്തിയത്. വാർത്തകൾക്കുവേണ്ടി അന്നു വൈകുന്നേരത്തെ പത്രം നോക്കിയപ്പോൾ ആദ്യം എന്റെ കണ്ണിൽപ്പട്ടത് ടെലസ്ഫൊറൊയുടെ ചരമ അറിയിപ്പായി രുന്നു. ബന്ധുക്കളും സുഹൃത്തുക്കളും അടുത്ത ദിവസം നടക്കുന്ന സംസ്കാര ചടങ്ങുകളിൽ പങ്കെടുക്കാനുള്ള അഭ്യർഥനയും ചരമ അറിയിപ്പിൽ ഉൾപ്പെടുത്തിയിരുന്നു.

എന്റെ സുഹൃത്തിനോടുള്ള അവസാനത്തെ ആദരവ് അറിഞ്ഞു കൊണ്ട് ഞാൻ ഒഴിവാക്കില്ലെന്ന് നിങ്ങൾക്ക് അറിയാം. ശവവാഹനം പോലുള്ള ഒരു വണ്ടിയിൽ കഷ്ടിച്ച് ഇരിക്കാൻ എനിക്ക് ഇടംകിട്ടി. സാൻ ലൂയിസ് സെമിത്തേരിയിൽ വണ്ടിയിറങ്ങുമ്പോൾത്തന്നെ വളരെ പൊക്ക മുള്ള ഒരു കിഴവി എന്റെ ശ്രദ്ധയിൽ പെട്ടിരുന്നു. ടെലസ്ഫൊറൊയുടെ ശവമഞ്ചം എത്തിയപ്പോൾ അവളുടെ മുഖത്ത് വ്യക്തമാകാത്ത ഒരു സന്തോഷം ഉണ്ടായിരുന്നു. പിന്നീട് ശവപ്പെട്ടി ചുമന്നിരുന്നവരുടെ അടുത്തേക്ക് ഒരു വിജയിയെപ്പോലെ അവൾ നടന്നുചെന്നു. ശവക്കുഴി യുടെ അടുത്തേക്കുള്ള എളുപ്പവഴി അവൾ കൈയിൽ ചുരുട്ടിവച്ചിരുന്ന വിശറികൊണ്ട് അവർക്ക് ചൂണ്ടിക്കാണിച്ചുകൊടുത്തു. ടെലസ്ഫൊറൊ യുടെ അന്ത്യവിശ്രമസ്ഥലം ഉറപ്പു വരുത്താനാണ് അവൾ വന്നിരിക്കുന്ന തെന്ന് തോന്നി.

അവളെ കണ്ട നിമിഷം തന്നെ ഭയത്തോടെ ഞാൻ അവളെ തിരിച്ച റിഞ്ഞിരുന്നു. അവളെപ്പറ്റി ടെലസ്ഫൊറൊ പറഞ്ഞതെല്ലാം ശരിയായി രുന്നു. വലിയ മൂക്കും ഉണ്ടക്കണ്ണുകളും അറപ്പുണ്ടാക്കുന്ന ചുണ്ടുകളും നിറമുള്ള തുവാലകൊണ്ടുള്ള തലയിൽക്കെട്ടും എന്നുവേണ്ട ഒന്നിലും ഒരു വ്യത്യാസവും ഉണ്ടായിരുന്നില്ല. ഇതിനെല്ലാം പുറമെ അശുദ്ധിയു ടെയും മൃഗീയമായ പരിഹാസത്തിന്റെയും ചെങ്കോൽ പോലെ അവളുടെ കൈയിൽ ആ ചെറിയ വിശറിയും ഉണ്ടായിരുന്നു.

ഞാൻ അവളെ ശ്രദ്ധിക്കുന്നുണ്ടെന്ന് പെട്ടെന്നുതന്നെ അവൾ തിരി ച്ചറിഞ്ഞു. ഞാൻ അവളെ തിരിച്ചറിഞ്ഞതുപോലെ, എന്നെ അവൾ മനസിലാക്കിക്കഴിഞ്ഞെന്ന മട്ടിൽ, അവൾ എന്നെ നോക്കി. ടെലസ്ഫൊറൊ എന്നോടു പറഞ്ഞതെല്ലാം താൻ മനസിലാക്കിയിട്ടു ണ്ടെന്ന് ഒറ്റനോട്ടത്തിലൂടെ അവൾ എന്നെ ധരിപ്പിച്ചു. ടെലസ്ഫൊറൊ യോടുണ്ടായിരുന്ന വെറുപ്പിന്റെ പിൻതുടർച്ചാവകാശം എനിക്കാണെ ന്നൊരു ഭീഷണി അവളുടെ നോട്ടത്തിൽ ഉണ്ടായിരുന്നു.

സത്യം പറഞ്ഞാൽ അവളെ കണ്ടപ്പോൾ എനിക്ക് അത്ഭുത ത്തെക്കാൾ ഭയമാണ് തോന്നിയത്. ടെലസ്ഫൊറൊയും അവളും തമ്മിൽ ഇപ്പോഴത്തെ ജീവിതത്തിനു മുമ്പുതന്നെ എന്തോ നിഗൂഢമായ ബന്ധം നിലനിന്നിരുന്നോ എന്നറിയില്ല. അയാളുടെ കുഴിമാടത്തിൽനിന്നും അസാധാരണമായ അവളുടെ ശത്രുത എന്നെ പിൻതുടരുകയാണെങ്കിൽ എന്റെ ജീവിതം അപകടത്തിൽപ്പെട്ടുകഴിഞ്ഞെന്ന് ആ നിമിഷം ഞാൻ തിരിച്ചറിഞ്ഞു.

എന്റെ വിചാരങ്ങൾ മനസിലായെന്ന മട്ടിൽ വിശറി എന്റെ നേരെ ചുണ്ടിക്കൊണ്ട് അവൾ കളിയാക്കിച്ചിരിച്ചു. മറ്റുള്ളവർക്ക് എന്റെ ഭയം മനസിലാക്കിക്കൊടുക്കണമെന്ന ഉദ്ദേശ്യം അവൾക്കുണ്ടായിരുന്നെന്നു തോന്നി. ഞാൻ താഴെ വീഴാതിരിക്കാൻ അടുത്തു നിന്നിരുന്ന മനുഷ്യന്റെ തോളിൽ പിടിച്ചു. വെറുപ്പോടെ പള്ളിപ്പറമ്പിലേക്ക് തിരിച്ചു നടക്കുന്നതി നിടയിൽ അവൾ എന്നെത്തന്നെ തിരിഞ്ഞുനോക്കുന്നുണ്ടായിരുന്നു. അവൾ ഒരേസമയം വിശറികൊണ്ട് വീശുകയും എനിക്ക് എന്തോ ചില സൂചനകൾ നൽകുകയും ചെയ്യുന്നുണ്ടായിരുന്നു. പിന്നീട് ശവക്കല്ലറ കൾക്കിടയിലൂടെ, കുസൃതിയോടെ ചുവടുകൾ അളന്നുമുറിച്ച് നടന്ന്, അവൾ എന്നെന്നേക്കുമായി അപ്രത്യക്ഷയായി.

എന്നെന്നേക്കുമായി എന്ന് ഞാൻ പറയാൻ കാരണം ഇതെല്ലാം സംഭ വിച്ചിട്ട് ഇപ്പോൾ പതിനഞ്ചുവർഷം കഴിഞ്ഞിരിക്കുന്നു. അതിനുശേഷം ഞാൻ അവളെ ഒരിക്കൽപ്പോലും കണ്ടിട്ടില്ല. അവൾ മനുഷ്യസ്ത്രീ ആയി രുന്നെങ്കിൽ ഇതിനോടകം മരിച്ചിട്ടുണ്ടാകും. മറിച്ച് അവൾ പ്രകൃതിക്ക് അതീതമായ മറ്റെന്തെങ്കിലുമാണെങ്കിൽ ഈ കാലയളവിനുള്ളിൽ അവൾ തീർച്ചയായും എന്നെ ഉപദ്രവിക്കുമായിരുന്നു.

എനിക്ക് അറിയാവുന്നതെല്ലാം ഞാൻ പറഞ്ഞുകഴിഞ്ഞു. ഇനി നിങ്ങളുടെ അഭിപ്രായം ഞാൻ കേൾക്കട്ടെ. ഇതെല്ലാം സ്വാഭാവിക മാണെന്ന് നിങ്ങൾ വിചാരിക്കുന്നുണ്ടോ?"

X X X X X X

ഗബ്രിയേൽ ഞങ്ങളോടു പറഞ്ഞ വിചിത്രമായ ഈ കഥ നിങ്ങൾക്കു വായിക്കാൻ വേണ്ടി എഴുതിത്തീർത്ത എനിക്ക് അന്ന് ഞാനുൾപ്പെടെ ഗബ്രിയേലിന്റെ കൂട്ടുകാർ എന്ത് അഭിപ്രായമാണ് പറഞ്ഞതെന്ന് അറിയണ്ട ആവശ്യമില്ല. സത്യത്തിൽ ഓരോ വായനക്കാരനും അയാ ളുടെ വിശ്വാസത്തിനും സങ്കൽപ്പത്തിനും അനുസരിച്ച് സ്വന്തം തീരുമാ നത്തിൽ എത്തിച്ചേരുകയാണ് വേണ്ടത്.

അതുകൊണ്ട് ഞാൻ കൂടുതലൊന്നും പറയുന്നില്ല. ഇതുവരെ എനിക്ക് തൃപ്തികരമായ മറുപടി ലഭിച്ചിട്ടില്ലാത്ത ഈ സംഭവങ്ങളുടെ നിഗൂഢത വ്യക്തമാക്കാനുള്ള ബാധ്യത ഞാൻ എന്റെ വായനക്കാർക്കു തന്നെ വിട്ടുതരുന്നു. ഒരുപക്ഷേ ഈ സംഭവങ്ങളുടെ നിഗൂഢത ഒരിക്കലും വ്യക്തമായില്ലെങ്കിൽക്കൂടി എനിക്ക് അതിൽ അതൃപ്തിയില്ല. അന്ന് ഗ്വാഡ രാമായിലെ ദേവതാരു വനത്തിന്റെ തണലിൽ എന്നോടൊപ്പം ഉണ്ടായി രുന്ന അഞ്ചു സുഹൃത്തുക്കൾക്കും ഞാൻ പ്രത്യേകം പ്രത്യേകം എന്റെ സ്നേഹാന്വേഷണം അറിയിക്കുന്നു.

(19-ാം നൂറ്റാണ്ട്)

10

കത്രിക

എമിലിയ പാർഡോ ബസാൻ

"**വി**വാഹം കഴിഞ്ഞ ദമ്പതികൾ ഒരു കത്രികയുടെ രണ്ടു വായ്‌ത്തലകൾ പോലെയാണ്." ദമ്പതികളെ കുറിച്ചുള്ള ചർച്ചക്കിടയിൽ ഫാദർ ബാൾട്ടർ ഇടയ്‌ക്കുകയറി പറഞ്ഞു.

അവിടെ കൂടിയിരുന്നവരിൽ ഒരാൾ അൽപ്പം അത്ഭുതത്തോടെ ചോദിച്ചു. "ദമ്പതികൾ കത്രികയുടെ വായ്‌ത്തലകൾ പോലെയാണെന്നോ? ഫാദറിന് അങ്ങയുടെ താരതമ്യപ്പെടുത്തൽ മൗലികമാണെന്നു തോന്നുന്നുണ്ടോ?"

"എന്റെ താരതമ്യം മൗലികതക്കും അപ്പുറത്താണ്." മദ്യം നിറച്ച രണ്ടാമത്തെ ഗ്ലാസ് നിരസിച്ചുകൊണ്ട് ഫാദർ പ്രഖ്യാപിച്ചു. "ഞാൻ പറയുന്ന കാര്യം നിങ്ങൾക്ക് അറിയാത്തതൊന്നുമല്ല. ഒരു കത്രികയ്‌ക്ക് രണ്ടു ഭാഗങ്ങളുണ്ട്. ഏതാണ്ട് ഒരേപോലെയുള്ള രണ്ടുഭാഗങ്ങൾ. ഒരു ചെറിയ മടക്കാണികൊണ്ട് ഈ രണ്ടു ഭാഗങ്ങളും തമ്മിൽ യോജിപ്പിച്ചിട്ടുണ്ടാകും. കത്രികയുടെ ഓരോ പകുതിക്കും നല്ല ബലമുണ്ടെങ്കിലും അച്ചുതണ്ടില്ലെങ്കിൽ അവയ്‌ക്ക് പ്രവർത്തിക്കാൻ കഴിയില്ല. പക്ഷേ, തമ്മിൽ മടക്കാണികൊണ്ട് യോജിപ്പിച്ചിട്ടുണ്ടെങ്കിൽ അവയ്‌ക്ക് നല്ല ഒന്നാംതരമായി ജോലി ചെയ്യാൻ കഴിയും. ജീവിതമാകുന്ന വലയെ കുറ്റമറ്റരീതിയിൽ മുറിച്ച് ആകൃതി വരുത്താൻ അപ്പോൾ അതിനു കഴിയും."

ഫാദർ പറയുന്നത് ശ്രദ്ധിച്ചിരുന്നവരിൽ ഒരാൾ പറഞ്ഞു: "പക്ഷേ, അത്രയും വിശിഷ്ടമായ ധാരാളം കത്രികകൾ ഉണ്ടെന്ന് അങ്ങ് വിശ്വസിക്കുന്നുണ്ടോ?" ധാരാളം ജീവിതപരിചയമുള്ള അയാൾ ചോദിച്ചു.

ഒരു പുരോഹിതനാണെങ്കിലും നല്ല രീതിയിൽ വിദ്യാഭ്യാസം ലഭിച്ചിട്ടുള്ള അദ്ദേഹം പറഞ്ഞു: "ശരിക്ക് വൈശിഷ്ട്യമുള്ളതെന്തും ഈ ലോകത്ത് ദുർലഭമായിരിക്കും. നമ്മൾ കുറഞ്ഞപക്ഷം ലോകത്ത് വൈശിഷ്ട്യമുള്ള കാര്യങ്ങൾ ദുർലഭമായതിൽ അതൃപ്തരായിരിക്കണം. വിവാഹത്തിന്റെ താക്കോൽ അച്ചുതണ്ടാണെങ്കിലും കത്രികയുടെ വായ്ത്തലകൾക്കും അതിന്റേതായ പ്രാധാന്യമുണ്ട്. നിങ്ങളിൽ ആരെങ്കിലും ഒരു കടയിൽ കയറി ഒരു കത്രിക ആവശ്യപ്പെട്ടെന്നു കരുതുക. ഒരേ പോലെയുള്ള ഡസൻകണക്കിന് കത്രികകൾ അവർ നിങ്ങളുടെ മുമ്പിൽ നിരത്തും. അവയുടെ വിലയിലും വലിയ വ്യത്യാസമുണ്ടാകില്ല. പക്ഷേ, ഓരോന്നായി അവ വീട്ടിൽ കൊണ്ടുവന്ന് ഉപയോഗിച്ചു നോക്കിയാൽ മാത്രമേ ഓരോന്നിന്റെയും ഗുണങ്ങൾ നിങ്ങൾക്ക് മനസിലാക്കാൻ കഴിയുകയുള്ളൂ. വസ്ത്രങ്ങൾ തയ്ക്കുന്നവർക്ക് ഇക്കാര്യം അറിയാം. അതുകൊണ്ട് എപ്പോഴെങ്കിലും ഒരു നല്ല കത്രിക അവരുടെ കണ്ണിൽപ്പെട്ടാൽ ഒരുതരത്തിലും അതുപേക്ഷിച്ചുപോകാൻ അവർ തയ്യാറാകില്ല. ഞാൻ സ്വർണത്തിൽ തീർത്ത കത്രികകൾ വരെ കണ്ടിട്ടുണ്ട്. അതിൽ ഞാൻ കണ്ട വിശേഷഗുണം, പ്രകൃതിദത്തമായ സ്നേഹത്തെ ആ കത്രികയുടെ വായ്ത്തലകൾ ദൈവീകനിയമങ്ങൾകൊണ്ട് ശുദ്ധീകരിച്ചിരുന്നതാണ്. എനിക്ക് നേരിട്ട് അറിയാവുന്നതും എന്നെ ചിന്തിപ്പിച്ചതുമായ ഒരു ഉദാഹരണം ഞാൻ പറയാം. സർവസാധാരണമായ ഈ പ്രേമകഥയിലെ നടീനടന്മാർ അതിലും സാധാരണക്കാരായിരുന്നു.

ടാൻജിയേഴ്സിൽ വച്ച് എനിക്ക് പനി പിടിച്ചതുകാരണം ഞാൻ മഞ്ചത്തിൽ തന്നെ കഴിയുകയായിരുന്നു. അവിടെയുള്ള ധാരാളം കുടുംബങ്ങളുമായി ഞാൻ പരിചയത്തിലായിരുന്നു. അക്കൂട്ടത്തിൽ ഭദ്രാസനപ്പള്ളിയുടെ അടുത്തായി വസ്ത്രവ്യാപാരം നടത്തുന്ന ഒരു കുടുംബവുമായി പരിചയത്തിലാവാൻ ഇടയായി. അവർ കുമ്പസാരിക്കാനായി എന്റെ അടുത്ത് വന്നതല്ല. അതിന് അവർക്ക് അവരുടെ ഇടവകയിലെ പുരോഹിതൻ ഉണ്ടായിരുന്നു. പക്ഷേ, അവർക്ക് എല്ലാ കാര്യങ്ങളിലും എന്റെ കൂടി അഭിപ്രായം അറിയുന്നതിൽ താൽപ്പര്യമുണ്ടായിരുന്നു. അവളുടെ പേർ ഡോണ കൺസ്യൂളോ എന്നും ഭർത്താവിന്റെ പേർ ഡോൺ ആൻഡ്രസ് എന്നുമായിരുന്നു. അവർ തമ്മിൽ നല്ല ധാരണയിലായിരുന്നതുകൊണ്ട് സത്യത്തിൽ അവർ സന്തോഷമായി ജീവിക്കേണ്ടവർ ആയിരുന്നു. പാപിയായ ബറാബാസിനെ നിർമിക്കാൻ ഉപയോഗിച്ച വസ്തുവിന്റെ ഒരു ഭാഗം മുറിച്ചെടുത്തു സൃഷ്ടിച്ച ഒരു മകൻ ഇല്ലായിരുന്നെങ്കിൽ അവർ തീർച്ചയായും സന്തോഷമായി ജീവിക്കുമായിരുന്നു. എല്ലാ ദിവസവും രാവിലെതന്നെ അവൻ അവർക്ക് എന്തെങ്കിലും പുതിയ ഉപദ്രവം ഉണ്ടാക്കിയിരിക്കും. ഇരുട്ടുന്നതിനു മുമ്പ് അവൻ കാരണം എവിടെയെങ്കിലും അവർക്ക് നാണംകെട്ട് തലതാഴ്ത്തി നിൽക്കാനുള്ള അവസരവും അവൻ സൃഷ്ടിക്കും. അവന്റെ അമ്മയുടെ കണ്ണുനീരോ അച്ഛന്റെ ശകാരങ്ങളോ അവർ ആവശ്യപ്പെട്ടതനുസരിച്ച് ഞാൻ സമയാസമയങ്ങ

ളിൽ നടത്തിയ ഉപദേശങ്ങളോ ഒന്നുംതന്നെ അവന്റെ ഏതെങ്കിലും ഒരു ചീത്തസ്വഭാവം ഉപേക്ഷിക്കാൻ പോലും അവനെ പ്രേരിപ്പിച്ചില്ല. അവനെ ഒരുതരത്തിലും തിരുത്താൻ കഴിയില്ലെന്നുറപ്പായപ്പോൾ മറ്റെതെങ്കിലും ദേശത്തേക്ക് പറഞ്ഞുവിടാൻ ഞാൻ അവരെ ഉപദേശിച്ചു. മറ്റൊരു സ്ഥല ത്തുവച്ച് ആവശ്യങ്ങൾക്ക് പരിഹാരം സ്വയം കണ്ടെത്തേണ്ടിവരുമ്പോൾ അവൻ നന്നാവുമെന്നാണ് ഞാൻ പ്രതീക്ഷിച്ചത്.

അവന്റെ അച്ഛൻ എന്റെ അനുമാനം ശരിവച്ചു. അമ്മയ്ക്കും അത് സ്വീകാര്യമായി. അവരുടെ മുൻഗണന അവനെ മാനിലയിലേക്ക് അയ ക്കാനായിരുന്നു. അങ്ങനെ ഞങ്ങളുടെ സഭയിൽത്തന്നെയുള്ള ഒരു പുരോ ഹിതനെ ശുപാർശ ചെയ്ത് അവനെ അവിടേക്ക് അയച്ചു.

ആറുമാസത്തിനകം അവനെപ്പറ്റി നല്ല വാർത്തകൾ എനിക്കു ലഭിച്ചു തുടങ്ങി. അവന്റെ കഴിവുകളെ പുകഴ്ത്തിക്കൊണ്ടുള്ള വിവരങ്ങൾ എനിക്കു കിട്ടി. അവന്റെ പെരുമാറ്റവും മെച്ചപ്പെടുന്നുണ്ടായിരുന്നു. അവന്റെ രക്ഷകർത്താക്കൾ ഈ വിവരങ്ങൾ അറിഞ്ഞപ്പോൾ സന്തോഷം കൊണ്ട് തുള്ളിച്ചാടി. അവൻ കത്തിടപാടുകളിൽ വിമുഖത കാട്ടിയിരു ന്നതുകൊണ്ട് ഒരു പുരോഹിതനായിരുന്നു മാനിലയിൽനിന്ന് ഈ സന്തോഷവാർത്തകൾ എന്നെ അറിയിച്ചുകൊണ്ടിരുന്നത്.

കുറച്ചുകാലം കഴിഞ്ഞ് സന്തോഷത്തിനു പകരം അതിഭയങ്കരമായ ഒരു വാർത്തയുമായാണ് പുരോഹിതന്റെ എഴുത്തുവന്നത്. ചീത്തപ്പേരുള്ള ഒരു വീട്ടിൽ നിന്ന് ഇറങ്ങിവരുമ്പോൾ ഡോൺ ആൻഡ്രസിന്റെ മകനെ ആരോ കുത്തിക്കൊന്നു എന്നായിരുന്നു പുരോഹിതൻ എഴുതിയിരുന്നത്. ഇത് രക്ഷകർത്താക്കളെ അറിയിക്കാൻ അദ്ദേഹം എന്നോട് ആവശ്യപ്പെ ടുകയും ചെയ്തിരുന്നു.

അമ്മയെയും അച്ഛനെയും മകന്റെ മരണവാർത്ത അറിയിക്കുന്നത് എന്നെ സംബന്ധിച്ചിടത്തോളം വളരെ പ്രയാസമുള്ള കാര്യമായിരുന്നു. അമ്മയെക്കാൾ അച്ഛന് ധൈര്യം കാണും എന്നുള്ള വിശ്വാസത്തിൽ ഡോൺ ആൻഡ്രസിനോട് എന്റെ മുറിയിലേക്ക് വരാൻ ഞാൻ ഒരാളെ വിട്ട് അറിയിച്ചു. ദുഃഖവാർത്ത കഴിയുന്നത്ര മൃദുലമാക്കി ഞാൻ അവത രിപ്പിച്ചു. ഞാൻ പറയാൻ പോകുന്ന കാര്യങ്ങൾ അയാൾ നേരത്തെ ത്തന്നെ ഊഹിച്ചിരുന്നെന്ന് തോന്നുന്ന തരത്തിലായിരുന്നു അയാളുടെ പെരുമാറ്റം. ഞാൻ പറഞ്ഞ കാര്യങ്ങൾ മനസിലാക്കാൻ അയാൾക്ക് ബുദ്ധിമുട്ടൊന്നുമുണ്ടായില്ല. അയാൾ കരഞ്ഞില്ല. പക്ഷേ, അപ്പോൾ അയാൾക്ക് ജയിലിൽനിന്നും തൂക്കുമരത്തിന്റെ ചുവട്ടിലെത്തിയ ഒരു കുറ്റ വാളിയുടെ മുഖമായിരുന്നു. ഞാനീ താരതമ്യം ബോധപൂർവം നടത്തി യതാണ്. എനിക്ക് അത്തരം ചില സന്ദർഭങ്ങളിൽ പങ്കെടുക്കേണ്ടി വന്നി ട്ടുണ്ട്. ചില ഭാഗ്യദോഷികളായ നീചന്മാരെ ഈ പരിതഃസ്ഥിതിയിൽ ഞാൻ കണ്ടിട്ടുണ്ട്.

ഡോൺ ആൻഡ്രസ് സാധാരണ നിലയിൽ എത്തിക്കഴിഞ്ഞപ്പോൾ തൊഴുകൈകളോടെ അയാൾ പറഞ്ഞു:

"ഫാദർ ഞാൻ അങ്ങയോട് ഒരു വലിയ സഹായം ആവശ്യ പ്പെടുകയാണ്. നടന്ന കാര്യങ്ങളെല്ലാം നമുക്കിടയിൽ രഹസ്യമായിരി ക്കണം. സംഭവിച്ചതൊന്നും കോൺസ്യൂളോ അറിയാതെ നമുക്ക് കൈകാര്യം ചെയ്യാൻ കഴിയണം. കുറച്ചു വർഷങ്ങൾക്കു മുമ്പു വരെ എന്റെ ഭാര്യ തടിച്ച് നല്ല ആരോഗ്യവതിയായിരുന്നു. ഇന്ന് അവൾ ഒരു തരം ക്ഷയരോഗത്തിന് അടിമയാണ്. ഈ ഭാഗ്യദോഷം അറിഞ്ഞാൽ പിന്നീട് അവൾ ജീവിച്ചിരിക്കില്ലെന്ന് ഉറപ്പാണ്. ഞങ്ങളുടെ കുഞ്ഞിന് സംഭവിച്ചത് അവളിൽനിന്ന് ഒളിച്ചുവയ്ക്കാൻ കഴിഞ്ഞാൽ കുറച്ചുകാലം കൂടി അവൾ ജീവിച്ചിരിക്കും." അവന് ഇരുപത്തിയേഴു വയസ്സ് കഴിഞ്ഞി രുന്നെങ്കിലും അയാൾ കുഞ്ഞ് എന്നു പറഞ്ഞത് ഞാൻ ശ്രദ്ധിച്ചിരുന്നു. "അവന്റെ സംസ്കാര ചടങ്ങുകളുടെ ചെലവുകൾ എല്ലാം ഞാൻ തിരിച്ചു കൊടുക്കാം. പക്ഷേ, ഇതൊന്നും ഒരുതരത്തിലും കോൺസ്യൂളോ അറിയാൻ ഇടയാകരുത്."

ഞാൻ അയാൾ പറഞ്ഞതിനോട് പൂർണമായും യോജിച്ചോ യോജിക്കാതിരുന്നോ എന്ന് എനിക്ക് അറിയില്ല. പക്ഷേ, വേദനിക്കുന്ന ആ മനുഷ്യനുവേണ്ടി എന്റെ മനസിൽ വിഷമം തോന്നി. രണ്ടോമൂന്നോ ആഴ്ചയിൽ ഒരിക്കൽ മാനിലായിൽ നിന്നുവന്ന കള്ളക്കത്തുകളുമായി ഞാൻ അവരുടെ കടയിൽ പോയി. മരിച്ചുപോയ മകന്റെ ജോലിയിലും വിദ്യാഭ്യാസത്തിലും സ്വഭാവത്തിലും വന്നിട്ടുള്ള പുരോഗതിയെപ്പറ്റി പ്രശംസിക്കുന്ന എഴുത്തുകളായിരുന്നു അവയെല്ലാം.

ദിവസം ചെല്ലുംതോറും ഡോണാ കോൺസ്യൂളോ ക്ഷീണിതയായ യിക്കൊണ്ടിരുന്നു. വിട്ടുമാറാത്ത ഒരു ചുമ അവരെ അലട്ടാൻ തുടങ്ങി. ഞാൻ അവർക്കുവേണ്ടി ഈ എഴുത്തുകൾ വായിക്കുമ്പോൾ ബാല്യ കാലകൗതുകത്തോടെ അവർ എഴുന്നേറ്റിരുന്ന് ശ്രദ്ധിക്കാറുണ്ടായിരുന്നു. അവരുടെ സന്തോഷം പങ്കിടാൻ ഡോൺ ആൻഡ്രസിനെ അവർ എപ്പോഴും ഒപ്പം വിളിച്ചിരുത്തുമായിരുന്നു. സന്തോഷംകൊണ്ട് നനഞ്ഞ അവരുടെ കണ്ണുകൾ അപ്പോൾ തിളങ്ങുന്നുണ്ടാകും. അവർ പറയും: "ആൻഡ്രസ് സെയ്ന്റ് ആന്റണി നമുക്ക് എന്തെല്ലാം സഹായങ്ങളാണ് ചെയ്യുന്നത്? ദൈവം നമ്മളോട് എത്ര കരുണയുള്ളവനാണ്. നമ്മുടെ മകൻ തെറ്റുകൾ തിരുത്തി പ്രശംസ പിടിച്ചുപറ്റുന്ന തരത്തിൽ പെരുമാറി ത്തുടങ്ങിയിരിക്കുന്നു. കുറച്ചുകാലത്തിനകം അവൻ ഇവിടെ മടങ്ങിയെ ത്താൻ കഴിയും. നമുക്ക് അവനെ നമ്മുടെ കച്ചവടത്തിന്റെ ചുമതല ഏൽപ്പിക്കാം. ചെറുപ്പക്കാർക്ക് എപ്പോഴും പണത്തിന് ആവശ്യം ഉണ്ടാ കുമെന്ന് അങ്ങേയ്ക്ക് അറിയാമല്ലോ. ഞാൻ കുറച്ചുപണം അങ്ങയെ ഏൽപ്പിക്കാം. അങ്ങയുടെ അവിടെയുള്ള സുഹൃത്തുക്കൾ വഴി അത് അവന് എത്തിച്ചുകൊടുക്കണം. എന്റെ മകന് ഒരു കാര്യത്തിലും കുറവ് വരരുത്."

ഡോൺ ആൻഡ്രസ് തേങ്ങലൊതുക്കി ദുഃഖം കടിച്ചമർത്തി പറയും. "ശരി. മുപ്പതു ഡോളർ അദ്ദേഹത്തിന്റെ കൈയിൽ ഞാൻ കൊടുക്കാം.

പക്ഷേ, നീ ഇത്രയും വ്യാകുലപ്പെടരുത്. കുറച്ചുകൂടി യുക്തിയായി ചിന്തിക്കണം."

മറ്റൊരു സങ്കടകരമായ കാര്യം അമ്മ മകന് സമ്മാനമായി തരുന്ന പണം മകന്റെ ആത്മശാന്തിക്കു വേണ്ടിയുള്ള ശുശ്രൂഷകൾക്ക് ഉപയോ ഗിക്കണമെന്ന് അച്ഛൻ എന്നോട് രഹസ്യമായി ആവശ്യപ്പെടാറുണ്ടാ യിരുന്നു.

ഞാൻ എന്റെ ഭാഗം അതീവശ്രദ്ധയോടെ തന്നെ അഭിനയിച്ചുകൊ ണ്ടിരുന്നു. ഡോണാ കോൺസ്യൂളോയുടെ ആരോഗ്യം ക്ഷയിച്ചുകൊണ്ടി രുന്നത് ഞാൻ കാണുന്നുണ്ടായിരുന്നു. മകൻ മരിച്ചത് അറിയിച്ചിരുന്നെ ങ്കിൽ അത് കൂടുതൽ അപകടം ക്ഷണിച്ചുവരുത്തുമായിരുന്നെന്ന് എനിക്ക് തോന്നി. ഞാൻ ആ വീട്ടിൽ ചെന്നപ്പോഴെല്ലാം ഡോൺ ആൻഡ്രസ് അവ രുടെ അടുത്തുതന്നെ ഉണ്ടായിരുന്നു. എന്റെ ഭാഗത്തുനിന്നും എന്തെ ങ്കിലും തെറ്റ് സംഭവിക്കുമോ എന്ന് ഒരുപക്ഷേ അയാൾക്ക് ഭയം ഉണ്ടാ യിരുന്നിരിക്കാം. അല്ലെങ്കിൽ അസുഖക്കാരിയുടെ അടുത്തുനിന്നും മാറി നിൽക്കാൻ അയാളുടെ മനസ്സ് അനുവദിക്കാത്തതാകാനും സാധ്യതയുണ്ട്. മരക്കൊമ്പിൽ തണുപ്പകറ്റാൻ വേണ്ടി മുട്ടിയുരുമ്മിയിരിക്കുന്ന ഒരു ജോഡി പക്ഷികളെപ്പോലെയായിരുന്നു അവർ. ചുമക്കിടയിൽ തന്റെ രോഗം നിസ്സാരമാണെന്ന് അവൾ പറഞ്ഞുകൊണ്ടിരിക്കും. കാസരോഗിയായ അയാൾ അവൾ പറയുന്നത് ശ്രദ്ധയോടെ കേൾക്കും. എന്നിട്ട് ശ്വാസ തടസ്സം വകവയ്ക്കാതെ അവളെ കെട്ടിപ്പിടിക്കും. മറ്റൊരു സന്ദർഭത്തി ലായിരുന്നെങ്കിൽ ഇത്തരത്തിലൊരു രംഗം എനിക്ക് വിസ്മയകരമായി തോന്നുമായിരിക്കാം. പക്ഷേ, അവരുടെ പരിതഃസ്ഥിതിയിൽ എനിക്ക് അത് പരമ ദയനീയമായയാണ് അനുഭവപ്പെട്ടത്.

എഴുത്തുകളുടെ വരവ് തുടർന്നുകൊണ്ടിരുന്നു. അവന്റെ അമ്മയിൽ ആ എഴുത്തുകളുടെ സ്വാധീനം പ്രകടമായിരുന്നു. അവളുടെ ഭർത്താവിന്റെ ശ്രദ്ധയിൽ പെടാതെ എന്നോട് നന്ദിയും അംഗീകാരവും വെളിപ്പെടുത്തുന്ന മുഖഭാവങ്ങൾ പ്രകടിപ്പിക്കുന്നതായിപ്പോലും എനിക്ക് തോന്നിയിരുന്നു. അവളുടെ മുഖഭാവങ്ങളുടെ അർഥം എന്റെ മകൻ എപ്പോഴെങ്കിലും തെറ്റായ രീതിയിൽ പെരുമാറിയാലും ആൻഡ്രസിനോട് പറയുമ്പോൾ അവൻ മാലാഖയെപ്പോലെയാണ് പെരുമാറുന്നതെന്നേ പറയാൻ പാടുള്ളൂ എന്നാണെന്ന് എനിക്ക് തോന്നി. എനിക്ക് അങ്ങനെ സങ്കൽപ്പിക്കാൻ മാത്രമേ കഴിയുമായിരുന്നുള്ളൂ. കാരണം ഞാൻ നേരത്തേ തന്നെ പറഞ്ഞിരുന്നു ഡോണാ കോൺസ്യൂളോ ഒരിക്കലും എന്നോടൊപ്പം ഒറ്റയ്ക്ക് ആയിരുന്നില്ല.

ഒരു ദിവസം രാത്രി വളരെ ഇരുട്ടിയതിനുശേഷം അവരുടെ വീട്ടി ലേക്ക് അവർ എന്നെ ക്ഷണിച്ചു. ഞാൻ അവരുടെ വീട്ടിലെത്തിയപ്പോൾ ഡോൺ ആൻഡ്രസ് എന്റെ അടുത്തെത്തി. അയാളുടെ ഭാര്യ മരണത്തോ ടടുക്കുകയാണെന്ന് അയാൾ പറഞ്ഞു. അവരുടെ മകൻ വീട്ടിലേക്ക് ഉടൻ വരുന്നുണ്ടെന്ന് അറിയിച്ചുകൊണ്ടുള്ള ഒരു എഴുത്ത് ഇപ്പോൾ അനിവാ

ര്യമാണെന്ന് അയാൾ പറഞ്ഞു. ആ പ്രതീക്ഷയിൽ കുറച്ചുകാലം കൂടി അയാളുടെ ഭാര്യ ജീവിച്ചിരിക്കുമെന്നായിരുന്നു അയാളുടെ കണക്കുകൂ ട്ടൽ. ആകാംക്ഷയോടെ വിറച്ചുകൊണ്ട് അയാൾ ആവശ്യപ്പെട്ട അവസാ നത്തെ സഹായം എനിക്ക് നിഷേധിക്കാൻ കഴിഞ്ഞില്ല. ഞാൻ രോഗി കിടക്കുന്ന മുറിയിലേക്കു കടന്നപ്പോൾ ഡോണാ കോൺസ്യൂളോ അവ ളുടെ ഭർത്താവിനെ സൂക്ഷിച്ചുനോക്കി. രഹസ്യമായി എനിക്കു മുന്നറി യിപ്പു നൽകുന്ന ഒരു നോട്ടം നോക്കി ഡോൺ ആൻഡ്രസ് ഉടൻതന്നെ മുറിക്കു പുറത്തുകടന്നു.

ഞാൻ രോഗിയുടെ കിടക്കയ്ക്ക് അരികിലെത്തി. അവർ പ്രാർഥി ക്കുന്നതുപോലെ ചുണ്ടുകൾ വേഗത്തിൽ അനക്കുന്നുണ്ടായിരുന്നു. ഞാൻ കിടക്കയുടെ ഒരറ്റത്തിരുന്ന് ദാഹിക്കുന്ന ആത്മാവുകൾക്ക് ആശ്വാസംപകരാൻ ഞങ്ങൾ പുരോഹിതർ പറയാറുള്ള പ്രത്യാശയു ടെയും സാന്ത്വനത്തിന്റെയും വാക്കുകൾ ഉരുവിട്ടു. പെട്ടെന്ന് എന്നെ അത്ഭുതപ്പെടുത്തിക്കൊണ്ട് അവർ എന്റെ കൈപിടിച്ച് ചുംബിച്ചു. ഗാഢമായ നന്ദി അവരുടെ മുഖത്ത് നിഴലിച്ചിരുന്നു. അവർ പറഞ്ഞു: "ഫാദർ ബാൾട്ടർ, അങ്ങ് വളരെക്കാലമായി എന്റെ ഭർത്താവിനെ കബ ളിപ്പിക്കുന്നതിന് ദൈവം അങ്ങയോട് കരുണകാട്ടും. ഞാൻ മരിച്ചു കഴിഞ്ഞാലും അങ്ങ് ഇങ്ങനെതന്നെ തുടരുമെന്ന് എന്നോട് സത്യം ചെയ്യണം."

പനിയുടെ ക്ഷീണംകൊണ്ട് അവർ പിച്ചും പേയും പറയുകയാ ണെന്ന ധാരണയിൽ ഞാൻ പറഞ്ഞു. "എന്തു കബളിപ്പിച്ചെന്നാണ് നിങ്ങൾ പറയുന്നത്? എന്താണ് നിങ്ങൾ ഉദ്ദേശിക്കുന്നത്?"

ഞാൻ പറയുന്നത് ശ്രദ്ധിക്കാതെ അവർ തുടർന്നു. "മകനു സംഭവിച്ചത് അറിഞ്ഞാൽ ആൻഡ്രസിന് അതു താങ്ങാൻ കഴിയില്ല. ഒരിക്കലും അവന്റെ കാര്യം ആൻഡ്രസിനെ അങ്ങ് അറിയിക്കരുത്."

ഡോൺ ആൻഡ്രസിന് ഞാൻ കൊടുത്ത വാഗ്ദാനം പെട്ടെന്ന് എന്റെ ഓർമയിലെത്തി. ഞാൻ പറഞ്ഞു. "നിങ്ങളുടെ മകൻ നിങ്ങളെ കാണാൻ വേണ്ടി ഇവിടേക്ക് വന്നുകൊണ്ടിരിക്കുകയാണ്. അവന് എല്ലാംകൊണ്ടും സുഖമാണ്. താമസിയാതെ ഇവിടെവന്ന് നിങ്ങളെ ആലിംഗനം ചെയ്യാൻ അവനു കഴിയും."

"ശരിയാണ്. തീർച്ചയായും ഞാൻ അവനെ കെട്ടിപ്പിടിക്കും. മറ്റൊരു ലോകത്തുവച്ചായിരിക്കുമെന്നു മാത്രം. എന്നെപ്പറ്റി ആലോചിച്ച് അങ്ങ് വിഷമിക്കണ്ട. ഞാൻ നേരത്തെതന്നെ എല്ലാ കാര്യങ്ങളും അറിഞ്ഞിട്ടുണ്ട്. പോരെങ്കിൽ എന്റെ മനസ്സുതന്നെ മുൻകൂട്ടി അവനു സംഭവിച്ചതെല്ലാം എന്നോടു പറഞ്ഞിട്ടുണ്ട്. എന്റെ മകന്റെ അവിടത്തെ വിവരങ്ങൾ അറി യിക്കാൻ എനിക്ക് അവിടെ ആരുമില്ലെന്ന് അങ്ങു വിശ്വസിക്കുന്നുണ്ടോ? അവനെപ്പറ്റി നല്ല വാർത്തകൾ മാത്രം ആൻഡ്രസ് അറിയണമെന്നാ യിരുന്നു എന്റെ ആഗ്രഹം. അങ്ങുവഴി നല്ല വാർത്തകൾ മാത്രം ആൻഡ്രസ് അറിയണമെന്നും എനിക്ക് നിർബന്ധമുണ്ടായിരുന്നു. അതു

കൊണ്ട് അവനെപ്പറ്റി നല്ല കാര്യങ്ങൾ മാത്രം അങ്ങേയ്ക്ക് എഴുതണ
മെന്ന് യാചിച്ചുകൊണ്ട് ഞാൻ ഫാദർ റെക്ടറിന് നേരത്തെത്തന്നെ
എഴുത്ത് എഴുതിയിരുന്നു. അങ്ങനെ പാവം ആൻഡ്രസിനെ കബളിപ്പി
ക്കുന്നതിന് ഞാനും അങ്ങയെ സഹായിച്ചിട്ടുണ്ട്. ആൻഡ്രസിന്റെ
ആരോഗ്യം ഇപ്പോൾ വളരെ മോശപ്പെട്ടിട്ടുണ്ട്. അസുഖകരമായ ഏതു
വാർത്തയും ഇപ്പോഴത്തെ അവസ്ഥയിൽ അപകടം തന്നെയാണ്.
ഞങ്ങളുടെ വിവാഹം കഴിഞ്ഞ് ഇത്രയും വർഷങ്ങൾ കഴിഞ്ഞിട്ടും ഇതി
നുമുമ്പ് ഒരിക്കൽപ്പോലും ആൻഡ്രസിനെ അറിയിക്കാത്ത ഒരു രഹ
സ്യവും എനിക്ക് ഉണ്ടായിരുന്നില്ല."

x x x x x x

ഇവിടെ പുരോഹിതൻ കഥ അവസാനിപ്പിച്ചു. കഥ കേട്ടിരുന്ന ഞങ്ങ
ളുടെ മുഖത്തെല്ലാം അനുകമ്പ നിഴലിക്കുന്നത് അദ്ദേഹം കാണുന്നുണ്ടാ
യിരുന്നു.

ഞങ്ങളിൽ ആദ്യം സംസാരിച്ചയാൾ പറഞ്ഞു: "അതായത് രണ്ടു
പേർക്കും കാര്യങ്ങൾ അറിയാമായിരുന്നു. രണ്ടുപേരും പരസ്പരം അത്
ഒളിച്ചുവച്ചു. എന്തൊരു ഹൃദയസ്പർശിയായ നാടകീയത."

ദോഷൈകദൃക്കായ മറ്റൊരു കേൾവിക്കാരൻ പറഞ്ഞു: "വെറും
സ്വർണ കത്രികയല്ല. ഏറ്റവും അമൂല്യമായ രത്നങ്ങൾ പതിച്ച് ശുദ്ധമാ
ക്കിയ സ്വർണത്തിലാണ് ഈ കത്രിക ഉണ്ടാക്കിയിരിക്കുന്നതെന്ന്
ഫാദറിന് ധൈര്യമായി പറയാം."

"ഒരു കുരിശിന്റെ ആകൃതിയിലേക്ക് ആ കത്രിക പരിണമിക്കുന്നത്
ഞാൻ കണ്ടതായും വേണമെങ്കിൽ എനിക്ക് പറയാൻ കഴിയും." ആഴ
ത്തിൽ അർഥങ്ങൾ ഒളിപ്പിച്ചുവച്ച് പുരോഹിതൻ അതിന് മറുപടി പറഞ്ഞു.

(19-ാം നൂറ്റാണ്ട്)

11

ബൾട്ടോയിൽ നിന്ന് കൊറാച്ചയിലേക്ക്

ആർട്ടുറോ റൈസ്

"കൃത്യം പന്ത്രണ്ടുമണിക്ക് ഞാൻ നിന്റെ ജനാലയുടെ അരികത്തു കാണും. എന്നെ ഇഷ്ടപ്പെടാൻ നീ തീരുമാനിക്കുകയാണെങ്കിൽ പതി നഞ്ചു ദിവസത്തിനകം നീ ലോല എന്ന, വെറും സുന്ദരിപ്പൂവായിരിക്കില്ല. സ്ത്രീകളുടെ കൂട്ടത്തിൽ നീ രാജ്ഞിയായിരിക്കും."

ഇത്രയും പറഞ്ഞശേഷം ഡോൺ ലുയിസ് സാവധാനം ജനാലയുടെ അടുത്തുനിന്നും നടന്നുപോയി. അയാൾ അപ്രത്യക്ഷനാകുന്നതുവരെ ലോല അയാളെത്തന്നെ നോക്കിനിന്നു.

ലോലയുടെ മനസ്സ് അപ്പോൾ ഒരു ചുഴലിക്കാറ്റിൽ അകപ്പെട്ടിരിക്കു കയായിരുന്നു. അത് അങ്ങനെയാകാതിരുന്നാലേ അത്ഭുതപ്പെടേണ്ട തുള്ളൂ. പെറുവിൽ മൊത്തമുള്ള സ്വർണത്തേക്കാൾ കൂടുതൽ സ്വത്ത് സ്വന്തമായുള്ള സുന്ദരനായ യുവാവ് ഡോൺ ലുയിസ് ഒരുവശത്തും ദൈവത്തിന്റെ കൃപകൊണ്ട് വസ്ത്രം സ്വന്തമായുള്ളവനും മടിയനെങ്കിലും സ്നേഹിക്കാൻ അറിയാവുന്നവനുമായ ജോസീറ്റോ മറുവശത്തും നിൽക്കുമ്പോൾ എങ്ങനെ ലോലയുടെ മനസ്സ് ചുഴലിക്കാറ്റിൽ അകപ്പെ ടാതിരിക്കും.

ഡോൺ പോയിക്കഴിഞ്ഞപ്പോൾ ആ നാടോടിപ്പെണ്ണ് കൈമുട്ടുകൾ മേശപ്പുറത്തുന്നി, അവളുടെ മനോഹരമായ മുഖം കൈപ്പത്തികളി ലൊതുക്കി എന്തോ ഗഹനമായ ആലോചനയിൽ മുഴുകി. അവൾ എത്ര സമയം അവിടെ ഇരുന്നെന്ന് ദൈവത്തിനു മാത്രമേ അറിയുള്ളൂ. അപ്പോ

ഘാണ് ബിറ്റോക്ക് അമ്മാവൻ വന്ന് ഉപദ്രവം ഉണ്ടാക്കിയത്. ബിറ്റോക്ക് അമ്മാവന് ഈന്തപ്പനയെക്കാൾ പ്രായമുണ്ടായിരുന്നു. കീറിപ്പറിഞ്ഞ ജാക്കറ്റും ധാരാളം കണ്ടംവെച്ചു തുന്നിയ കാലുറയും നന്നായി വായുസ ഞ്ചാരം ലഭിക്കുന്ന ഷൂസും ആദിമനിറമായിരുന്ന വെളുപ്പ് ഒട്ടുംതന്നെ പുറ ത്തറിയിക്കാത്ത ഷർട്ടും വളരെ വിദൂരമായ ചെറുപ്പകാലത്ത് ഒരുപക്ഷേ അതിന്റെ ഉടമസ്ഥൻ തൊപ്പി എന്നു വിളിച്ചിരിക്കാൻ സാധ്യതയുള്ള ഒരു സാധനം തലയിലും അണിഞ്ഞിരുന്ന ആ കിഴവന്റെ രൂപം കുടക്കൊളു ത്തിനേക്കാൾ വളഞ്ഞതായിരുന്നു.

സുന്ദരിപ്പുവിനോടുള്ള അകന്നബന്ധം അനുവദിക്കുന്ന സ്വാതന്ത്ര്യം പൂർണമായും കണക്കിലെടുത്തുകൊണ്ട് കിഴവൻ മുറിക്കുള്ളിലേക്ക് കടന്നുവന്നു. വാർധക്യം ആവശ്യപ്പെടുന്ന അവധാനതയോടെ പെണ്കുട്ടി യുടെ എതിർവശത്തു കിടന്ന കസേരയിൽ ഇരുന്നതിനുശേഷം അൽപ്പം ഘനമുള്ള ശബ്ദത്തിൽ കിഴവൻ ചോദിച്ചു:

"ബൾട്ടോയിലെ ഏറ്റവും നല്ല പെണ്കുട്ടിയുടെ മുഖത്ത് ഇന്ന് എന്താണിത്ര ദുഃഖം?"

"അപ്പൂപ്പൻ കരുതുന്നതുപോലെ ഒന്നുമില്ല. എനിക്ക് ശരീരമാകെ ഒരു വേദന."

"വെള്ളിയിൽ തീർത്ത ഒരമ്പ് ശരീരത്തു കൊണ്ടതുകൊണ്ട് ഉണ്ടായ സുഖമുള്ള വേദനയാണോ? ആ കിഴവി എവിടെ? ആ വൃത്തികെട്ട കിളി."

"അവർ എവിടെപ്പോകാൻ. അവർ അവരുടെ കടയിൽ കാണും."

"ലോല, നിന്റെ കൈയിൽ ഫറജാൻ ബാക്കിയിരിപ്പുണ്ടോ? എലിക്സ റിനെക്കാൾ നല്ല പോക്കിരിയാണവൻ. രണ്ടുതുള്ളി മതി അവന്റെ ഗുണം അറിയാൻ."

അവൾ എഴുന്നേറ്റ് ഭിത്തി അലമാരയിൽ നിന്നും ഒരു കുപ്പിയെടുത്ത് അതിലുണ്ടായിരുന്നത് ഒരു ഗ്ലാസിൽ ഒഴിച്ച് കിഴവനു നീട്ടി.

കിഴവൻ അതു സ്വാദോടെ നുണഞ്ഞിറക്കി. ചുണ്ടുകൾ നക്കി ത്തുടച്ചു. പുറംകൈകൊണ്ട് ചുണ്ടു തുടച്ചുകൊണ്ട് കിഴവൻ പറഞ്ഞു.

"എന്തൊരു സാധനമാണിത്? ഇതിനെക്കാൾ നല്ല ചരക്ക് ഒരു കാലത്തും ഉണ്ടായിട്ടില്ല. ഓരോ ഗ്ലാസിനും എനിക്ക് ഓരോ വയസ്സ് കുറ ഞ്ഞതായിത്തോന്നും. ലോകത്തിലെ ഏറ്റവും സുന്ദരിയായ നാടോടിക്ക് എന്തുപറ്റി എന്നു നീ പറയുന്ന സമയത്ത് ഞാൻ ഒരു പുകക്കുഴലിൽ നിന്ന് വരുന്നപോലെ പുക ഊതിവിട്ടു കാണിച്ചുതരാം. ഈ കിഴവന്റെ ഓരോ കണ്ണിലും ഓരോ വിളക്കുണ്ടെന്ന് നിനക്ക് നന്നായി അറിയാം. കാട്ടിലെ ഏറ്റവും നല്ല വഴി ഏതാണെന്നും കടലിലെ ഏറ്റവും മൃദുല മായ തിരമാല ഏതാണെന്നും കിഴവനു പറയാൻ കഴിയും."

"ഞാൻ എന്തു പറയണമെന്നാണ് അപ്പൂപ്പൻ പറയുന്നത്?"

"നീ ബൾട്ടോയിൽ നിന്ന് ലിമോനറിലേക്കാണോ അതോ ബൾട്ടോ യിൽ നിന്ന് കൊറാച്ചയിലേക്കാണോ പോകുന്നതെന്ന് പറയണം."

"അതു ഞാനെങ്ങനെ പറയും. എന്റെ അമ്മയുടെ ഒരു മകൾക്ക് എന്താണു സംഭവിച്ചതെന്ന് അപ്പൂപ്പന് അറിയാമോ?"

"എന്റെ സുന്ദരിക്കുട്ടീ, അതൊക്കെ അപ്പൂപ്പന് അറിയാം. നിന്റെ പ്രശ്നം നീ രണ്ടുവഴികൾ രണ്ടുദിശകളിലേക്ക് പിരിഞ്ഞുപോകുന്ന ഒരു കവലയിൽ വന്നുപെട്ടു എന്നതാണ്. അതിൽ ഏതുവഴിയാണ് നിന്റെ സ്വപ്നഭൂമിയിലേക്കു പോകുന്നതെന്ന് നിനക്ക് അറിയില്ല. ഞാൻ പറയു ന്നത് ശരിയല്ലേ?"

"മുഴുവൻ പറഞ്ഞു കഴിഞ്ഞിട്ട് ഞാൻ പറയാം."

"ശരി. എങ്കിൽ പറയാം. അതിൽ ഒരു വഴി നിന്റെ കൈവെള്ളയെ ക്കാൾ മൃദുലമാണ്. പക്ഷേ, ആ വഴിയിൽക്കൂടി പോകുന്നതിന് നിനക്ക് ചെറിയ ഭയം ഉണ്ട്. നീ ഭയക്കുന്നതിൽ തെറ്റുണ്ട് എന്ന് പറയാൻ പറ്റില്ല. ആ വഴി പോവുകയാണെങ്കിൽ ഒരുപക്ഷേ ഒരിറക്കത്തിൽ കാലിടറി വീഴു മെന്ന് നീ ഭയപ്പെടുന്നു. രണ്ടാമത്തെ വഴിയാകട്ടെ ഗോൽഗോത്താ മല യിലേഖുള്ള വഴിയെക്കാൾ പെങ്കുത്തായ കയറ്റങ്ങൾ നിറഞ്ഞതാണ്. ആ വഴി അള്ളിപ്പിടിച്ച് കയറണമെങ്കിൽ നിനക്ക് നല്ല മനഃശക്തിയും കരുത്തും വേണം. പക്ഷേ, ആ പ്രയാസം നിറഞ്ഞ വഴിയുടെ മുകളിലെത്തിയാൽ ജീവിതത്തിന്റെ തെളിനീരുറവ നിനക്ക് അവിടെ കാണാൻ കഴിയും. ഇതൊക്കെ സുവിശേഷത്തിൽ പറഞ്ഞിട്ടുള്ള സത്യങ്ങളല്ലേ?"

"അപ്പൂപ്പൻ പറയുന്നതെല്ലാം എനിക്ക് വളരെ ഇഷ്ടപ്പെട്ട കാര്യ ങ്ങളാണ്."

"അത് ഏതായാലും നന്നായി. ഞാൻ പറഞ്ഞത് നീ രണ്ടുവഴിക ളുടെ തുടക്കത്തിലാണ്. അതിൽ ഏതുവഴി തെരഞ്ഞെടുക്കണമെന്ന് നിനക്ക് തീരുമാനിക്കാൻ കഴിയുന്നില്ല. ആ വൃത്തികെട്ട കിഴവി അവൾ കൂടുതൽ നല്ലതെന്നു വിചാരിക്കുന്ന വഴിയിലേക്ക് നിന്നെ തള്ളിവിടാ നാണ് ശ്രമിക്കുന്നത്. പക്ഷേ, നിന്റെ ഉള്ളിൽ സ്വപ്നങ്ങൾ നിറച്ച ഒരു ബോട്ടുണ്ട്. ഓരോ തവണയും ആ വഴി സ്വീകരിക്കുന്നതിനെപ്പറ്റി നീ ആലോചിക്കുമ്പോഴെല്ലാം ആ ബോട്ട് നങ്കൂരമിടുന്നതു കാരണം നിനക്ക് ആ വഴി പോകാൻ കഴിയുന്നില്ല. ഞാൻ പറയുന്നത് ശരിയല്ലേ?"

"അപ്പൂപ്പൻ പറഞ്ഞത് ശരിയാണ്."

"അഥായത് അപ്പൂപ്പനും ചില കാര്യങ്ങളൊക്കെ അറിയാം."

"അപ്പൂപ്പൻ അത്ര വിദഗ്ധനാണെങ്കിൽ ഞാൻ പോകേണ്ട വഴി ഏതാ ണെന്ന് എനിക്കു പറഞ്ഞുതരാൻ പറ്റുമോ?"

"കള്ളിമുൾപ്പടർപ്പുകളെക്കാൾ കൂടുതൽ മുള്ളുകൾ ആ ചോദ്യ ത്തിലുണ്ട്. നിനക്ക് അതു മനസിലാക്കാൻ ഉദാഹരണങ്ങൾ പറഞ്ഞു തരേണ്ട കാര്യമില്ല. ക്ലോട്ടോയിക്ക് എന്തു സംഭവിച്ചെന്ന് ഒന്ന് ഒന്നോർത്തു നോക്ക്."

"അവൾക്ക് എന്താണ് സംഭവിച്ചത്?"

"ഒന്നുമില്ല. ജൂഡ്സിനെക്കാൾ ചതിയനായ ഒരുത്തനുവേണ്ടി എന്റെ വിരലിൽ പണ്ടു കിടന്നിരുന്ന മോതിരത്തിന്റെ സ്വർണത്തെക്കാൾ മെച്ചമായ ഒരു പയ്യനെ അവൾ വേണ്ടെന്നുവച്ചു. ഒരു വർഷം കഴിയുന്ന തിനു മുമ്പുതന്നെ അവൾക്ക് എല്ലാം നഷ്ടപ്പെട്ടിരുന്നു. കൈയിൽ ഒരു

കുഞ്ഞുമായി മറ്റുള്ളവരുടെ ഭാഗ്യലക്ഷണം പറഞ്ഞ് പിന്നീട് അവൾക്ക് ജീവിക്കേണ്ടിവന്നു. മൊത്തം നാടോടികളും അവളെ മോശക്കാരിയായി കണ്ടു. എച്ചിൽപോലും അവൾക്ക് കൊടുക്കാൻ ആരും തയാറായിരു ന്നില്ല."

"അവളെ പടുകുഴിയിൽ തള്ളിയിട്ട ആ മനുഷ്യൻ ഹൃദയശൂന്യനും പണമില്ലാത്തവനും ആയിരുന്നിരിക്കണം."

"അവൻ നല്ലവനോ കെട്ടവനോ അല്ലായിരുന്നു. പണം ഉള്ളവനോ ഇല്ലാത്തവനോ ആയിരുന്നില്ല. വെറും സാധാരണക്കാരൻ. പക്ഷേ, നമ്മൾ എല്ലാം അങ്ങനെയൊക്കെ തന്നെയാണ്. ശിക്ഷകൾ ലഭിക്കാൻ നമ്മൾ എല്ലാവരും യോഗ്യരാണ്."

"പക്ഷേ, ഡോൺ ലൂയിസ്."

"ലോല, ദൈവം നിന്നെ രക്ഷിക്കും. ഞാൻ ആരുടെയും പേർ നിർദേ ശിക്കുന്നില്ല. ഡോൺ ലൂയിസ് നല്ലവനാണ്. പോക്കറ്റിൽ ധാരാളം പണമുണ്ട്. കാണാനും സുന്ദരനാണ്."

"ഇതെല്ലാം പുറമെ അറിയാവുന്ന കാര്യങ്ങളാണ്. ഉള്ളിന്റെ ഉള്ളിൽ അയാൾ എങ്ങനെയായിരിക്കും?"

"അയാളുടെ ഉള്ളിലെന്താണെന്ന് ആർക്ക് പറയാൻ കഴിയും? അയാളുടെ മനസ്സ് സർബത്തുപോലെ മധുരമുള്ളതാകാം; അല്ലെങ്കിൽ കാഞ്ഞിരംപോലെ കയ്പുള്ളതുമാകാം. പക്ഷേ, ജോസീറ്റോയുടെ കാര്യം നീ ചോദിക്കുകയാണെങ്കിൽ എനിക്ക് അവനെ ജനിച്ച ദിവസം മുതൽ അറിയാം. അവൻ ജീവിക്കുന്നതുതന്നെ നിന്നോടുള്ള മോഹം കൊണ്ടാ ണ്. പാവം, അവന്റെ ശരീരം ഒരു പ്രതിമപോലെ കടഞ്ഞെടുത്തതാണ്. ഒരു ചിത്രംപോലെ അവൻ സുന്ദരനാണ്. നല്ലവനാണെന്ന കാര്യത്തിൽ സംശയിക്കേണ്ട ഒരു കാര്യവുമില്ല. പാട്ടിൽ അവനെ തോൽപ്പിക്കാൻ കൊരാച്ചയിൽ മറ്റൊരാളില്ല. അവന്റെ മുന്നിൽവച്ച് പാടാനുള്ള ധൈര്യം പോലും അവിടെ ആർക്കുമില്ല. ഇതിനെല്ലാം പുറമെ നിനക്കുവേണ്ടി അവൻ മറ്റൊരു നല്ല അവസരം വേണ്ടെന്നുവച്ചത് നിനക്ക് അറിയാമ ല്ലോ."

"അയാൾ എപ്പോൾ ഏത് അവസരമാണ് വേണ്ടെന്നുവച്ചത്? അങ്ങനെ ഒന്നും ഞാൻ കേട്ടിട്ടില്ല."

"നീ ആ സമയത്ത് ലിംബോയിലായിരുന്നു. പിന്നെ ആ വൃത്തികെട്ട കിഴവി മാത്രമാണ് നിന്നോടൊപ്പം ഉള്ളത്. അവൾക്ക് യോജിപ്പുള്ള സംഗ തികൾ മാത്രമായിരിക്കും അവൾ നിന്നോട് പറയുന്നത്. ജോസീറ്റോയ്ക്ക് നിന്നെ കബളിപ്പിക്കണമെന്ന് ആഗ്രഹമില്ല. നിന്നെ അടിമുടി അവന് ഇഷ്ട മായതുകൊണ്ട് ബാറ്റാറ്റെറോയുടെ കൊച്ചുമകൾ ടോണിറ്റയെ അവൻ വേണ്ടെന്നുവച്ചു. നീ ഉപേക്ഷിക്കാൻ പോകുന്നവനുവേണ്ടി ടോണിറ്റ വേണ്ടിവന്നാൽ അവളുടെ കണ്ണുകൾവരെ ഉപേക്ഷിക്കും. കുറച്ചുസമയം കൂടി കഴിഞ്ഞ് അപ്പുപ്പൻ മുറിയിൽ നിന്നും പുറത്തേക്ക് പോയി. അയാൾ പോകുമ്പോൾ ലോല ശബ്ദമുണ്ടാക്കാതെ പിറുപിറുത്തു. "ആ കിഴവി

കുഴപ്പം ഉണ്ടാക്കാൻ നോക്കുകയാണ്. ഇങ്ങനെയാണെങ്കിൽ അവളുടെ മുഖത്ത് എന്റെ വിരലടയാളം വീഴും."

II

അപ്പോൾ രാത്രി പതിനൊന്നു മണി കഴിഞ്ഞിരുന്നു. രാത്രിയിലെ മഞ്ഞ് മനുഷ്യരെല്ലാം വീട്ടിനുള്ളിൽത്തന്നെ ഇരിക്കാൻ പ്രേരിപ്പിച്ചു. മിറോ ഫ്ളോർസിലെ തെരുവുകളെ അനേകം കിടക്കകളുള്ള ഒരു ഉറക്കറയാക്കി മാറ്റുന്നതിൽനിന്ന് മഞ്ഞ് അവരെ വിലക്കി. വേനൽക്കാലത്തു മിറോ ഫ്ളോർസുകാരുടെ പതിവ് അങ്ങനെയായിരുന്നു.

മനോഹരമായ പുരികങ്ങൾ ചുളിച്ച് ലോല അവളുടെ അമ്മാവി പറ യുന്നത് കേട്ടുകൊണ്ടിരുന്നു. അവളുടെ മുറിയിലെ ഏറ്റവും സുന്ദരമായ കസേരയിലായിരുന്നു അവൾ ഇരുന്നിരുന്നത്.

"ഡോൺ ലുയിസിനോട് നീ പറ്റില്ല എന്നു പറഞ്ഞുകഴിഞ്ഞ സ്ഥിതിക്ക് നിന്റെ ഭാഗ്യം നീ തന്നെ തട്ടിത്തെറിപ്പിച്ചു കളഞ്ഞു. ഇനി നീ നിന്റെ ജോസീറ്റോയെക്കൊണ്ട് എന്താണ് ചെയ്യാൻ ഉദ്ദേശിക്കുന്നത്. ഭക്ഷണമില്ലാതെ അവന്റെ വായെല്ലാം ഇപ്പോൾ തുരുമ്പെടുത്തിട്ടുണ്ടാ കും. അവന്റെ സ്യൂട്ട് പറന്നുപോകാതിരിക്കാൻ അവന്റെ പുറത്ത് പശ വച്ച് ഒട്ടിച്ചിരിക്കുകയാണെന്നാണ് എനിക്കു തോന്നുന്നത്. എന്താണ് നീ ചെയ്യാൻ പോകുന്നത്? അവന് ആഹാരമായി ആൻഡലൂസ്യയിലെ പാട്ടു കളും നാടോടിനൃത്തങ്ങളുമാണോ നീ കൊടുക്കാൻ പോകുന്നത്?"

"എല്ലാ കാലവും എല്ലാവരും ഒരുപോലെയല്ലല്ലോ?"

"നിന്നെ ആരോ തെറ്റിദ്ധരിപ്പിച്ചിട്ടുണ്ട്. ആരോ നിന്നെ വലയിലാക്കി യിരിക്കുകയാണ്."

"ദൈവത്തെ ഓർത്ത് എന്നെ ഇങ്ങനെ ഉപദ്രവിക്കരുത്. ഇപ്പോൾ ത്തന്നെ എനിക്ക് ഭ്രാന്തുപിടിക്കാറായിട്ടുണ്ട്. മൂന്നുദിവസം കഴിഞ്ഞ് ഡോൺ ലുയിസിന്റെ മനസ്സു മാറിയാൽ നമുക്ക് എന്തു ചെയ്യാൻ കഴിയും? അപ്പോൾ അയാൾ എന്റെ ഇഷ്ടങ്ങളെല്ലാം തെരുവിലേക്ക് വലിച്ചെറി ഞ്ഞെന്നു വരും. നമുക്ക് പിന്നീട് ഒരു വിലയും ഉണ്ടാകില്ല. നമ്മുടെ ആളുകൾ തന്നെ നമ്മുടെ തലയിൽ ചാരം കോരിയിടും. അങ്ങനെ സംഭ വിച്ചാൽ ഞാൻ അർഹിക്കുന്നതുതന്നെ ജോസീറ്റോ എനിക്കു നൽകും. എന്റെ മുഖത്ത് അവൻ തുപ്പും. എനിക്ക് ഇങ്ങനെയൊക്കെ വരണമെ ന്നാണോ നിങ്ങളുടെ ആഗ്രഹം?"

"നിനക്ക് നല്ലതു വരണമെന്നേ ഞാൻ ആഗ്രഹിച്ചിട്ടുള്ളൂ. ഞാൻ വേറൊരു കണ്ണാടിയിൽ കൂടിയാണ് കാര്യങ്ങൾ കാണുന്നത്. നിന്നെ ഉപദേശിക്കുമ്പോൾ നിന്നെപ്പറ്റി മാത്രമേ ഞാൻ ചിന്തിച്ചിട്ടുള്ളൂ. ഓർക്കാപ്പുറത്ത് എപ്പോൾ വേണമെങ്കിലും ഞാൻ മരിക്കാനിടയുണ്ട്. ഞാൻ പോകുന്നതിനു മുമ്പ് അർഹമായ ഒരു സ്ഥലത്ത് നിന്നെ എത്തിക്കണം എന്നായിരുന്നു എന്റെ ആഗ്രഹം. ഞാൻ തെരഞ്ഞെടുത്ത മാർഗം മോശമായിപ്പോയെന്ന് ഇപ്പോൾ തോന്നുന്നു. നീ ജോസിന്റെ കൂടെ

യുള്ള ദാരിദ്ര്യത്തെ ഡോൺ ലൂയിസിന്റെ സമ്പത്തിനെക്കാൾ കൂടുതൽ ഇഷ്ടപ്പെടുന്നു. ശരി, നിന്റെ ഇഷ്ടംപോലെ കാര്യങ്ങൾ നടക്കട്ടെ. ഞാൻ നിന്റെ ഇഷ്ടത്തിന് എതിരായി പ്രവർത്തിക്കുകയില്ല. അതുകൊണ്ട് ഡോൺ ലൂയിസ് വരുമ്പോൾ അയാളുടെ ബുട്ടിൽ കുതിരയെ അതിവേഗ ത്തിൽ പായിക്കാനുള്ള കുതിരമുള്ള് ഉറപ്പിക്കുവാൻ ഞാൻ പറഞ്ഞു കൊള്ളാം. നിന്റെ സന്തോഷത്തിനുവേണ്ടി ഞാൻ എന്തു ചെയ്യാനും തയാറാണ്."

വൃദ്ധ അവരുടെ ചുളുങ്ങിയ മുഖം ലോലയുടെ മുഖത്തോടടുപ്പിച്ച് അവളുടെ നെറ്റിയിൽ ചുംബിച്ചു. അവർ പറഞ്ഞു. "നീ ഒരു മാലാഖയാ ണെന്ന് ആളുകൾ പറയുന്നത് സത്യം തന്നെയാണ്."

വൃദ്ധ പോയിക്കഴിഞ്ഞപ്പോൾ ലോല ജനലിന്റെ കട്ടിളപ്പടിയിൽ കയറി ഇരുന്നു. പകുതി തുറന്ന ജനൽപ്പാളികൾക്കിടയിലൂടെ തെരുവ് പൂർണ മായും കാണാൻ കഴിഞ്ഞിരുന്നു. പാളികൾക്കിടയിലൂടെ കടന്നുവന്ന നിലാവ് ലോലയുടെ സൗന്ദര്യത്തിന്റെ തിളക്കം കൂട്ടി. അവളുടെ ഇളം തവിട്ടുനിറമുള്ള കണ്ണുകളിലും അൽപ്പം ഇരുണ്ട ശരീരത്തിലും ചുവന്ന ചുണ്ടുകളിലും വെളുത്ത പല്ലുകളിലും നീണ്ട മുഖത്തും ചുവന്ന തുണി കൊണ്ടു മൂടിയ അവളുടെ മനോഹരമായ തോളുകളിലും കഴുത്തിൽ ചുറ്റിയിരുന്ന കറുത്ത റിബണിലും മസ്ലിൻ തുണിയിലുള്ള അവളുടെ വസ്ത്രത്തിലും നിലാവിന്റെ രശ്മികൾ പറ്റിപ്പിടിച്ചിരുന്നു.

അവൾ ചിന്തയിൽ മുഴുകിയിരുന്ന സമയത്ത് തെരുവിന്റെ മൂലയിൽ ഒരു രൂപം പ്രത്യക്ഷപ്പെട്ടു. ഉറയ്ക്കാത്ത കാലുകളിൽ ആടിയാടി വരുന്ന ജോസീറ്റോ ആയിരുന്നു ആ രൂപം. പഴയ വസ്ത്രങ്ങളാണ് അവൻ ധരി ച്ചിരുന്നതെങ്കിലും യൗവനം സജീവമായി അവനിൽ തുടിക്കുന്നുണ്ടായി രുന്നു. സാധാരണ കുസൃതിയും സന്തോഷവും നിറഞ്ഞുനിൽക്കുന്ന അവന്റെ മുഖം അപ്പോൾ മ്ലാനമായിരുന്നു. സുന്ദരമായ അവന്റെ കണ്ണു കളിൽ ദുഃഖം തളംകെട്ടിയിരുന്നു.

ഡോൺ ലൂയിസ് അന്നു രാവിലെ ലോലയുമായി സംസാരിച്ചെന്ന് ജോസീറ്റോ അറിഞ്ഞിരുന്നു. അവന്റെ ഏറ്റവും അടുത്ത സുഹൃത്ത് നറി സോടാസ് ഇതു പറയുന്നതു കേട്ടപ്പോൾ ജോസീറ്റോയുടെ ശരീരത്തി ലൂടെ ഒരു തണുപ്പ് അരിച്ചുകയറി.

"അയാൾക്ക് എന്താണ് വേണ്ടതെന്ന് ഞാൻ കണ്ടുപിടിക്കാൻ പോവുകയാണ്. മിക്കവാറും അത്യാവശ്യമൊന്നും ഉണ്ടാകാൻ ഇടയില്ല."

സുഹൃത്തിന്റെ അടുത്തുനിന്നും രക്ഷപ്പെടാൻ വേണ്ടി ജോസീറ്റോ പതുക്കെ പറഞ്ഞു. അവന്റെ ശബ്ദത്തിൽ ഒരു ഭീഷണി ഒളിച്ചിരിക്കു ന്നതായി തോന്നി. ജോസീറ്റോയുടെ കൈയ്ക്കു കയറിപ്പിടിച്ചുകൊണ്ട് നരിസോടാസ് പറഞ്ഞു. "നീ ആ വിചാരം മനസിൽ നിന്ന് കളയണം. മനുഷ്യർ കരുത്തരും ചിന്തിക്കുന്നവരും കൂടുതൽ ഇച്ഛാശക്തിയുള്ളവ രുമാണ്. ഡോൺ ലൂയിസ് ലോലയെ സമീപിച്ചിട്ടുണ്ടെങ്കിൽ അവൾ തീർച്ചയായും സമ്മതിച്ചുകാണും. അതുകൊണ്ട് അവൾ നിനക്കു തന്ന

തെല്ലാം അതുപോലെ തന്നെ തിരിച്ചുകൊടുക്കണം. ഈ വിഡ്ഢിത്തം മറന്ന് നീ എന്റെ കൂടെ വരണം. ഇന്ന് എനിക്ക് കച്ചവടത്തിൽ നല്ല ലാഭം കിട്ടി. നമ്മൾ മദ്യപിക്കാൻ പോവുകയാണ്. എല്ലാ ദിവസവും ഒരാൾക്ക് കുതിരയെ ലാഭത്തിൽ വിൽക്കാൻ കഴിഞ്ഞെന്നു വരില്ല. അതുപോലെ എല്ലാ രാത്രിയിലും വയറുനിറച്ച് വീഞ്ഞുകുടിക്കാനും കഴിയില്ല."

നറിസോടാസ് പറഞ്ഞതുതന്നെയാണ് തമ്മിൽ ഭേദം എന്ന തീരുമാനത്തിൽ ജോസീറ്റോ അയാളോടൊപ്പം പോയി. നറിസോടാസിനെ വീഞ്ഞിന്റെ ലഹരി വിടുംവരെ മദ്യശാലയിൽ സ്വസ്ഥമായി ഉറങ്ങാൻ അനുവദിച്ചിട്ട് ജോസീറ്റോ അവിടെനിന്നും പുറത്തിറങ്ങുമ്പോൾ രാത്രി പതിനൊന്നുമണി കഴിഞ്ഞിരുന്നു. നറിസോടാസിനെപ്പോലെ പൂർണമായ ഇരുട്ടിലായിക്കഴിഞ്ഞിരുന്നില്ലെങ്കിലും ജോസീറ്റോയും മങ്ങിയ പ്രകാശത്തിനുള്ളിലായിക്കഴിഞ്ഞിരുന്നു. അയാൾ തന്റെ മനസിലെ പെൺകുട്ടിയുടെ വീടു ലക്ഷ്യമാക്കി നടന്നു.

ജോസീറ്റോ അവളുടെ വീടിന്റെ എതിർവശത്തെത്തി. തൊപ്പി പിന്നിലോട്ട് നീക്കിവച്ചതുകാരണം അവന്റെ കറുത്ത മുടിച്ചുരുളുകൾ നെറ്റിയിൽ പറ്റിക്കിടന്നിരുന്നു. കുറച്ചുസമയം ഒരു മതിലിൽ ചാരി അവൻ നിശ്ശബ്ദനായി നിന്നു. ലോലയോട് സംസാരിക്കാതെ അവനു തിരിച്ചു പോകാൻ കഴിയുമായിരുന്നില്ല. അവന്റെ ഹൃദയത്തിൽ തറച്ച മുള്ളിന്റെ വേദന അത്രയ്ക്കും അധികമായിരുന്നു. അവൾക്കു മാത്രമേ ആ മുള്ള് എടുത്തുമാറ്റാൻ കഴിയുമായിരുന്നുള്ളൂ. മുൻകാലങ്ങളിൽ ആ മനോഹരമായ കോട്ട പിടിച്ചടക്കുവാൻ അവൻ ഉപയോഗിച്ച ഒന്നാംതരം ആയുധങ്ങൾ അവന്റെ ഓർമയിലെത്തി.

വിഷാദം നിറഞ്ഞ തലോടലിന്റെ മാധുര്യം തുളുമ്പുന്ന ശബ്ദത്തിൽ അവൻ പാടി.

"നീ എന്നെ മറന്നെന്ന് അവർ പറയുന്നു
മറ്റാർക്കോ വേണ്ടി, അല്ലെങ്കിൽ ഒരു സ്വർണഖനിക്കുവേണ്ടി
നിന്റെ സ്നേഹം എന്നിൽനിന്ന് തട്ടിപ്പറിക്കുന്നവൻ
സ്വന്തം ജീവൻ എനിക്ക് തിരിച്ചു തരേണ്ടിവരും."

സൗമ്യമായ, കണ്ണീരിൽ കുതിർന്ന, തീവ്രവികാരങ്ങൾ നിറഞ്ഞ, താളാത്മകമായ സ്വരത്തിൽ ഉയർന്നുകേട്ട ഈരടികളിൽ ദുഃഖം മാത്രമായിരുന്നില്ല. ആ ശബ്ദത്തിലെവിടെയോ ഭയാനകമായ ഒരു ശിക്ഷാവിധി ഒളിച്ചിരിപ്പുണ്ടായിരുന്നു. ലോലയുടെ നിഷ്കളങ്കമായ മനസിനെ അവന്റെ ഈരടികൾ ഉലച്ചു. ജനൽപ്പാളികൾ വലിച്ചുതുറന്ന്, കട്ടിലപ്പടിയിൽ കമഴ്ന്നു കിടന്ന് അവൾ വിളിച്ചുചോദിച്ചു.

"ജോസീറ്റോ, നീ എന്താണ് ചെയ്യുന്നത്?"

"ഞാൻ പാടുകയാണ്. അല്ലെങ്കിൽ നിന്റെ ചതിയുടെ വേദനയിൽ ഞാൻ മരിച്ചുപോകും."

"ഞാൻ ഏറ്റവും കൂടുതൽ സ്നേഹിക്കുന്നവനെ, എന്താണ് ഇത്രയധികം ദുഃഖിപ്പിക്കുന്നത്. ജോസീറ്റോ നീ എന്റെ അടുത്തു വരൂ."

ജോസീറ്റോ സാവധാനം ജനാലയ്ക്ക് അരികിലെത്തി. രണ്ടു കൈകളും കൊണ്ട് ഇരുമ്പുകമ്പികളിൽ അവൻ മുറുകെ പിടിച്ചു. നനവ് തിളങ്ങുന്ന കണ്ണുകൾകൊണ്ട് അവൻ ലോലയെ നോക്കി. മനസ്സ് അലിയിക്കുന്ന സ്വരത്തിൽ അവൻ പറഞ്ഞു. "ഞാൻ ദരിദ്രനും ഭാഗ്യ ദോഷിയുമായതുകൊണ്ട്, എന്റെ വസ്ത്രങ്ങൾ മോശമായതുകൊണ്ട്, നീ എന്നെ വിട്ടുപോവുകയാണെന്ന് അവർ പറഞ്ഞു."

x x x x x x

അന്നുരാത്രിയിൽ മിറാഫ്ളോർസിലെ തെരുവിന്റെ മൂലയിൽ ഡോൺ ലൂയിസ് വന്നിരുന്നു എന്നാണ് പറയപ്പെടുന്നത്. ലോലയുടെ ജനാലയുടെ അടുത്ത് ജോസീറ്റോയെ കണ്ടപ്പോൾ അയാൾ വിളർത്തുപോയി. കോപം കൊണ്ട് അയാളുടെ നെറ്റി ചുളിഞ്ഞു. കുറച്ചുസമയം അവിടെ പകച്ചു നിന്നശേഷം അയാൾ അയാളുടെ വഴിക്ക് പോയി. പോകുന്ന പോക്കിൽ പരാതി കലർന്ന ശ്വാസംമുട്ടലോടെ അയാൾ പിറുപിറുക്കുന്നുണ്ടായിരുന്നു.

"അതുശരി. എന്തായാലും അതു നന്നായി. ഹൃദയവും കൈയിൽ പിടിച്ചുകൊണ്ട്, ഏതെങ്കിലും ഒരു സ്ത്രീയുടെ അടുത്ത് ജീവിതത്തിൽ ആകെ ഈ ഒരു തവണയാണ് ഞാൻ പോയിട്ടുള്ളത്."

(19-ാം നൂറ്റാണ്ട്)

12

ആറുമണിക്ക് വന്ന സ്ത്രീ

ഗബ്രിയേൽ ഗാർസിയ മാർക്കേസ്

ഇരുവശങ്ങളിലേക്കും തുറക്കുന്ന കതക് ആരോ തുറന്നു. ജോസിന്റെ റെസ്റ്റോറന്റിൽ ആ സമയത്ത് ആരും ഉണ്ടായിരുന്നില്ല. ക്ലോക്കിൽ അപ്പോൾ ആറുമണി അടിച്ചുതുടങ്ങിയിരുന്നു. ആരരവരെ സ്ഥിരം ഇട പാടുകാർ വന്നുതുടങ്ങില്ലെന്ന് അയാൾക്ക് അറിയാമായിരുന്നു. അയാ ളുടെ പതിവുകാർ വളരെ യാഥാസ്ഥിതികരും നിഷ്ഠയുള്ളവരുമായിരു ന്നു. ആറുമണി അടിച്ചു തീരുന്നതിനുമുമ്പു കടന്നുവന്ന സ്ത്രീ എല്ലാ ദിവസത്തെയുംപോലെ ഒന്നും സംസാരിക്കാതെ ഒരു സ്റ്റൂളിൽ ഇരുപ്പുറ പ്പിച്ചു. ചുണ്ടുകൾക്കിടയിൽ കത്തിക്കാത്ത ഒരു സിഗരറ്റ് അവൾ കടിച്ചു പിടിച്ചിരുന്നു.

"ഹലോ രാജ്ഞി." അവൾ ഇരുന്നു കഴിഞ്ഞപ്പോൾ ജോസ് പറഞ്ഞു. അതിനുശേഷം പൊറലുകൾ വീണ കൗണ്ടറിന്റെ മുകൾഭാഗം ഒരു തുണി കൊണ്ട് തുടച്ചുകൊണ്ട് അയാൾ കൗണ്ടറിന്റെ മറ്റേ അറ്റത്തേക്ക് നട ന്നു. ആരെങ്കിലും റെസ്റ്റോറന്റിലേക്ക് കടന്നു വരുമ്പോഴൊക്കെ ജോസ് ഇങ്ങനെ ചെയ്യാറുണ്ട്. ആ സ്ത്രീയോട് അയാൾക്ക് ഒരളവു വരെ അടുപ്പം ഉണ്ടായിരുന്നിട്ടുപോലും അയാൾ അതുതന്നെ ആവർത്തിച്ചു. ചുവന്നു തുടുത്ത റെസ്റ്റോറന്റ് ഉടമ എന്നും അണിയാറുള്ള അധ്വാനിയുടെ മേലങ്കി അന്നും അണിഞ്ഞുകഴിഞ്ഞിരുന്നു. കൗണ്ടറിന്റെ മറ്റേ അറ്റത്തു നിന്നു കൊണ്ട് അയാൾ ചോദിച്ചു.

"ഇന്നെന്താണ് നിങ്ങൾക്ക് വേണ്ടത്?"

സ്ത്രീ പറഞ്ഞു. "ആദ്യമായി മാന്യമായി പെരുമാറേണ്ടത് എങ്ങനെ യെന്ന് ഞാൻ നിങ്ങളെ പഠിപ്പിക്കാം." കൈമുട്ടുകൾ കൗണ്ടറിൽ ഊന്നി ചുണ്ടുകൾക്കിടയിൽ അണഞ്ഞുപോയ സിഗരറ്റും കടിച്ചുപിടിച്ചായിരുന്നു അവളുടെ ഇരുപ്പ്. കത്തിക്കാത്ത സിഗരറ്റ് ജോസിന്റെ ശ്രദ്ധയിൽ പ്പെടുത്തുന്നതിനു വേണ്ടി, അവൾ സംസാരിക്കുമ്പോൾ ചുണ്ടുകൾ ഇരുക്കെ അടച്ചു.

"ഞാൻ ശ്രദ്ധിച്ചില്ല." ജോസ് പറഞ്ഞു.

സ്ത്രീ പറഞ്ഞു. "എന്തെങ്കിലുമൊക്കെ ശ്രദ്ധിക്കാൻ നിങ്ങൾ ഇതു വരെ പഠിച്ചിട്ടില്ല."

അയാൾ തുണി കൗണ്ടറിൽ ഉപേക്ഷിച്ച് ടാറിന്റെയും ദ്രവിച്ച തടി യുടെയും മണമുള്ള ഭിത്തിഅലമാരയുടെ അടുത്തേക്ക് നടന്നു. തീപ്പെ ട്ടിയുമായി ഉടൻതന്നെ തിരിച്ചെത്തി. അയാളുടെ തഴമ്പിച്ച രോമാവൃതമായ കൈക്കുള്ളിൽ എരിഞ്ഞിരുന്ന തീയിൽ നിന്ന് സിഗരറ്റു കൊളുത്താൻ വേണ്ടി അവൾ കുനിഞ്ഞു. അവളുടെ തഴച്ചുവളരുന്ന മുടിയിൽ വില കുറഞ്ഞ വാസ്‌ലൈൻ പുരട്ടി മയപ്പെടുത്തിയിരുന്നു. പൂക്കൾ തുന്നിയ ബ്രേസിയറിനു മുകളിൽ അവളുടെ തോളുകൾ നഗ്നമായിരുന്നു. കത്തിച്ച സിഗരറ്റുമായി അവൾ തല ഉയർത്തിയപ്പോൾ മങ്ങിയ വെളിച്ചത്തിൽ തിളങ്ങുന്ന അവളുടെ മാറിടങ്ങളുടെ തുടക്കം അയാൾ കണ്ടു.

ജോസ് പറഞ്ഞു. "ഇന്നു രാത്രി നീ വളരെ സുന്ദരിയായിരിക്കുന്നു."

സ്ത്രീ പറഞ്ഞു. "നിങ്ങൾ ഈ വിഡ്ഢിത്തം അവസാനിപ്പിക്കു ന്നതാണ് നല്ലത്. എന്റെ കൈയിൽനിന്നും പണം കിട്ടുന്നതിന് ഇതു നിങ്ങളെ സഹായിക്കുമെന്ന് കരുതണ്ട."

"രാജ്ഞി ഒന്നു മനസിലാക്കണം. ഞാൻ അതൊന്നുമല്ല ഉദ്ദേശിച്ചത്" ജോസ് പറഞ്ഞു. "ഇന്നത്തെ നിന്റെ ഉച്ചഭക്ഷണം തീരെ ശരിയായില്ലെന്ന് ഞാൻ പന്തയം വെക്കാം."

ആദ്യമായി സ്ത്രീ പുക ഉള്ളിലേക്ക് ആഞ്ഞുവലിച്ചു. പിന്നീട് കൈകൾ പിണച്ച് കൈമുട്ടുകൾ കൗണ്ടറിൽ ഊന്നി റെസ്റ്റോറന്റിന്റെ വീതി കൂടിയ ജനലിലൂടെ തെരുവിലേക്ക് നോക്കിയിരിക്കാൻ തുടങ്ങി. അപ്പോൾ അവൾക്ക് വിഷാദം നിറഞ്ഞ ഒരു മുഖഭാവമായിരുന്നു. വിരസത കലർന്ന വൃത്തികെട്ട ഒരു വിഷാദം. ജോസ് പറഞ്ഞു.

"ഞാൻ ഒരു നല്ല ഇറച്ചിക്കഷണം പൊരിച്ചെടുക്കാം."

സ്ത്രീ പറഞ്ഞു. "എന്റെ കൈയിൽ പണമൊന്നും ഇല്ല."

ജോസ് പറഞ്ഞു. "മൂന്നുമാസമായി നിന്റെ കൈയിൽ പണമില്ല. എന്നാൽ എന്തെങ്കിലും നല്ലതു തന്നെയാണ് ഞാൻ എപ്പോഴും നിനക്കു വേണ്ടി കരുതുന്നത്."

തെരുവിൽ നിന്നും കണ്ണെടുക്കാതെ സ്ത്രീ വിഷാദഭാവത്തിൽ പറഞ്ഞു. "ഇന്ന് എന്നത്തേയും പോലെയല്ല."

ജോസ് പറഞ്ഞു. "എല്ലാ ദിവസവും ഒരുപോലെയാണ്. എല്ലാ ദിവസവും ക്ലോക്കിൽ ആറുമണിയാകും. അപ്പോൾ നീ കടന്നുവന്ന്

നിനക്ക് പട്ടിയെപ്പോലെ വിശക്കുന്നു എന്നു പറയും. ഞാൻ എന്തെങ്കിലും നല്ല ഭക്ഷണം വിളമ്പും. ഇന്നത്തെ വ്യത്യാസം പട്ടിയെപ്പോലെ വിശപ്പു ണ്ടെന്നു പറയുന്നതിനു പകരം 'ഇന്ന് എന്നെത്തേയും പോലെയല്ല' എന്നാണ് നീ പറഞ്ഞത്."

സ്ത്രീ പറഞ്ഞു. "അത് ശരിയാണ്." കൗണ്ടറിന്റെ മറ്റേ അറ്റത്ത് റെഫ്രിജറേറ്റർ പരിശോധിച്ചുകൊണ്ടുനിന്ന അയാളെ അവൾ തിരിഞ്ഞു നോക്കി. രണ്ടുമൂന്നു സെക്കന്റ് അവൾ അയാളെത്തന്നെ ശ്രദ്ധിച്ചു. പിന്നീട് ഭിത്തിഅലമാരയ്ക്കു മുകളിലെ ക്ലോക്കിലേക്കായി അവളുടെ നോട്ടം. സമയം ആറ് മൂന്ന് ആയിരുന്നു. അവൾ പറഞ്ഞു. "ഞാൻ പറഞ്ഞത് സത്യമാണു ജോസ്. ഇന്ന് എന്നത്തേയും പോലെയല്ല." അവൾ പുറ ത്തേക്ക് പുക ഊതിക്കൊണ്ടിരുന്നു. അതിനിടയിൽ വളരെ വ്യക്തമായി അവൾ പറഞ്ഞു. "ഞാൻ ഇന്ന് ആറുമണിക്കല്ല ഇവിടെ വന്നത്. അതു കൊണ്ടാണ് ഇന്ന് എന്നത്തേയും പോലെയല്ല എന്നു ഞാൻ പറഞ്ഞത്."

അയാൾ ക്ലോക്കിൽ നോക്കി. "നീ ഇന്ന് ആറുമണിക്കു തന്നെയാണ് വന്നത്. ഈ ക്ലോക്ക് തെറ്റാണെങ്കിൽ ഞാൻ എന്റെ കൈപ്പത്തി മുറിച്ചു കളയാം."

സ്ത്രീ പറഞ്ഞു. "ഞാൻ ക്ലോക്കിന്റെ കാര്യമല്ല പറഞ്ഞത്. ഞാനി വിടെ വന്നത് എന്നത്തേയും പോലെ കൃത്യം ആറുമണിക്കല്ല."

ജോസ് പറഞ്ഞു: "ആറുമണി അടിച്ചുകൊണ്ടിരുന്നപ്പോഴാണ് നീ വന്നത്. നീ വന്നുകഴിഞ്ഞാണ് ക്ലോക്കിൽ ആറുമണി അടിച്ചുകഴിഞ്ഞത്."

സ്ത്രീ പറഞ്ഞു: "അതായത് ഞാനിവിടെ വന്നിട്ട് പതിനഞ്ചു മിനുട്ട് കഴിഞ്ഞു എന്നാണ് ക്ലോക്ക് പറഞ്ഞത്."

ജോസ് അവളുടെ അടുത്തെത്തി. അയാൾ ചൂണ്ടുവിരൽ കൊണ്ട് തന്റെ ഒരു കൺപോള താഴേക്കു വലിച്ചകത്തി. എന്നിട്ട് തന്റെ വീർത്ത മുഖം അവളുടെ മുഖത്തോട് അടുപ്പിച്ചു. അയാൾ പറഞ്ഞു. "ഇവിടെ ഒന്ന് ഊതിക്കേ."

സ്ത്രീ തല പിന്നിലേക്ക് ചായിച്ചു. വിഷാദവും ക്ഷീണവും കൂടുതൽ സുന്ദരമാക്കിയ അവളുടെ മൃദുല മുഖത്ത് അസഹ്യത പ്രകടമായി.

"ജോസ്, നിങ്ങളീ വിഡ്ഢിത്തം നിർത്തുന്നുണ്ടോ? ആറുമാസമായി ഞാൻ കുടിക്കാറില്ലെന്ന് നിങ്ങൾക്ക് അറിയില്ലേ?"

അയാൾ പറഞ്ഞു. "അതു വേറെ ആരോടെങ്കിലും പോയി പറ ഞ്ഞാൽ മതി. എന്നോടു പറയല്ലേ. കുറഞ്ഞത് രണ്ടു പൈന്റ് എങ്കിലും കഴിച്ചിട്ടുണ്ടെന്ന് ഞാൻ പന്തയം വയ്ക്കാം."

അവൾ പറഞ്ഞു. "ഒരു സുഹൃത്തിന്റെ കൂടെ കുറച്ച് കുടിച്ചു."

ജോസ് പറഞ്ഞു. "ഇപ്പം എനിക്ക് മനസിലായി."

സ്ത്രീ പറഞ്ഞു. "മനസിലാക്കാൻ ഒന്നുമില്ല. ഞാൻ ഇവിടെ വന്നിട്ട് കാൽ മണിക്കൂർ കഴിഞ്ഞു എന്നുമാത്രം മനസിലാക്കിയാൽ മതി."

അയാൾ തോളുകൾ വെട്ടിച്ചു. പിന്നീട് അയാൾ പറഞ്ഞു.

"അങ്ങനെയാണെങ്കിൽ അങ്ങനെ തന്നെ. നീ ഇവിടെ വന്നിട്ട് കാൽ

മണിക്കൂർ കഴിഞ്ഞെങ്കിൽ കഴിഞ്ഞു. പത്തു മിനിട്ട് അങ്ങോട്ടോ ഇങ്ങോ
ട്ടോ മാറിയെന്നു കരുതി എന്ത് വ്യത്യാസം വരാൻ?"

"അതുതമ്മിൽ വ്യത്യാസമുണ്ട് ജോസ്." അലക്ഷ്യമായി കൗണ്ടറിനു
മുകളിലൂടെ കൈകൾ വിടർത്തി അവൾ മുരിനിവർന്നു. അവൾ പറഞ്ഞു.
"അങ്ങനെയാണെന്നാണ് ഞാൻ പറഞ്ഞത്. ഞാൻ ഇവിടെ വന്നിട്ട് പതി
നഞ്ചു മിനുട്ട് കഴിഞ്ഞു." അവൾ ക്ലോക്കിൽ നോക്കി ഉടൻതന്നെ തെറ്റു
തിരുത്തി. "ഞാനെന്താണീ പറയുന്നത്? പതിനഞ്ചല്ല ഇരുപതു മിനുട്ടു
കഴിഞ്ഞിരിക്കുന്നു."

"ശരി രാജ്ഞി." അയാൾ പറഞ്ഞു. "നീ സന്തോഷമായിരിക്കാൻ
ആ ക്ലോക്കിലെ ഒരു പകലും രാത്രിയും മുഴുവൻ നിനക്കു തരാം."

ഈ സമയത്തെല്ലാം കൗണ്ടറിനു പിറകിൽ അയാൾ എന്തൊക്കെയോ
ചെയ്യുന്നുണ്ടായിരുന്നു. അയാൾ എന്തൊക്കെയോ സാധനങ്ങൾ എടുത്ത്
മറ്റെവിടേക്കൊക്കെയോ മാറ്റിവയ്ക്കുകയായിരുന്നു. അയാളുടെ ഭാഗം
അയാൾ അഭിനയിക്കുന്നു എന്ന് ചുരുക്കിപ്പറയാം.

"നീ സന്തോഷമായിരിക്കുന്നത് എനിക്ക് കാണണം." അയാൾ
ആവർത്തിച്ചു. പെട്ടെന്നു നടത്തം നിർത്തി അയാൾ അവൾ ഇരിക്കുന്ന
ഭാഗത്തേക്ക് തിരിഞ്ഞുനോക്കി. "ഞാൻ നിന്നെ വളരെയധികം സ്നേഹി
ക്കുന്നുണ്ടെന്ന് നിനക്കറിയാമോ?"

അവൾ അയാളെ നിർവികാരയായി നോക്കി.

"അറിയാം. എന്തൊരു കണ്ടുപിടിത്തം. ഒരു കോടി പെസോസിനു
വേണ്ടിപോലും ഞാൻ നിങ്ങളുടെ കൂടെ വരുമെന്ന് നിങ്ങൾ കരുതുന്നുണ്ടോ?"

ജോസ് പറഞ്ഞു. "ആ ഉദ്ദേശ്യത്തിലല്ല ഞാൻ പറഞ്ഞത്. നിന്റെ
ഇന്നത്തെ ഉച്ചഭക്ഷണം ശരിയായില്ലെന്നാണ് ഞാൻ ഉദ്ദേശിച്ചത്."

അവളുടെ ശബ്ദത്തിലെ ഉദാസീനതയ്ക്ക് അയവു വന്നിരുന്നു.
അവൾ പറഞ്ഞു. "ഉച്ചഭക്ഷണത്തിന്റെ കുഴപ്പം കൊണ്ടല്ല ഞാനിങ്ങനെ
പറഞ്ഞത്. ഒരു കോടി പെസോസിനു വേണ്ടിപ്പോലും നിങ്ങളുടെ ഭാരം
ഒരു സ്ത്രീക്കും താങ്ങാൻ കഴിയില്ല."

ജോസ് ലജ്ജിച്ചുപോയി. അയാൾ തിരിഞ്ഞുനിന്ന് ഷെൽഫിലെ
കുപ്പികളിൽ പറ്റിയ പൊടി തുത്തുകളയാൻ തുടങ്ങി. അവൾക്ക് മുഖം
കൊടുക്കാതെ അയാൾ പറഞ്ഞു. "ഇന്നു നിന്നെ സഹിക്കാൻപോലും
വിഷമമായിരിക്കുന്നു. പൊരിച്ച ഇറച്ചിയും കഴിച്ച് വീട്ടിൽ പോയിക്കിടന്ന്
ഉറങ്ങുന്നതായിരിക്കും ഇന്ന് നിനക്കു ചെയ്യാവുന്ന ഏറ്റവും നല്ല കാര്യം."

"എനിക്കു വിശപ്പില്ല." അവൾ പറഞ്ഞു. നഗരസന്ധ്യയിലെ വഴി
യാത്രക്കാരെ ശ്രദ്ധിച്ചുകൊണ്ട് അവൾ തെരുവിലേക്കു തന്നെ നോക്കി
യിരുന്നു. നിമിഷനേരത്തേക്ക് റെസ്റ്റോറന്റിനുള്ളിൽ ഇരുണ്ട നിശ്ശബ്ദത
പടർന്നു. ഭിത്തിഅലമാരയിൽ ജോസിന്റെ വിരലുകൾ പെരുമാറുന്നതിന്റെ
ശബ്ദം മാത്രമാണ് നിശ്ശബ്ദതയെ ഇടയ്ക്കൊക്കെ ഭഞ്ജിച്ചത്. പെട്ടെന്ന്
തെരുവിലേക്കുള്ള നോട്ടം പിൻവലിച്ച് സ്ത്രൈണവും മൃദുലവുമായ ഒരു
വ്യത്യസ്ത സ്വരത്തിൽ അവൾ പറഞ്ഞു. "പെപ്പിലോ. നിങ്ങൾ സത്യ
ത്തിൽ എന്നെ സ്നേഹിക്കുന്നുണ്ടോ?"

അവളെ നോക്കാതെ തന്നെ പെപ്പിലോ നിർവികാരനായി മറുപടി പറഞ്ഞു. "ഉണ്ട്."

അവൾ ചോദിച്ചു. "ഞാൻ പറഞ്ഞതൊന്നും നിങ്ങൾ കണക്കിലെടു ക്കുന്നില്ലെന്നാണോ?"

"നീ എന്നോട് എന്താണ് പറഞ്ഞത്?" ജോസ് ചോദിച്ചു. ഇതു പറയു മ്പോൾ അയാൾ അവളെ നോക്കുകയോ സ്വരം മാറ്റുകയോ ചെയ്തിരു ന്നില്ല.

അവൾ പറഞ്ഞു. "ഒരു കോടി പെസോസിന്റെ ഒരു കാര്യം ഞാൻ പറഞ്ഞിരുന്നില്ലേ?"

ജോസ് പറഞ്ഞു. "ഞാൻ അത് അപ്പോൾത്തന്നെ മറന്നു."

അവൾ പറഞ്ഞു. "അപ്പോൾ നിങ്ങൾ എന്നെ സ്നേഹിക്കുന്നുണ്ട്."

ജോസ് പറഞ്ഞു. "അതെ, അതു ശരിയാണ്."

പിന്നീട് അവരുടെ സംസാരം മുറിഞ്ഞു. കുറച്ചു സമയം നിശ്ശബ്ദത യുടെ ഒരു ഇടവേള ജനിച്ചു. ജോസ് അവൾക്ക് മുഖം കൊടുക്കാതെ ഭിത്തി അലമാരകളിൽ എന്തൊക്കെയോ ചെയ്തു കൊണ്ടിരുന്നു. സ്ത്രീ വായിൽ നിറച്ചുവച്ചിരുന്ന പുക പുറത്തേക്ക് ഊതി. അവളുടെ മാറിടം കൗണ്ടറിൽ ചേർത്തുവച്ച് കുസൃതി കലർന്ന കരുതലോടെ നാക്കു കടിച്ചു കൊണ്ട് ആർക്കും കേൾക്കാൻ കഴിയാത്ത ശബ്ദത്തിൽ അവൾ പറഞ്ഞു.

"നമ്മൾ ഒന്നിച്ച് ഉറങ്ങിയില്ലെങ്കിലും നിങ്ങൾക്ക് എന്നെ ഇഷ്ട മാണോ?"

അപ്പോൾ മാത്രം ജോസ് അവളെ നോക്കി.

"നിന്റെ കൂടെ ഉറങ്ങാൻ ഞാൻ വരില്ല. എനിക്കു നിന്നെ അത്രയ്ക്കും ഇഷ്ടമാണ്." ഇതു പറഞ്ഞതിനുശേഷം അയാൾ അവളുടെ അടു ത്തെത്തി. തന്റെ ബലിഷ്ഠമായ കൈകൾ കൗണ്ടറിൽ ഊന്നി അവളുടെ കണ്ണുകളിൽ ഉറ്റുനോക്കിക്കൊണ്ട് അയാൾ പറഞ്ഞു. "ഓരോ രാത്രി യിലും നിന്റെ കൂടെ കഴിയുന്നവരെയെല്ലാം ഞാൻ കൊല്ലും. കാരണം എനിക്ക് നിന്നെ അത്രകണ്ട് ഇഷ്ടമാണ്."

അവൾ അല്പ്പം പരിഭ്രമിച്ചതായി തോന്നി. അനുകമ്പയും പരി ഹാസവും സ്ഫുരിക്കുന്ന മുഖഭാവത്തോടെ അവൾ അയാളെ ശ്രദ്ധിച്ചു നോക്കി. ഉൾക്കണ്ഠ കൊണ്ട് അവൾ ഒരു നിമിഷം നിശ്ശബ്ദയായി. പിന്നീട് അവൾ ഉറക്കെ പൊട്ടിച്ചിരിച്ചു.

"ജോസ്. നിങ്ങൾക്ക് അസൂയയാണ്. നിയന്ത്രിക്കാൻ കഴിയാത്ത തര ത്തിൽ നിങ്ങൾക്ക് അസൂയയുണ്ട്."

ഓർക്കാപ്പുറത്ത് എല്ലാ രഹസ്യങ്ങളും എല്ലാവരോടും പറഞ്ഞുപോയ ഒരു കൊച്ചുകുട്ടിയെപ്പോലെ ജോസ് ലജ്ജിച്ചു തലതാഴ്ത്തി. അയാൾ പറഞ്ഞു. "ഇന്നു വൈകുന്നേരം നിനക്ക് ഒന്നുംതന്നെ മനസിലാകുന്നു ണ്ടെന്ന് തോന്നുന്നില്ല." കൈയിലിരുന്ന കറുത്ത തുണികൊണ്ട് മുഖം തുടച്ചുകൊണ്ട് അയാൾ പറഞ്ഞു. "നിന്റെ വൃത്തികെട്ട ജീവിതം നിന്നെ ക്രൂരയാക്കി മാറ്റിയിട്ടുണ്ട്."

ഇതു കേട്ടപ്പോൾ അവളുടെ മുഖഭാവം മാറി. സംഭ്രമത്തിനിടയിലും ആത്മവിശ്വാസം നിഴലിക്കുന്ന തികച്ചും അപരിചിതമായ ഒരു തിളക്കം അവളുടെ മുഖത്തു പ്രത്യക്ഷപ്പെട്ടു. അവൾ വീണ്ടും അയാളുടെ കണ്ണുകളിൽ നോക്കി. അവൾ പറഞ്ഞു. "അപ്പോൾ നിങ്ങൾക്ക് അസൂയ ഇല്ലെന്നാണ് പറയുന്നത്?"

"ഒരുതരത്തിൽ എനിക്ക് അസൂയ ഉണ്ടെന്നു തന്നെ പറയാം. പക്ഷേ, അതു നീ ധരിച്ചിരിക്കുന്ന രീതിയിലല്ല."

അയാൾ കോളറിന്റെ ബട്ടൺ വിടർത്തി തുണികൊണ്ട് കഴുത്തു തുടച്ചുകൊണ്ടിരുന്നു. ജോസ് പറഞ്ഞു. "എനിക്ക് നിന്നോട് സ്നേഹം ഉള്ളതുകൊണ്ട്, സത്യത്തിൽ നീ ഇങ്ങനെ പ്രവർത്തിക്കുന്നത് എനിക്ക് ഒട്ടും ഇഷ്ടമുള്ള കാര്യമല്ല."

സ്ത്രീ ചോദിച്ചു. "എന്തിഷ്ടമല്ലെന്നാണ് പറയുന്നത്?"

ജോസ് പറഞ്ഞു. "ഓരോ ദിവസവും ഓരോരുത്തരോടൊപ്പം നീ പോകുന്നത്."

സ്ത്രീ ചോദിച്ചു. "എന്റെ കൂടെ വരുന്നതു തടയാനായി നിങ്ങൾ അയാളെ കൊല്ലാൻ തയ്യാറുണ്ടോ?"

ജോസ് പറഞ്ഞു. "നിന്റെ കൂടെ വരുന്നതു തടയാനായി ഞാൻ അയാളെ കൊല്ലില്ല. നിന്റെ കൂടെ വന്നതിനു പകരം ഞാൻ അയാളെ കൊല്ലും."

സ്ത്രീ പറഞ്ഞു. "രണ്ടും ഒരു കാര്യം തന്നെ."

അവരുടെ സംസാരം വളരെ ആശ്ചര്യകരമായ ഒരു ലക്ഷ്യത്തിലേക്ക് അടുക്കുകയായിരുന്നു. മോഹിപ്പിക്കുന്ന ശബ്ദത്തിലായിരുന്നു സ്ത്രീയുടെ സംസാരം. അയാളുടെ ആരോഗ്യവും സമാധാനവും നിഴ ലിക്കുന്ന മുഖത്ത് അവളുടെ കണ്ണുകൾ ഉടക്കിനിന്നു. അവളുടെ വാക്കു കളുടെ മാന്ത്രികസ്പർശത്തിൽ അയാൾ ചലനമറ്റു നിന്നു. ജോസ് പറഞ്ഞു. "നീ പറഞ്ഞതു ശരിയാണ്."

അവൾ കൈകൾ നീട്ടി അയാളുടെ പരുക്കൻ കൈത്തണ്ട തഴുകി. "അപ്പോൾ ഒരാളെ കൊല്ലാൻ നിങ്ങൾക്ക് കഴിയും."

ജോസ് പറഞ്ഞു. "ഞാൻ പറഞ്ഞ കാര്യത്തിനാണെങ്കിൽ കഴിയും." അയാളുടെ ശബ്ദത്തിന് വളരെ നാടകീയമായ ഒരു പിരിമുറുക്കം ഉണ്ടാ യിരുന്നു. കളിയാക്കാനുള്ള ഉദ്ദേശ്യത്തോടെ അപസ്മാരബാധിതയെ പ്പോലെ അവൾ ആർത്തുചിരിച്ചു. ചിരിക്കിടയിൽത്തന്നെ അവൾ പറഞ്ഞു കൊണ്ടിരുന്നു. "എന്തൊരു വിരോധാഭാസം. ജോസ് ഒരാളെ കൊല്ലുന്നു. എന്റെ കൈയിൽ നിന്ന് ഒരിക്കലും പണം സ്വീകരിക്കാത്ത, എനിക്കു വേണ്ടി ദിവസവും പൊരിച്ച ഇറച്ചി പാകംചെയ്യുന്ന, ഞാൻ ഒരാളെ കണ്ടെ ത്തുന്നതുവരെ എന്നോടു സംസാരിച്ചിരിക്കാൻ ഇഷ്ടപ്പെടുന്ന ഈ കാപ ട്യക്കാരൻ തടിയന്റെ ഉള്ളിൽ ഒരു കൊലപാതകി പതുങ്ങിയിരിപ്പുണ്ടെന്ന് ആരെങ്കിലും അറിഞ്ഞിട്ടുണ്ടോ? എന്തൊരു വിരോധാഭാസം. ജോസ്, നിങ്ങൾ എന്നെ ശരിക്കും ഭയപ്പെടുന്നു."

ജോസ് ആകെ പരിഭ്രമിച്ചുപോയി. അയാളുടെ ഉള്ളിൽ അവളോട്

അൽപ്പം വിദ്വേഷം തോന്നുന്നുണ്ടായിരുന്നു. അവൾ ചിരിക്കാൻ തുടങ്ങി യപ്പോൾ താൻ കബളിപ്പിക്കപ്പെടുന്നതായി ഒരു സംശയം ജോസിന് തോന്നാതിരുന്നില്ല. അയാൾ പറഞ്ഞു. "നീ കുടിച്ചിരിക്കുകയാണ്. പോയി ക്കിടന്ന് ഉറങ്ങാൻ നോക്ക്. നിനക്ക് എന്തെങ്കിലും കഴിക്കാൻപോലും ആഗ്രഹം ഇല്ല."

പക്ഷേ, സ്ത്രീ അപ്പോഴേക്കും ചിരി അവസാനിപ്പിച്ച് കൗണ്ടറിൽ ചാരിക്കിടക്കാൻ തുടങ്ങിയിരുന്നു. അയാൾ നടന്നു പോകുന്നത് അവൾ ശ്രദ്ധിച്ചു. അയാൾ വെറുതെ റെഫ്രിജറേറ്റർ തുറന്ന് അടയ്ക്കുന്നത് അവൾ കണ്ടു. പിന്നീട് അയാൾ കൗണ്ടറിന്റെ മറ്റേ അറ്റത്തേക്ക് നടന്നു പോകുന്നതും അവളുടെ ശ്രദ്ധയിൽപ്പെട്ടു. നേരത്തെ അയാൾ ചെയ്തു കൊണ്ടിരുന്നതുപോലെ ഗ്ലാസുകൾ മിനുക്കുന്നതും നോക്കി അവൾ ഇരുന്നു. പിന്നീടാണ് അവൾ സംസാരിച്ചു തുടങ്ങിയത്; 'പെപ്പിലോ നീ സത്യത്തിൽ എന്നെ സ്നേഹിക്കുന്നുണ്ടോ?' എന്ന് കുറച്ചു സമയം മുമ്പ് അവൾ ചോദിച്ചപ്പോൾ കേട്ട മൃദുലസ്വരത്തിന് യാതൊരു മാറ്റവും വന്നി രുന്നില്ല.

"ജോസ്" അവൾ വിളിച്ചു.

അയാൾ അവളെ നോക്കിയില്ല.

"ജോസ്"

ജോസ് പറഞ്ഞു. "വീട്ടിൽ പോയിക്കിടന്ന് ഉറങ്ങ്. ഉറങ്ങാൻ പോകു ന്നതിനു മുമ്പ് ഒന്നു കുളിച്ചാൽ നന്ന്."

അവൾ പറഞ്ഞു. "ഞാൻ കുടിച്ചിട്ടില്ല. സത്യമായിട്ടും കുടിച്ചിട്ടില്ല."

ജോസ് പറഞ്ഞു. "അങ്ങനെയാണെങ്കിൽ നീ ഒരു വിഡ്ഢിയായിരി ക്കണം."

അവൾ പറഞ്ഞു. "ഒന്നു വന്നേ. എനിക്ക് ചിലത് സംസാരിക്കാനുണ്ട്."

ആഹ്ലാദത്തിനും അവിശ്വാസത്തിനുമിടയിൽ, പതറുന്ന കാലുകളിൽ അയാൾ അവളുടെ അടുത്തെത്തി.

"അടുത്തുവരൂ."

വീണ്ടും അയാൾ അവളുടെ മുന്നിൽ വന്നുനിന്നു. അവൾ മുന്നോ ട്ടാഞ്ഞ് പ്രേമപൂർവമുള്ള ചേഷ്ട കണക്കെ അയാളുടെ മുടിയിൽ കുത്തി പ്പിടിച്ചു. അവൾ പറഞ്ഞു. "തുടക്കത്തിൽ പറഞ്ഞത് എന്നോട് ഒന്നുകൂടി പറയൂ."

ജോസ് ചോദിച്ചു. "നീ എന്താണ് ഉദ്ദേശിക്കുന്നത്?"

മുടിയിൽ നിന്നും അവൾ പിടിവിടാതിരുന്നതുകൊണ്ട് തലചെരിച്ച് അയാൾ അവളെ നോക്കാൻ ശ്രമിക്കുന്നുണ്ടായിരുന്നു.

അവൾ പറഞ്ഞു. "എന്റെ കൂടെ ഉറങ്ങാൻ വന്ന മനുഷ്യനെ കൊല്ലു മെന്നു പറഞ്ഞില്ലേ?"

ജോസ് പറഞ്ഞു. "നീ പറഞ്ഞതു ശരിയാണ്. നിന്റെ കൂടെ കഴി ഞ്ഞവനെ ഞാൻ കൊല്ലും."

അവൾ അയാളുടെ മുടിയിൽ നിന്നും കൈ പിൻവലിച്ചു.

"അങ്ങനെയാണെങ്കിൽ ഞാൻ അവനെ കൊന്നാൽ നിങ്ങൾ എന്നോടൊപ്പം നിൽക്കില്ലേ? ഞാൻ പറഞ്ഞതിൽ തെറ്റുണ്ടോ?" ക്രൂരമായ കുസൃതിയോടെ ജോസിന്റെ തല തള്ളിമാറ്റിക്കൊണ്ട് അവൾ സ്ഥിരീക രിച്ചു. അയാൾ അതിന് മറുപടി പറഞ്ഞില്ല. വെറുതെ ചിരിച്ചു.

അവൾ ചോദിച്ചു. "ജോസ് മറുപടി പറഞ്ഞില്ല. ഞാൻ അവനെ കൊന്നാൽ നിങ്ങൾ എന്നോടൊപ്പം ഉണ്ടാകുമോ?"

ജോസ് പറഞ്ഞു. "അത് ഉറപ്പിച്ചു പറയാൻ പറ്റില്ല. നീ പറയുന്നതു പോലെ അതൊരു നിസ്സാരകാര്യമല്ല."

അവൾ പറഞ്ഞു. "പൊലീസിന് നിങ്ങളെ വളരെ വിശ്വാസമാണ്. മറ്റാരെക്കാളും നിങ്ങളെ അവർ വിശ്വസിക്കുന്നുണ്ട്."

ജോസ് ആത്മാഭിമാനത്തോടെ ചിരിച്ചു. അവൾ അയാളുടെ മുന്നി ലായി കൗണ്ടറിനു മുകളിൽ വീണ്ടും കുനിഞ്ഞുകിടന്നു.

അവൾ പറഞ്ഞു. "ഞാൻ പറഞ്ഞതു നേരാണ്. നിങ്ങൾ ജീവിത ത്തിൽ ഒരിക്കൽപ്പോലും ഒരു കള്ളം പറഞ്ഞിട്ടില്ലെന്ന് പന്തയം വയ്ക്കാൻ കൂടി ഞാൻ തയാറാണ്."

ജോസ് പറഞ്ഞു. "നമ്മൾ ഇങ്ങനെ സംസാരം തുടർന്നാൽ എവിടെ യെങ്കിലും ഇതൊന്ന് അവസാനിപ്പിക്കാൻ കഴിയില്ല."

അവൾ പറഞ്ഞു. "അതുതന്നെയാണ് ഞാനും പറയുന്നത്. പൊലീസിന് നിങ്ങളെ അറിയാം. രണ്ടാമത് ഒരു പ്രാവശ്യം കൂടി ചോദി ക്കാതെ തന്നെ നിങ്ങൾ പറയുന്നത് അവർ വിശ്വസിച്ചുകൊള്ളും."

എന്തു മറുപടി പറയണമെന്നറിയാതെ ജോസിന്റെ വിരലുകൾ കൗണ്ടറിൽ താളം പിടിച്ചു.

അവൾ വീണ്ടും തെരുവിലേക്ക് നോക്കി. പിന്നീട് ക്ലോക്കിൽ നോക്കി ക്കൊണ്ട്, പതിവുകാർ എത്തുന്നതിനു മുമ്പ് സംസാരം അവസാനിപ്പി ക്കാൻ താൽപ്പര്യമുണ്ട് എന്നുള്ള നാട്യത്തിൽ അവൾ അവളുടെ ശബ്ദം ഒന്നുകൂടി ക്രമീകരിച്ചു. അവൾ ചോദിച്ചു. "ജോസ് നിങ്ങൾ എനിക്കു വേണ്ടി ഒരു കള്ളം പറയുമോ?"

അത്ഭുതകരമായ ഒരാശയം പെട്ടെന്ന് തന്റെ തലച്ചോറിൽ പൊട്ടി മുളച്ചതുപോലെ, തീക്ഷ്ണമായി അയാൾ അവളുടെ മുഖത്തു നോക്കി. ഭയത്തിന്റെ ചൂടുള്ള കാൽപ്പാടുകൾ മാത്രം അവശേഷിപ്പിച്ചിട്ട്, ഒരു ചെവി യിലൂടെ കയറി; വ്യക്തതയില്ലാത്ത പരിഭ്രമത്തോടുകൂടി ഒരു നിമിഷം ഉള്ളിൽ ചുറ്റിത്തിരിഞ്ഞ്, മറുചെവിയിലൂടെ പുറത്തുപോയ ഒരാശയം ആയിരുന്നിരിക്കണം അയാളുടെ തലച്ചോറിൽ പെട്ടെന്ന് പൊട്ടിമുളച്ചത്.

"നീ എന്തിലാണ് പോയി ചാടിയിരിക്കുന്നത്?" ജോസ് ചോദിച്ചു. കൗണ്ടറിൽ കൈകൾ പിണച്ചുവച്ച് അയാൾ വീണ്ടും മുന്നോട്ട് കുനിഞ്ഞു. അയാളുടെ ശ്വാസോച്ഛ്വാസത്തിനൊപ്പം വരുന്ന അമോണിയയുടെ രൂക്ഷ ഗന്ധം അവൾ അറിയുന്നുണ്ടായിരുന്നു. അയാളുടെ വയർ കൗണ്ടറിൽ അമരുംതോറും ഉച്ഛാസവായുവിനൊപ്പം പടരുന്ന അമോണിയയുടെ ഗന്ധം അസഹ്യമായിത്തുടങ്ങിയിരുന്നു.

"സത്യത്തിൽ നീ എന്ത് ഗുരുതരമായ സംഗതിയിലാണ് ഇടപെട്ടിരി ക്കുന്നത്?"

അവൾ പറഞ്ഞു. "ഏയ്, ഒന്നുമില്ല. ഞാൻ വെറുതെ സ്വയം ഒരു നേരംപോക്കിനുവേണ്ടി സംസാരിച്ചതാണ്."

പിന്നീട് വീണ്ടും അവൾ അയാളെ നോക്കി. ജോസ് പറഞ്ഞു. "ഇപ്പോ ഴാണ് നീ സത്യം പറയുന്നത്. ഇങ്ങനെ ഇരതേടി നടക്കേണ്ട ആവശ്യം നിനക്കില്ലെന്ന് എനിക്ക് എപ്പോഴും തോന്നിയിരുന്നു. ഈ രീതിയൊക്കെ നീ ഉപേക്ഷിക്കുകയാണെങ്കിൽ ഓരോ ദിവസവും എനിക്കു കിട്ടുന്നതിൽ വച്ച് ഏറ്റവും വലിയ മൊരിച്ച ഇറച്ചിക്കഷണം ഞാൻ നിനക്ക് വെറുതെ തരാം."

അവൾ പറഞ്ഞു. "എനിക്ക് നിങ്ങളോട് നന്ദിയുണ്ട്. പക്ഷേ, അത് മൊരിച്ച ഇറച്ചിയ്ക്കല്ല. മറ്റൊരാളോടൊപ്പം ഇനി കിടക്കയിലേക്ക് പോകാൻ എനിക്കു കഴിയില്ല. അതിനാണ് ഞാൻ നന്ദി പറഞ്ഞത്."

"നീ വീണ്ടും കാര്യങ്ങൾ കൂട്ടിക്കുഴയ്ക്കുകയാണ്." ജോസ് പറഞ്ഞു. അയാൾക്ക് ക്ഷമ നശിച്ചു തുടങ്ങിയിരുന്നു.

അവൾ പറഞ്ഞു. "ഞാനൊന്നും കുഴയ്ക്കുന്നില്ല."

അവൾ സ്റ്റൂളിലിരുന്ന് മൂരിനിവർന്നു. അവളുടെ ബ്രേസിയറിനിടയിൽ വിഷമിക്കുന്ന മാറിടങ്ങൾ ജോസ് കണ്ടു.

"നാളെ ഞാൻ ഇവിടംവിട്ട് പോവുകയാണ്. ഒരിക്കലും തിരിച്ചുവന്ന് നിങ്ങളെ ഉപദ്രവിക്കുകയില്ലെന്ന് ഞാൻ വാക്കു തരുന്നു. ഇനിയും ഒരാളോടൊപ്പവും കിടക്ക പങ്കിടുകയില്ലെന്നും ഞാൻ ഉറപ്പുതരുന്നു."

ജോസ് ചോദിച്ചു. "ഈ പനി എവിടെനിന്നു കിട്ടി?"

അവൾ പറഞ്ഞു. "ഒരു മിനുട്ട് മുമ്പ്. ഒരു മിനുട്ട് മുമ്പ് ഇതൊരു വൃത്തികെട്ട ബിസിനസാണെന്ന് ഞാൻ തിരിച്ചറിഞ്ഞു."

ജോസ് തുണിയെടുത്ത് അവളുടെ മുന്നിലിരുന്ന ഗ്ലാസുകൾ തുട യ്ക്കുവാൻ തുടങ്ങി. അവളുടെ മുഖത്തു നോക്കാതെ തന്നെ അയാൾ സംസാരം ആരംഭിച്ചു. അയാൾ പറഞ്ഞു. "തീർച്ചയായും നീ ചെയ്യുന്നത് ഒരു വൃത്തികെട്ട കച്ചവടം തന്നെയാണ്. വളരെ നേരത്തേതന്നെ അത് തിരിച്ചറിയേണ്ടതായിരുന്നു."

അവൾ പറഞ്ഞു. "വളരെക്കാലം മുമ്പുതന്നെഎനിക്കത് മനസിലായി ത്തുടങ്ങിയതാണ്. പക്ഷേ, കുറച്ചു സമയം മുമ്പു മാത്രമാണ് എനക്കതു വിശ്വാസം വന്നത്. പുരുഷന്മാർ എന്നെ വെറുക്കുന്നു."

ജോസ് ചിരിച്ചു. ചിരിച്ചുകൊണ്ടുതന്നെ അയാൾ തല ഉയർത്തി അവളെ നോക്കി. അവൾ ആകെ ചിന്താക്കുഴപ്പത്തിലായിരുന്നു. തോളു കൾ ഉയർത്തി സ്റ്റൂളിൽ ചുറ്റിത്തിരിഞ്ഞുകൊണ്ടിരുന്ന അവൾ ഏകാഗ്ര മായ ചിന്തയിലായിരുന്നു.

"ഒരുവനോടൊപ്പം കഴിഞ്ഞതിനുശേഷം, അയാളോടും അവളോ ടൊപ്പം കഴിഞ്ഞ മറ്റു പുരുഷന്മാരോടും വെറുപ്പു തോന്നുന്നു എന്നു പറഞ്ഞ് അയാളെ കൊല്ലാൻ മടിക്കാത്ത ഒരു സ്ത്രീയെ, പുരുഷന്മാർ ഒഴിവാക്കണമെന്ന് നിങ്ങൾക്ക് തോന്നുന്നില്ലേ?"

അനുകമ്പ കലർന്ന സ്വരത്തിൽ ജോസ് പറഞ്ഞു. "അത്രയ്ക്കൊന്നും ആലോചിക്കേണ്ട."

"അയാൾ വസ്ത്രങ്ങൾ ധരിക്കുന്നത് ശ്രദ്ധിച്ച് അവൾ വെറുതെ കിടക്കുമ്പോൾ, അയാളോടൊപ്പം വൈകുന്നേരം മുഴുവൻ താൻ കെട്ടു പിണഞ്ഞ് കിടക്കുകയായിരുന്നു എന്നുള്ള ഓർമയിൽ, സോപ്പിനും സ്പോഞ്ചിനും തന്റെ ശരീരത്തിൽ നിന്നും അയാളുടെ ഗന്ധം തുടച്ചു മാറ്റാൻ കഴിയില്ലെന്ന തോന്നലുണ്ടാകുമ്പോൾ, അയാൾക്ക് അവളെ വെറുപ്പാണെന്ന് അവൾതന്നെ അയാളോടു പറഞ്ഞാൽ എന്താണ് സംഭവിക്കുക?"

"ഗന്ധമെല്ലാം പൊയ്ക്കോളും." കൗണ്ടർ മിനുക്കിക്കൊണ്ട് അൽപ്പം താൽപ്പര്യക്കുറവോടെ ജോസ് പറഞ്ഞു. "അയാളെ കൊല്ലാൻ അതൊന്നും ഒരു കാരണമല്ല. അയാൾ പൊയ്ക്കോട്ടെ."

"പക്ഷേ, അവളെ അയാൾക്ക് വെറുപ്പാണെന്ന് അവൾ പറഞ്ഞതിനു ശേഷം വസ്ത്രം ധരിക്കുന്നത് നിർത്തി അയാൾ അവളുടെ മുകളിൽ ചാടിവീണ് ഉമ്മ വെയ്ക്കാൻ തുടങ്ങിയാൽ എന്താണ് സംഭവിക്കുക?"

ജോസ് പറഞ്ഞു. "മാന്യനായ ഒരു പുരുഷനും അങ്ങനെ ചെയ്യില്ല."

"അങ്ങനെ ചെയ്യുകയാണെങ്കിൽ?" രോഷം നിറഞ്ഞ ആകാംക്ഷ യോടെ അവൾ ചോദിച്ചു. "അയാൾ മാന്യനല്ലെന്നും അയാളങ്ങനെ ചെയ്തെന്നും കരുതുക. അതിനുശേഷം അയാൾ അവളെ വളരെ അധികം വെറുക്കുന്നുണ്ടെന്നും ഇതിലും ഭേദം താൻ മരിക്കുകയായിരു ന്നെന്നും സ്ത്രീക്ക് തോന്നിയാൽ എന്താണ് സംഭവിക്കുക? ഇതെല്ലാം അവസാനിപ്പിക്കുന്നതിനുള്ള ഏകവഴി അയാളുടെ ഉള്ളിലേക്ക് ഒരു കത്തി കുത്തിയിറക്കുക മാത്രമാണെന്ന് അപ്പോൾ അവൾ മനസിലാക്കുന്നു."

"അതു ഭയങ്കരമാണ്." ജോസ് പറഞ്ഞു. "ഭാഗ്യത്തിന് നീ പറഞ്ഞതു പോലെ ഒരു മനുഷ്യനും പെരുമാറില്ല."

ആളിക്കത്തുന്ന രോഷത്തോടെ അവൾ പറഞ്ഞു. "ശരി. അയാൾ അങ്ങനെ ചെയ്തെന്നിരിക്കട്ടെ. അങ്ങനെ ചെയ്താൽ പിന്നീട്..."

ജോസ് പറഞ്ഞു. "അങ്ങനെ ആയാലും അത്ര ഭയങ്കരമൊന്നുമല്ല." സ്ഥാനങ്ങൾ മാറിമാറി അയാൾ കൗണ്ടർ വൃത്തിയാക്കിക്കൊണ്ടിരുന്നു. സംസാരം തുടരുന്നതിൽ അയാൾക്ക് ഇപ്പോൾ താൽപ്പര്യം കുറഞ്ഞിട്ടുണ്ട്.

അവൾ വിരൽമുട്ടുകൾ കൊണ്ട് കൗണ്ടറിൽ താളംപിടിച്ചു. അവൾക്ക് ഇപ്പോൾ ആത്മവിശ്വാസം കൂടിയിരുന്നു.

"നീ ക്രൂരനാണ്. നിനക്കൊന്നും മനസിലാകില്ല." അവൾ അയാളുടെ ഷർട്ടിന്റെ കൈയിൽ പിടിച്ചുവലിച്ചുകൊണ്ട് പറഞ്ഞു. "സ്ത്രീ അയാളെ കൊല്ലണമെന്ന് ഇപ്പോൾ നീ എന്നോട് പറയണം."

ഒരു അനുരഞ്ജനത്തിന്റെ പ്രവണത ഉൾക്കൊണ്ട് ജോസ് പറഞ്ഞു. "ശരി. ചിലപ്പോൾ നീ പറയുന്നത് ശരിയായിരിക്കാം."

വീണ്ടും അയാളുടെ ഷർട്ടിന്റെ കൈയിൽ പിടിച്ചുവലിച്ചുകൊണ്ട് അവൾ പറഞ്ഞു. "സ്വയം പ്രതിരോധിക്കാനല്ല ഞാനിങ്ങനെ പറഞ്ഞത്."

ജോസ് അപ്പോൾ ഊഷ്മളമായി സന്തോഷത്തോടെ അവളെ നോക്കി കണ്ണുചിമ്മി. അവൾ പറഞ്ഞതിനോട് യോജിക്കുന്നുണ്ടെങ്കിലും, അതിന്റെ സങ്കീർണതകൾ കാരണം ഭയത്തോടുകൂടിയുള്ള ഒരൊത്തു തീർപ്പിനു മാത്രമേ സാധ്യതയുള്ളെന്നു വെളിപ്പെടുത്തുന്ന തരത്തിലാ യിരുന്നു അയാളുടെ മുഖഭാവം. പക്ഷേ, അവൾ വളരെ ഗൗരവത്തിലാ യിരുന്നു. അവൾ അയാളുടെ ഷർട്ടിലെ പിടിവിട്ടുകൊണ്ട് ചോദിച്ചു. "അങ്ങനെ ചെയ്ത ഒരു സ്ത്രീയെ ന്യായീകരിക്കുവാൻ വേണ്ടി നിങ്ങൾ ഒരു കള്ളം പറയാൻ തയാറുണ്ടോ?"

ജോസ് പറഞ്ഞു. "അത് അവസരത്തിന് അനുസരിച്ചിരിക്കും."

അവൾ ചോദിച്ചു. "എന്നു പറഞ്ഞാൽ അതിൽ ഇടപെടുന്ന സ്ത്രീ ആരാണെന്നതിന് അനുസരിച്ചാണോ? അങ്ങനെ ചെയ്തത് നിങ്ങൾ വളരെയധികം സ്നേഹിക്കുന്ന ഒരു സ്ത്രീ ആണെന്ന് വിചാരിക്കുക. അവളോടൊപ്പം നിങ്ങൾ കഴിഞ്ഞിട്ടുണ്ടെന്നല്ല ഞാൻ പറയുന്നത്. നിങ്ങൾ പറഞ്ഞതുപോലെ നിങ്ങൾ സ്നേഹിക്കുന്ന ഒരു സ്ത്രീ."

ജോസിന് സംസാരം ശരിക്കും മടുത്തു തുടങ്ങിയിരുന്നു. അയാൾ പറഞ്ഞു. "ശരി. അങ്ങനെതന്നെ വിചാരിക്കാം." അയാൾ അൽപ്പം മാറി നിന്ന് ക്ലോക്കിൽ നോക്കി. സമയം കൃത്യം ആറരയായത് അയാൾ ശ്രദ്ധിച്ചു. ഏതാനും മിനിട്ടുകൾക്കകം റെസ്റ്റോറന്റിൽ ആളുകൾ നിറയു മെന്നുള്ള ആലോചനയ്ക്കൊപ്പം അയാൾ തെരുവിലേക്കു നോക്കി ക്കൊണ്ട് ഗ്ലാസുകൾ കൂടുതൽ വേഗത്തിൽ വൃത്തിയാക്കാൻ തുടങ്ങി. അവൾ അവളുടെ സ്റ്റൂളിൽ തന്നെ ഇരിക്കുകയായിരുന്നു. നിശ്ശബ്ദയായി അയാളുടെ ചലനങ്ങൾ ശ്രദ്ധിച്ചുകൊണ്ടിരുന്ന അവളുടെ മുഖത്തെ വിഷാദഭാവത്തിന് അയവു വരുന്നുണ്ടായിരുന്നു. പുറത്തേക്ക് ഇറങ്ങാൻ തുടങ്ങുന്ന ഒരുവനെ ആട്ടിൻകുട്ടി നോക്കുന്നതുപോലെ അവൾ അയാളെ നോക്കി. പെട്ടെന്ന് ഇരുന്ന ഇരുപ്പിൽ കൃത്രിമമായ ദാസ്യഭാവം കലർന്ന സ്വരത്തിൽ അവൾ സംസാരിച്ചു തുടങ്ങി.

"ജോസ്"

അയാൾ മാതൃഭാവമുള്ള ഒരു കാളയെപ്പോലെ അമിത വാത്സല്യ ത്തോടെ അവളെ നോക്കി. അവളുടെ സംസാരം കേൾക്കുകയായിരു ന്നില്ല അയാളുടെ ഉദ്ദേശ്യം. അയാൾ വെറുതെ നോക്കുകയായിരുന്നു. സഹാനുഭൂതിയോ സംരക്ഷണമോ നിഴലിക്കാത്ത ഒരു വെറും നോട്ടം പ്രതീക്ഷിച്ച് അവൾ അവിടെ തന്നെയുണ്ടെന്ന് ഉറപ്പാക്കാനായിരുന്നു അയാൾ അവളെ നോക്കിയത്. ഒരു കളിപ്പാട്ടത്തിന്റെ നോട്ടം."

അവൾ പറഞ്ഞു. "ഞാൻ നാളെ പോവുകയാണെന്നു പറഞ്ഞിട്ട് നിങ്ങൾ മറുപടി ഒന്നും പറഞ്ഞില്ല."

ജോസ് പറഞ്ഞു. "ശരിയാണ്. പക്ഷേ, എവിടെ പോകുന്നു എന്ന് പറഞ്ഞില്ല."

അവൾ പറഞ്ഞു. "മറ്റൊരാളോടൊപ്പം ഉറങ്ങാൻ ആഗ്രഹിക്കുന്ന പുരുഷന്മാർ ഇല്ലാത്ത ഒരു സ്ഥലത്തേക്കാണ് പോകുന്നത്."

ജോസ് വീണ്ടും ചിരിച്ചു. പെട്ടെന്ന് അയാളുടെ മുഖഭാവം മാറി. ജീവി തത്തെപ്പറ്റിയുള്ള ബോധം ഉദിച്ചതുപോലെ അയാൾ ചോദിച്ചു. "നീ ദൂരെ എവിടെയെങ്കിലും പോവുകയാണോ?"

അവൾ പറഞ്ഞു. "അതു നിങ്ങൾ പറയുന്നതനുസരിച്ചിരിക്കും. ഞാൻ ഇവിടെ വന്ന സമയം പറയാൻ നിങ്ങൾക്ക് കഴിയുമെങ്കിൽ ഞാൻ നാളെ പോകും. പിന്നീട് ഞാൻ ഒന്നിലും ഇടപെടുകയില്ല. നിങ്ങൾക്ക് അത് ഇഷ്ടമുള്ള കാര്യമല്ലേ?"

ജോസ് അവൾ പറഞ്ഞത് അംഗീകരിക്കുന്നതായി തലകുലുക്കി സമ്മതിച്ചു. അയാൾ അപ്പോൾ നിന്നിരുന്ന ഭാഗത്തേക്കു നോക്കി കൗണ്ടറിൽ അവൾ കുനിഞ്ഞു കിടന്നു. അവൾ പറഞ്ഞു. "ഞാൻ ഏതെ ങ്കിലും കാലത്ത് തിരിച്ചുവരികയാണെങ്കിൽ ഇതേ സമയത്ത് ഇതേ സ്റ്റൂളിൽ വേറൊരു പെണ്ണ് നിങ്ങളോടു സംസാരിച്ചിരിക്കുന്നതു കണ്ടാൽ എനിക്ക് തീർച്ചയായും അസൂയ ഉണ്ടാകും."

ജോസ് പറഞ്ഞു. "നീ തിരിച്ചു വരികയാണെങ്കിൽ നീ എനിക്ക് എന്തെങ്കിലും കൊണ്ടുത്തരണം."

അവൾ പറഞ്ഞു. "ഞാൻ പോകുന്ന സ്ഥലങ്ങളിലെവിടെയെങ്കിലും ഇണങ്ങിയ കരടിയുണ്ടോ എന്ന് ശ്രദ്ധിച്ചുകൊള്ളാം. അതിനെ ഞാൻ നിങ്ങൾക്കായി കൊണ്ടുവരും."

ജോസ് ചിരിച്ചു. അയാൾക്കും അവൾക്കും ഇടയിലുള്ള അദൃശ്യ മായ ഒരു കണ്ണാടി തുടയ്ക്കുന്നതുപോലെ അയാളുടെ കൈയിലിരുന്ന തുണി അവർക്കിടയിലുള്ള അന്തരീക്ഷത്തിൽ അയാൾ വെറുതെ വീശി. കുസൃതിയും സൗഹൃദവും കലർന്ന ഒരു ചിരി അവളുടെ മുഖത്തും അപ്പോൾ കാണാനുണ്ടായിരുന്നു. പിന്നീട് കൗണ്ടറിന്റെ മറ്റേ അറ്റത്തി രുന്ന ഗ്ലാസുകൾ തുടയ്ക്കാനായി അയാൾ അവിടേക്കു പോയി.

അവളുടെ മുഖത്തു നോക്കാതെ ചോദിച്ചു. "മറ്റെന്തെങ്കിലും ഉണ്ടോ?"

അവൾ പറഞ്ഞു. "ആരെങ്കിലും ചോദിക്കുകയാണെങ്കിൽ ആറിനു പതിനഞ്ചു മിനിട്ടുള്ളപ്പോൾ അതായത് അഞ്ചേമുക്കാലിന് ഞാൻ ഇവിടെ എത്തിയിരുന്നെന്ന് നിങ്ങൾ പറയുമോ?"

അവൾ പറഞ്ഞത് വ്യക്തമായി കേട്ടില്ല എന്ന ഭാവത്തിൽ അവളെ നോക്കാതെ തന്നെ ജോസ് ചോദിച്ചു. "അതെന്തിനാണ്?"

അവൾ പറഞ്ഞു. "അതിപ്പം എന്തിനാണ് അറിയുന്നത്? നിങ്ങൾ അങ്ങനെ ചെയ്യുമോ എന്നതാണ് കാര്യം."

ആദ്യത്തെ പതിവുകാരൻ ഇരുവശങ്ങളിലേക്കും തുറക്കുന്ന കതകു തുറന്ന് ഒരു മൂലയ്ക്കു കിടന്ന മേശയുടെ അടുത്തേക്ക് നടക്കുന്നത് ജോസ് കണ്ടു. അയാൾ ക്ലോക്കിൽ നോക്കി. കൃത്യം ആറരമണി.

"ശരി." അശ്രദ്ധമായി അയാൾ പറഞ്ഞു. "നീ പറയുന്നതെല്ലാം ഞാൻ അനുസരിക്കും."

അവൾ പറഞ്ഞു. "എങ്കിൽ എന്റെ ഇറച്ചി പൊരിക്കാൻ തുടങ്ങു."

അയാൾ റെഫ്രിജറേറ്ററിന് അടുത്തെത്തി അതിൽനിന്നും ഒരു പ്ലേറ്റ് പുറത്തെടുത്തു. ഇറച്ചിക്കഷണം ഇരുന്നിരുന്ന ആ പ്ലേറ്റ് മേശപ്പുറത്ത് വച്ചിട്ട് അയാൾ സ്റ്റൗ കത്തിച്ചു.

അയാൾ പറഞ്ഞു. "ഞാൻ നിനക്ക് ഒരു വിടവാങ്ങൽ വിഭവം പാകം ചെയ്യാൻ പോവുകയാണ്."

അവൾ പറഞ്ഞു. "പെപ്പിലോ. എനിക്ക് നിങ്ങളോട് നന്ദിയുണ്ട്."

ചെളിപുരണ്ട അജ്ഞാതരൂപങ്ങൾ വസിക്കുന്ന ഒരപരിചിത ലോകത്ത് പെട്ടെന്ന് ചെന്നുപെട്ടതുപോലെ അവൾ ചിന്താവിഷ്ടയായി. കൗണ്ടറിനപ്പുറത്ത് തിളങ്ങുന്ന എണ്ണയിൽ പച്ച ഇറച്ചി പൊരിയുന്നതിന്റെ ശബ്ദം അവൾ കേൾക്കുന്നുണ്ടായിരുന്നില്ല. പിന്നീട് വറചട്ടിയിൽ ഇറ ച്ചിക്കഷണങ്ങൾ തിരിച്ചിടുമ്പോൾ കുമിളകൾ ഉടയുന്നതിന്റെ ശബ്ദവും അവൾ കേട്ടില്ല. മസാല പുരട്ടിയ ഇറച്ചി മൊരിയുന്നതിന്റെ കൊതിയു റുന്ന മണം റെസ്റ്റോറന്റിനുള്ളിൽ പടരുന്നതും അവൾ അറിഞ്ഞില്ല. ഏതാനും നിമിഷങ്ങൾ മാത്രം ദൈർഘ്യമുള്ള മരണത്തിൽ നിന്നും തിരിച്ചുവന്നവളെപ്പോലെ പെട്ടെന്ന് അവൾ മുഖം ഉയർത്തുന്നതുവരെ അവൾ എന്തോ അഗാധമായ ചിന്തയിലായിരുന്നു. എരിയുന്ന തീനാള ങ്ങളുടെ വെളിച്ചത്തിൽ സ്റ്റൗവിന്റെ അരികിലായി അയാൾ നിൽക്കുന്നത് അപ്പോഴാണ് അവൾ കണ്ടത്.

"പെപ്പിലോ."

"എന്തുവേണം?"

അവൾ ആലോചിച്ചു. "നിങ്ങൾ എന്താണ് ആലോചിക്കുന്നത്?"

ജോസ് പറഞ്ഞു. "നിനക്ക് ഒരു കൊച്ചു കരടിക്കുട്ടനെ എവിടെ നിന്നെങ്കിലും കിട്ടുമോ എന്ന് ഞാൻ ആലോചിക്കുകയായിരുന്നു."

അവൾ പറഞ്ഞു. "എനിക്ക് തീർച്ചയായും കിട്ടും. പക്ഷേ, വിടചൊ ല്ലലിന്റെ സമ്മാനമായി ഞാൻ ചോദിക്കുന്നതൊക്കെ നിങ്ങൾ തരണം. അതാണെന്റെ ആഗ്രഹം."

ജോസ് സ്റ്റൗവിന്റെ അടുത്തുനിന്നുകൊണ്ട് അവളെ നോക്കി. അയാൾ പറഞ്ഞു. "ഞാനിത് എത്ര തവണ നിന്നോട് പറയണം. എന്റെ കൈയിലുള്ളതിൽ വച്ച് ഏറ്റവും നല്ല മൊരിച്ച ഇറച്ചിക്കഷണമല്ലാതെ മറ്റെന്തെങ്കിലും നിനക്ക് വേണോ?"

അവൾ പറഞ്ഞു. "വേണം."

ജോസ് ചോദിച്ചു. "എന്താണ് ഇനിയും വേണ്ടത്?"

അവൾ പറഞ്ഞു. "എനിക്ക് മറ്റൊരു കാൽ മണിക്കൂർ കൂടി വേണം."

ജോസ് പിന്നിലേക്കു മാറിനിന്ന് ക്ലോക്കിൽ നോക്കി. പിന്നീട് നിശ്ശബ്ദ നായി ഒരു മൂലയിൽ കാത്തിരിക്കുന്ന പതിവുകാരനെ നോക്കി. ഒടുവിൽ വറചട്ടിയിൽ മൊരിയുന്ന ഇറച്ചിക്കഷണങ്ങളിൽ അയാളുടെ കണ്ണുകൾ ഉടക്കി.

അതിനുശേഷമാണ് അയാൾ സംസാരിച്ചത്. "എനിക്ക് നീ പറയു ന്നത് ശരിക്കു മനസിലാകുന്നില്ല."

അവൾ പറഞ്ഞു. "വിഡ്ഢിത്തം പറയരുത് ജോസ്. അഞ്ചരമണി മുതൽ ഞാൻ ഇവിടെ നിങ്ങളോടൊപ്പം ഉണ്ടായിരുന്നെന്ന് ഓർമവേണം. അതുമാത്രം മതി."

(20-ാം നൂറ്റാണ്ട്)

13

തകിട്

ജോർജ് ലൂയിസ് ബോർഹസ്

ഞാൻ ഒരു തടിവെട്ടുകാരനാണ്. എന്റെ പേരിന് പ്രത്യേകിച്ച് ഒരു പ്രാധാന്യവുമില്ല. ഞാൻ ജനിച്ചതും ഒരുപക്ഷേ വലിയ താമസമില്ലാതെ മരിക്കാൻ പോകുന്നതുമായ എന്റെ കുടിൽ കാടിന്റെ അരികിലാണ് സ്ഥിതി ചെയ്യുന്നത്.

കാടിനെപ്പറ്റി പറയുന്നത് എന്റേതുപോലുള്ള കുടിലുകൾ നിറഞ്ഞ ഈ ഭൂപ്രദേശത്തെ മുഴുവൻ വലയം ചെയ്യുന്ന കടലുവരെ അതു പരന്നു കിടപ്പുണ്ടെന്നാണ്. ഒരിക്കലും കണ്ടിട്ടില്ലാത്ത ഈ കടലിനെപ്പറ്റി എനിക്ക് ഒന്നും അറിയില്ല. കാടിന്റെ മറുഭാഗവും ഞാൻ കണ്ടിട്ടില്ല. ഞാനും എന്റെ ജ്യേഷ്ഠനും കുട്ടികളായിരുന്നപ്പോൾ ഒരു മരംപോലും അവശേഷിപ്പി ക്കാതെ എല്ലാ മരങ്ങളും വെട്ടിവീഴ്ത്തുമെന്ന് തമ്മിൽത്തമ്മിൽ ഒരു പ്രതിജ്ഞ എടുത്തിരുന്നു. എന്റെ ജ്യേഷ്ഠൻ മരിച്ചു. ഇപ്പോൾ ഞാൻ അന്വേഷിക്കുന്നത് മറ്റൊന്നാണ്. അത് ഞാൻ അന്വേഷിച്ചുകൊണ്ടുതന്നെ യിരിക്കും. പടിഞ്ഞാറു മാറി ഒഴുകുന്ന അരുവിയിൽനിന്നും എന്റെ കൈകൊണ്ടുതന്നെ മീൻ പിടിക്കാൻ എനിക്കറിയാം. കാട്ടിൽ നിറയെ ചെന്നായ്ക്കളുണ്ട്. പക്ഷേ, ചെന്നായ്ക്കളെ എനിക്ക് പേടിയില്ല. എന്റെ കോടാലി എന്നോട് ഒരിക്കൽപ്പോലും വിശ്വസ്തത കാട്ടാതിരുന്നിട്ടില്ല.

ഞാൻ ജനിച്ചിട്ട് എത്ര വർഷങ്ങളായി എന്ന് ഇതുവരെ എണ്ണിയി ട്ടില്ല. ധാരാളം വർഷങ്ങൾ ആയിട്ടുണ്ടാവുമെന്ന് എനിക്കറിയാം. എന്റെ കണ്ണുകൾക്ക് ഇപ്പോൾ കാണാൻ കഴിയുന്നില്ല. വഴിതെറ്റിപ്പോകും എന്നു ള്ളതുകൊണ്ട് എന്റെ ഗ്രാമത്തിൽ ഞാൻ ഇപ്പോൾ ഒരു സാഹസത്തിനും

മുതിരാറില്ല. ഞാൻ ഒരു പിശുക്കനായാണ് അറിയപ്പെടുന്നത്. ഒരു സാധാരണ തടിവെട്ടുകാരന് എന്ത് നിധി കുഴിച്ചിടാൻ കഴിയും?

മഞ്ഞു കടന്നുവരാതിരിക്കാൻ ഒരു കല്ല് എടുത്ത് ഭാരംവച്ചാണ് ഞാൻ കതക് ചേർത്തടയ്ക്കുന്നത്. കുറെക്കാലം മുമ്പ് ഒരു വൈകുന്നേരത്ത് ആരോ വളരെ ആയാസപ്പെട്ട് നടന്നടുക്കുന്നതിന്റെ കാൽപ്പെരുമാറ്റം ഞാൻ കേട്ടു. അതിനുശേഷം ആരോ കതകിൽ മുട്ടിവിളിച്ചു. ഞാൻ കതകു തുറന്നതും ഒരപരിചിതൻ ഉള്ളിലേക്ക് കടന്നുവന്നു. അയാൾ സ്വയം ഒരു പുതപ്പിൽ പൊതിഞ്ഞിരുന്നു. അയാൾക്ക് നല്ല പ്രായവും ഉയരവും ഉണ്ടായിരുന്നു. അയാളുടെ മുഖത്ത് ഒരു പാടുണ്ടായിരുന്നു. അയാളുടെ പ്രായം അയാൾക്ക് കൂടുതൽ ആധികാരികതയും ക്ഷീണവും ഒരേസമയം നൽകിയിരുന്നതായി തോന്നി. ഒരു വടിയുടെ സഹായമി ല്ലാതെ അയാൾക്ക് നടക്കാൻ കഴിയുകയില്ലെന്ന കാര്യം അപ്പോൾത്തന്നെ എന്റെ ശ്രദ്ധയിൽ പെട്ടിരുന്നു. ഞങ്ങൾ പരസ്പരം കുറച്ചുനേരം സംസാ രിച്ചെങ്കിലും അതൊന്നുംതന്നെ ഞാൻ ഇപ്പോൾ ഓർക്കുന്നില്ല. ഒടുവിൽ അയാൾ പറഞ്ഞു. "എനിക്ക് വീടില്ല. എവിടെയാണോ ഇടം കിട്ടുന്നത് ഞാൻ അവിടെ കിടന്ന് ഉറങ്ങും. സാക്സൺകാരുടെ ഈ ഭൂപ്രദേശ ത്തിൽ നെടുകെയും കുറുകെയും ഞാൻ സഞ്ചരിച്ചിട്ടുള്ളതാണ്."

അയാളുടെ വാക്കുകൾ അയാളുടെ പ്രായത്തെ സാധൂകരിക്കുന്നു ണ്ടായിരുന്നു. ഇന്ന് ആളുകൾ ഇംഗ്ലണ്ട് എന്നു വിളിക്കുന്ന സാക്സൺ ഭൂപ്രദേശത്തെപ്പറ്റി എന്റെ അച്ഛൻ എന്നോട് എപ്പോഴും പറയാറുണ്ടായി രുന്നത് ഞാൻ ഓർത്തു.

ഭക്ഷണത്തിന് ഞാൻ റൊട്ടിയും മീനും കരുതിയിരുന്നു. ഭക്ഷണം കഴിച്ചുകൊണ്ടിരുന്നപ്പോൾ ഞങ്ങൾ ഒന്നും സംസാരിക്കുകയുണ്ടായില്ല. എന്റെ ജ്യേഷ്ഠൻ മരിച്ച തറയിൽ കുറച്ചു തുകലുകൾ വിരിച്ച് അതിനു മുകളിൽ ഞാനൊരു വൈക്കോൽ മെത്ത തയാറാക്കി. മഴപെയ്യാൻ തുട ങ്ങിയിരുന്നു. രാത്രി ഇരുണ്ടപ്പോൾ ഞങ്ങൾ ഉറങ്ങാൻ കിടന്നു.

പ്രഭാതത്തിലാണ് ഞങ്ങൾ കുടിലിൽ നിന്ന് പുറത്തിറങ്ങിയത്. അപ്പോഴേക്കും മഴ നിന്നിരുന്നു. അതിനുശേഷം പൊഴിഞ്ഞ പുതുമഞ്ഞ് പുതച്ചു കിടക്കുകയായിരുന്നു ഭൂമി. എന്റെ സഹചാരിയുടെ കൈയിലിരുന്ന കമ്പ് തെന്നി താഴെ വീണു. അയാൾ അതെടുക്കാൻ എന്നോട് ആജ്ഞാപിച്ചു.

ഞാൻ ചോദിച്ചു. "ഞാൻ എന്തിനാണ് നിങ്ങളെ അനുസരിക്കുന്നത്?"

അയാൾ മറുപടി പറഞ്ഞു. "ഞാൻ ഒരു രാജാവായതുകൊണ്ട് നിങ്ങൾ എന്നെ അനുസരിക്കണം."

അയാൾക്ക് ഭ്രാന്തായിരിക്കുമെന്ന് ഞാൻ കരുതി. വടി കുനിഞ്ഞെ ടുത്ത് ഞാൻ അയാളുടെ കൈയിൽ ഏൽപ്പിച്ചു. വ്യത്യസ്തമായ ഒരു ശബ്ദത്തിലാണ് അയാൾ സംസാരിച്ചത്. അയാൾ പറഞ്ഞു. "ഞാൻ സെക്ജൻസിലെ രാജാവാണ്. പല യുദ്ധങ്ങളിലും എന്റെ ആളുകളെ ഞാൻ വിജയത്തിൽ എത്തിച്ചിട്ടുണ്ട്. പക്ഷേ, വിധിനിർണായക സമയത്ത് എനിക്കെന്റെ രാജ്യം നഷ്ടമായി. എന്റെ പേര് ഇസേൺ എന്നാണ്. ഞാൻ ഓഡിന്റെ വംശത്തിൽപ്പെട്ടവനാണ്."

ഞാൻ പറഞ്ഞു. "ഞാൻ ഓഡിനെ ആരാധിക്കുന്നില്ല. ഞാൻ ക്രിസ്തുവിനെയാണ് ആരാധിക്കുന്നത്."

ഞാൻ പറഞ്ഞതൊന്നും കേട്ടില്ല എന്നു തോന്നുന്ന വിധത്തിൽ അയാൾ സംസാരം തുടർന്നു. "ഞാൻ നാടുകടത്തപ്പെട്ടവന്റെ വഴികളി ലൂടെയാണ് സഞ്ചരിക്കുന്നത്. പക്ഷേ, എന്റെ കൈയിൽ വൃത്തത്തകിട് ഉള്ളതുകൊണ്ട് ഞാൻ ഇപ്പോഴും രാജാവാണ്. നിങ്ങൾക്ക് തകിട് കാണ ണമെന്നുണ്ടോ?"

എല്ലുറപ്പുള്ള കൈപ്പത്തി അയാൾ വിടർത്തിക്കാണിച്ചു. കൈക്കു ള്ളിൽ ഒന്നും ഉണ്ടായിരുന്നില്ല. അയാൾ എപ്പോഴും കൈപ്പത്തി മടക്കി പ്പിടിച്ചിരിക്കുകയായിരുന്നെന്ന് അപ്പോൾ മാത്രമാണ് ഞാൻ ഓർമിച്ചത്.

എന്നെ രൂക്ഷമായി നോക്കിക്കൊണ്ട് അയാൾ പറഞ്ഞു. "നിങ്ങൾക്ക് വേണമെങ്കിൽ തൊട്ടുനോക്കാം."

എന്റെ വിരലുകളുടെ അഗ്രഭാഗം സംശയത്തോടെ ഞാൻ അയാളുടെ കൈപ്പത്തിയിൽ മുട്ടിച്ചു. എനിക്ക് ഒരു ശൈത്യം അനുഭവപ്പെട്ടു. ഒപ്പം എന്തോ ഒരു തിളക്കവും ഞാൻ കണ്ടു. അയാൾ കൈപ്പത്തി പെട്ടെന്നു മടക്കി. ഞാൻ ഒന്നും സംസാരിക്കുന്നുണ്ടായിരുന്നില്ല. അയാൾ ഒരു കുട്ടിയോ ടെന്നപോലെ ക്ഷമയോടു കൂടിയുള്ള അയാളുടെ സംസാരം തുടർന്നു.

അയാൾ പറഞ്ഞു. "ഇത് ഓഡിന്റെ തകിടാണ്. ഇതിന് ഒരുവശം മാത്ര മേയുള്ളൂ. ലോകത്തിൽ ഒരുവശം മാത്രമുള്ള മറ്റൊരു വസ്തുവുമില്ല. ഈ തകിട് എന്റെ കൈയിൽ ഉള്ളിടത്തോളം കാലം ഞാൻ രാജാവായിരിക്കും."

ഞാൻ ചോദിച്ചു. "അതിന് സ്വർണനിറമാണോ?"

"ഇത് ഓഡിന്റെ തകിടാണെന്നും അതിന് ഒരുവശം മാത്രമാണുള്ള തെന്നുമുള്ള സത്യം മാത്രം എനിക്കറിയാം."

അപ്പോൾ അവിടെവെച്ച് ആ തകിട് സ്വന്തമാക്കാനുള്ള അത്യാഗ്രഹം എന്നെ കീഴ്പ്പെടുത്തി. എനിക്ത് സ്വന്തമാക്കാൻ കഴിഞ്ഞിരുന്നെങ്കിൽ ഒരു കൂന സ്വർണത്തിനുപകരം അത് വിൽക്കാൻ കഴിയുമായിരുന്നു. അങ്ങനെ ഞാനും രാജാവാകുമായിരുന്നു. ഈ സമയംവരെ വെറുപ്പു തോന്നിയിരുന്ന അലഞ്ഞുനടക്കുന്ന ആ മനുഷ്യനോട് ഞാൻ പറഞ്ഞു. "എന്റെ കുടിലിൽ ഒരു പെട്ടി നാണയങ്ങൾ ഞാൻ കുഴിച്ചിട്ടിട്ടുണ്ട്. അവ യെല്ലാം തന്നെ സ്വർണനാണയങ്ങളാണ്. ഒരു കോടാലിയുടെ വായ്ത്തല യോളം തന്നെ തിളക്കം ആ നാണയങ്ങൾക്കും ഉണ്ട്. നിങ്ങൾ ഓഡിന്റെ തകിട് എനിക്കു തരികയാണെങ്കിൽ ഞാൻ ആ പെട്ടി നിങ്ങൾക്കു പകരം തരാം."

അയാൾ ഉറപ്പിച്ച് മറുപടി പറഞ്ഞു. "എനിക്ത് വേണമെന്നില്ല."

അപ്പോൾ ഞാൻ പറഞ്ഞു. "എങ്കിൽ നിങ്ങളുടെ വഴി നിങ്ങൾക്ക് തുടരാം."

അയാൾ പുറംതിരിഞ്ഞ് നടന്നുതുടങ്ങി. അയാൾ താഴെ വീഴാൻ കഴുത്തിനു പിറകിലായി കോടാലികൊണ്ടുള്ള ഒറ്റഅടി തന്നെ ധാരാള മായിരുന്നു. അയാൾ വീഴുന്ന സമയത്ത് അയാളുടെ മടക്കിപ്പിടിച്ച കൈപ്പത്തി തനിയേ തുറന്നുപോയി. അന്തരീക്ഷത്തിൽ ഞാനൊരു തിളക്കം കണ്ടു. എന്റെ കോടാലികൊണ്ട് തിളക്കം കണ്ട ഭാഗം ഞാൻ അടയാളപ്പെടുത്തി. കുത്തിയൊഴുകുന്ന അരുവിയുടെ അടുത്തേക്ക് ഞാൻ മരിച്ച മനുഷ്യനെ വലിച്ചിഴച്ച് കൊണ്ടുപോയി. അയാളെ ഞാൻ ആ ഒഴുക്കിലേക്കെറിഞ്ഞു.

ഞാൻ തിരിച്ച് കുടിലിലെത്തി തകിടു തിരയാൻ തുടങ്ങി. എനിക്കതു കണ്ടെത്താൻ കഴിഞ്ഞില്ല. ഇതെല്ലാം നടന്നത് വർഷങ്ങൾക്കു മുമ്പായി രുന്നു. ഞാൻ ഇപ്പോഴും തകിട് തിരഞ്ഞുകൊണ്ടിരിക്കുകയാണ്.

(20-ാം നൂറ്റാണ്ട്)